அமர பண்டிதர்

அமர பண்டிதர்

ஜி. குப்புசாமி (பி. 1962)
தொகுப்பாசிரியர்

அயல் மொழி இலக்கிய மொழிபெயர்ப்பில் ஈடுபட்டுவரும் இவர் முக்கியமான சமகால எழுத்தாளர்கள் பலரின் எழுத்துக்களைத் தொடர்ந்து தமிழாக்கம் செய்து வருகிறார்.

'என் பெயர் சிவப்பு' மொழிபெயர்ப்புக்காகக் கனடா இலக்கியத் தோட்டம் விருதும், SRM பல்கலைக்கழகத்தின் தமிழ்ப்பேராய விருதும் (2012) இவர் பெற்றுள்ளார். மேலும் 'கடல்' நாவல் மொழிபெயர்ப்புக்காக அயர்லாந்து அரசின் இலக்கிய நல்கையும் 2018ஆம் ஆண்டிற்கான தமிழக அரசின் சிறந்த மொழிபெயர்ப்பாளர் விருதையும் பெற்றுள்ளார்.

முகவரி : 74/26, பிள்ளையார் கோவில் தெரு, ஆரணிப் பாளையம், ஆரணி திருவண்ணாமலை மாவட்டம் 632 301

தொலைபேசி: 9443305456; 9791561654.

மின்னஞ்சல் : gkuppuswamy62@yahoo.com

சார்வாகன்

அமர பண்டிதர்

தொகுப்பாசிரியர்
ஜி. குப்புசாமி

காலச்சுவடு பதிப்பகம்

அன்பார்ந்த வாசகருக்கு,

வணக்கம்.

காலச்சுவடு நூலை வாங்கியமைக்கு நன்றி.

நூலின் உள்ளடக்கம், உருவாக்கம், அட்டைப்படம் இன்ன பிற அம்சங்கள் பற்றிய உங்கள் கருத்துகளையும் ஆலோசனைகளையும் காலச்சுவடு வரவேற்கிறது. தகவல், எழுத்து, வாக்கியப் பிழைகள் தென்பட்டால் கட்டாயம் தெரிவித்து உதவுங்கள். நூல் தயாரிப்பில் கடும் குறைபாடு இருப்பின் மாற்றுப் பிரதி உங்களுக்குக் கிடைக்கக் காலச்சுவடு ஏற்பாடு செய்யும்.

மின்னஞ்சல்: publisher@kalachuvadu.com

காலச்சுவடு நாகர்கோவில் தலைமையகத்துக்கும் கடிதம் அனுப்பலாம்.

தங்கள்
எஸ்.ஆர். சுந்தரம் (கண்ணன்)
பதிப்பாளர் – நிர்வாக இயக்குநர்

அமர பண்டிதர் ❖ சிறுகதைகள் ❖ ஆசிரியர்: சார்வாகன் ❖ © எஸ். லதா ❖ முதல் (குறும்) பதிப்பு: மே 2016, ஐந்தாம் பதிப்பு: ஜூன் 2023 ❖ வெளியீடு: காலச்சுவடு பப்ளிகேஷன்ஸ் (பி) லிட்., 669 கே. பி. சாலை, நாகர்கோவில் 629001

amara paNTitar ❖ ShortStories ❖ Author: Saarvaagan ❖ © S. Lata ❖ Language: Tamil ❖ First (Short) Edition: May 2016, Fifth Edition: June 2023 ❖ Size: Demy 1 x 8 ❖ Paper: 18.6 kg maplitho ❖ Pages: 200

Published by Kalachuvadu Publications Pvt. Ltd., 669, K.P. Road, Nagercoil 629001, India ❖ Phone: 91-4652-278525 ❖ e-mail: publications@kalachuvadu.com ❖ Printed at: Adyar Students xerox Pvt. Ltd., No. 275 Habibullah Road, Triplicane high Road, Opp Triplicane Post Office, Triplicane, Chennai 600005

ISBN: 978-93-5244-042-9

06/2023/S.No. 719, kcp 4441, 18.6 (5) 1k

பொருளடக்கம்

தொகுப்புரை: பூச்சற்ற மன அழகு	9
முடிவற்ற பாதை	13
நாதப்பிரும்மம்	22
ச்சேர்மன் இல்லை க்கோரம் உண்டு	27
சின்னூரில் கொடியேற்றம்	38
எதுக்குச் சொல்றேன்னா	45
உத்தரீயம்	48
கனவுக் கதை	54
ரப்பர் மாமா	61
அமர பண்டிதர்	75
நடக்க முடியாதவள்	126
புதியவன்	141
உத்தியோக ரேகை	153
பிருந்தாவனம்	165
பிற்சேர்க்கை	197

தொகுப்புரை

பூச்சற்ற மன அழகு

பிரித்தானிய இயற்பியலாளரும் நாவலாசிரியருமான சி.பி. ஸ்னோ தனது பிரசித்திபெற்ற உரை ஒன்றில் கலைஞர்களும் அறிவியலாளர்களும் வெவ்வேறு மன அமைப்புக் கொண்டவர்கள் என்ற பொது நம்பிக்கையைக் கட்டுடைக்கிறார். 'கலைஞர்களும் விஞ்ஞானிகளும் எதிரெதிர் துருவங்கள் என்று காலங்காலமாக நம்பப்பட்டு வருகிறது. ஒருவர் அறிவுத்தளத்திலும் மற்றவர் உணர்வுத்தளத்திலும் இயங்குபவர்கள் என்றும், விடைகளைத் தேடுவது அறிவியல்; கேள்விகளைத் தேடுவது கலை என்றும் அறிவியலாளர்கள் தர்க்கரீதியாகச் சிந்திப்பவர்கள்; கலைஞர்கள் குழப்பத்தில் உழல்பவர்கள் என்றும் பொதுவாக நம்பப்பட்டு வருவது அபத்தமானது என்று விஞ்ஞானபூர்வமாகத் தனது உரையில் விளக்குகிறார். *(The Two Cultures and The Scientific Revolution By C.P.Snow: Cambridge University Press. Newyork 1961)*

அறிவியலாளரின் மனமும் கலைஞனின் மனமும் அடிப்படையில் ஒன்றுபோலவே இயங்குகிறது என்பதற்கு சார்வாகன் என்ற பெயரில் எழுதி வந்த ஹரி ஸ்ரீனிவாசன் என்ற உலகப்புகழ் பெற்ற மருத்துவர் ஓர் உதாரணம். ஐம்பதாண்டுகளுக்கும் மேலாகத் தொழுநோய் சிகிச்சை ஆய்வில் தன்னை அர்ப்பணித்திருந்த அவர், அதே காலகட்டத்தில் தமிழில் மிகச்செறிவான சிறுகதைகளையும் குறுநாவல்களையும் உன்னதமான கலைப்படைப்புகளாக உருவாக்கித் தந்திருப்பதற்கு ஆதாரம்தான் அவரது தேர்ந்தெடுத்த சிறுகதைகளின் இத்தொகுப்பு. தொழுநோயால் முடங்கிப்போன கை, கால் விரல்களை மீண்டும் இயங்க வைப்பதற்கான

சிக்கலான அறுவை சிகிச்சை முறையைக் *(Srinivasan Technique)* கண்டுபிடித்த அதே மனம்தான் அற்புதமான கட்டமைப்பும் கலையம்சமும் மிக்க சிறுகதைகளையும் உருவாக்கியிருக்கிறது. சார்வாகன் என்ற ஹரி ஸ்ரீனிவாசனைப் பொறுத்தவரை அறிவியல் ஆய்வும் இலக்கிய படைப்பாக்கமும் வெவ்வேறு துறைகளாகத் தெரியவில்லை என்பதையே இவை காட்டுகின்றன.

சார்வாகனை 60 – 70களின் எழுத்தாளர் என்று அடையாளப்படுத்தலாம். இந்த அடையாளம் அவர் அதிகமாக எழுதிக்கொண்டிருந்த காலக்கட்டத்தை வைத்துச் சொல்லப்படுவது. ஆனால் அந்தக் காலகட்டத்தில் எழுதிக்கொண்டிருந்த வேறெந்த எழுத்தாளரோடும் ஒப்பிடமுடியாத தனி வகையினராகத்தான் சார்வாகன் இருந்திருக்கிறார். அவருக்கு முன்னோடி என்று காட்டக்கூடிய எழுத்தாளர் எவரும் அவருக்கு முந்தைய தலைமுறையிலும் இல்லை. ஆனால் அவருடைய காலக்கட்டத்தைச் சேர்ந்த எல்லா உன்னதமான எழுத்தாளரிடமும் காணப்பட்ட ஒற்றுமைகள் சார்வாகனிடமும் காணக் கிடைக்கின்றன. முதலில் சொல்லப்படவேண்டிய குணாம்சம் *self effacing* என்ற தன்முனைப்பற்ற தன்மை. அடுத்ததாக மொழித்தேர்ச்சியின் விளைவாக அமைந்த தவறில்லாத செறிவான உரைநடையும் பொருத்தமான சொற்தேர்வுகளும். மிகச் செழுமையான தமிழ் அவருடையது.

மிகக் குறைவாகவும் செறிவாகவும் எழுதிய அவருடைய இலக்கியப் பங்களிப்பு மொத்தம் நாற்பத்துமூன்று சிறுகதைகளும் மூன்று குறுநாவல்களும் மட்டுமே. இவற்றில் பெரும்பாலானவை 1964இல் இருந்து 1976வரை எழுதப்பட்டவை. 90களின் ஆரம்பத்தில் மூன்று சிறுகதைகள் எழுதியிருக்கிறார். குறைவாக எழுதியதற்கு முக்கிய காரணம் அவரது தொழில். உலகப் புகழ் பெற்ற தொழுநோய் அறுவைசிகிச்சை நிபுணராக இருந்தவர் தனது தீவிரப் பணிகளுக்கிடையே எழுதிய கதைகளையும் அதே தீவிரத்தன்மையுடன் படைத்திருப்பது எழுத்தை அவர் இளைப்பாறலுக்கான கேந்திரமாகக் கருதாததை உணர்த்துகிறது.

சார்வாகனின் நடையும் தொனியும் தனித்துவமானவை. அங்கத நடையை அவரளவுக்குக் கூர்மையாகப் பயன்படுத்தியவர்கள் தமிழில் அதிகம் இல்லை எனலாம். அவர் கதைகளில் யாரையும் விமர்சனம் செய்வதில்லை. ஆனால் அவரது எள்ளல் தொனி தன்னையும் உள்ளடக்கியதாகவே இருக்கிறது. தன்னைக் கிண்டல் செய்து கொள்வதைப் போலவே சுற்றியிருப்பவர்களையும் கிண்டல் செய்கிறார். தன்னையும் பிறரையும் காயப்படுத்தாத பகடி இலக்கிய வகைமையில் உன்னதமான இடத்தைக் கொண்டிருப்பது.

சகமனிதர்கள் மீதும் உலக வாழ்வின் மீதும் பிடிப்பையும் நம்பிக்கையையும் கொண்டிருக்கும் அவைதிகர் அவர். தன் இயல்புக்குப் பொருத்தமான புனைபெயரை வரித்துக்கொண்டிருப்பவர் என்பதற்கு அவரது தனிப்பட்ட வாழ்வும் கதைகளுமே சாட்சி. தன்னைச் சுற்றியுள்ள அனைவரையும் அன்போடும் கரிசனத்தோடும் அணுகினாலும் அவர் சொற்களில் மிகையான ஈரமோ, அதீத நெகிழ்ச்சியோ இருப்பதில்லை. அவரை அங்கதம் என்ற போர்வையைக் கவனமாகப் போர்த்திக்கொண்டு காரியமாற்றிய இலக்கிய கர்மயோகி எனலாம்.

சார்வாகனின் மகத்தான சிறுகதைகளில் ஒன்றான 'முடிவற்ற பாதை'யில் வரும் தபால்காரக் கதிர்வேலுவை மிகச் சுலபமாக ஒரு தியாகச் சுடராக அவரால் காட்டியிருக்க முடியும். ஆனால் அவன் வால்டர் மிட்டியைப் போல பகற்கனவுகளில் சஞ்சாரிப்பவனாக இருக்கிறான். இறுதியில் அவனது நேர்மையுணர்வு வெளிப்படும் கட்டத்திலும் கூட, சுற்றிலும் சுட்டெரிக்கும் வெயிலில் முடிவேயில்லாமல் செல்லும் தார்ச்சாலையையும், தனது நிழலையே மிதித்துக்கொண்டு நடந்து செல்பவனையும்தான் காட்டுகிறார்.

சுதந்திர இந்தியாவின் ஒரு சிற்றூரில் தேசியக் கொடியேற்றும் போது இசைக்கப்படும் ஐரிஷ் பாடல் பிரிட்டிஷ் படையினரை வரவேற்றுப் பாடும் 'இட்ஸ் எ லாங் லாங் வே டு டிப்பரேரி' என்பதைச் சொல்லிவிட்டு வரிகளுக்குப் பின்னாலிருந்து குறும்பாகப் புன்னகைக்கிறார் ('சின்னூரில் கொடியேற்றம்'). நெருக்கடிநிலை அமல் செய்யப்பட்டிருந்த காலத்தில் வெளிவந்த 'புதியவன்' சிறுகதைக்குள் ஒரு நவீன நாடகப் பிரதி ஒளிந்திருக்கிறது. அதிகாரத்தின் உச்சத்தில் இருக்கும் ஒருவரின் தரிசனத்துக்காக வருடக்கணக்காக காத்திருக்கும் கூட்டத்தை எந்தவொரு காலகட்டத்தோடும் பொருத்திப் பார்க்கமுடியும். 'உத்தரீயம்', 'நாதப்பிரும்மம்' போன்ற கதைகளின் நவீனத்துவம் இன்றைக்கும் செல்லுபடியாகக் கூடியதே.

சில புராணக் கதைகளை சார்வாகனும் மறுஉருவாக்கம் செய்திருக்கிறார். அடிப்படையில் புராணிகத்தின் மீது நம்பிக்கையற்றவரான சார்வாகன் விமரிசனம் எதையும் வைக்காமல் வேறொரு பார்வைக் கோணத்தை மட்டும் காட்டுகிறார். தன்னுடைய தந்தை இரண்ய கசிபுவைப் பணியவைக்க முடியாமல் வயிற்றைக் கிழித்துக் கொன்றது ஒரு வெற்றியா என்று கடவுளிடம் பிரகலாதன் கேட்கிறான் ('பிராயச்சித்தம்'). யயாதிக்கு தனது யௌவனத்தைத் தானமாகக் கொடுத்த இளையமகனின் அபத்தத்தை 'சாபவிமோசன'த்தில் காட்டுகிறார். (இவ்விரு கதைகளையும் இத்தொகுப்பில் சேர்க்க முடியாமற் போனது ஒரு குறைதான்.) ஊரார் பேச்சுக்குப் பயந்து

மனைவியைக் காட்டுக்கு அனுப்பிய ராமனின் கோழைத்தனம் இத்தனை ஆண்டுப் பிரிவுக்குப் பின்னும் மாறாமல் இருப்பதைக் கண்டு சகிக்க முடியாமல் பூமிக்குள் புதைந்து போகிறாள் சீதை ('புதையுண்ட பிழம்பு').

சார்வாகனின் கதைகளுக்குள் ஊடுபாவுகளாகப் பின்னியிருக்கும் உட்பிரதிகளைக் கண்டுணர்தல் அற்புதமான வாசிப்பனுபவம். அவர் படைப்புகளில் உச்சமான 'அமர பண்டிதர்' இதற்கு ஒரு சரியான உதாரணம். இன்றைய தலைமுறையினருக்கு சார்வாகனின் படைப்புலகையும், அவரது லோகாயதப் பார்வையையும் அறிமுகப் படுத்துவதே இத்தொகுப்பின் நோக்கம். இன்றைய வாசகன் சார்வாகனின் கதைகளுக்குள் பொதிந்திருக்கும் உள்ளறைகளில் தனது பார்வையை ஊன்றிக்கொள்வான் என்ற நம்பிக்கை இருக்கிறது.

இக்கதைகளை வெளியிட அனுமதியளித்த சார்வாகனின் புதல்வி திருமதி லதா அவர்களுக்கும், சார்வாகனின் சகோதரர் திரு. மோகன் ஹரிஹரன் அவர்களுக்கும், *தளம்* இதழாசிரியர் திரு. பாரவி அவர்களுக்கும், சார்வாகன் கதைகள் முழுத்தொகுப்பை வெளியிட்ட *நற்றிணை* பதிப்பகத்திற்கும், மிக அழகாகவும் பொருத்தமாகவும் அட்டைப்படத்தை உருவாக்கித் தந்திருக்கும் நண்பர் ஓவியர் சீனிவாசன் நடராஜன் அவர்களுக்கும் இந்த புத்தகத்தை அழகுடன் தட்டச்சு செய்து உருவாக்கிய காலச்சுவடு பதிப்பகத் தோழர்கள் சுபா, மஞ்சு அவர்களுக்கும் இத்தொகுப்பைச் சிறப்பாக வெளியிடும் காலச்சுவடு பதிப்பகத்தாருக்கும் (சார்வாகனின் ஊர்க்காரனான) என்னுடைய மனமார்ந்த நன்றிகள்.

ஆரணி
15.4.2016

ஜி. குப்புசாமி

முடிவற்ற பாதை

தபால்காரக் கதிர்வேலு ரொம்பச் சாதாரண மான மனுஷன்தான். தன் வேலையைத் தனக்குத் தெரிந்த முறையில் நாணயமாகவும் ஒழுங்காகவும் செய்து நல்ல பேர் வாங்கி, பெரியதொரு குடும்பத்தைப் பெற்றெடுத்து வளர்த்துக்கொண்டு தரித்திரத்தின் ஓரத்திலே நின்று காத்திருந்து நல்ல நாள் என்றைக்காவது வராதா என்ற நம்பிக்கையில் ஒட்டிக்கொண்டு தவம் செய்யும் லட்சோப லட்சம் ஜனங்களில் அவரும் ஒருவர். அவரைக் குற்றம் சொல்வதற்கில்லை. யாரையும் குற்றம் சொல்வதற் கில்லை. அவர் பிறந்த வேளை அப்படிப்பட்டது போலும். ஆனாலும், நாட்டிலே இருக்கிற முக்காலே மூணு வீசம் ஜனங்களும் அதே வேளையில்தானா பிறந்திருக்கவேணும்!

அவர் வெறும் சாதாரண மனுஷன் என்று சொன்னால் மாத்திரம் போதாது. அவரை நல்ல மனுஷன் என்கிற ரகத்திலேயும் சேர்க்க வேண்டும். 'நல்லவன் என்று சொன்னால் கையாலாகாதவன்' என்று அர்த்தம் புரிந்துகொள்கிற இந்தக் காலத்தில் அவருடைய தன்மையைக் குறிக்க வேறே ஏதாவ தொரு வார்த்தை தேவைதான். நல்லவர் என்று இங்கே சொன்னது, அவர் நல்ல குணங்கள் கொண்டவர் என்னும் பொருளிலேயே. இல்லா விட்டால் வீட்டில் வண்டி அவதிகளைச் சுமந்து கொண்டும் சிரித்துக்கொண்டும் சுமுகமாய் நாலு மனிதர்களுடன் தானும் ஒரு மனிதனாய்ப்

பழகிக்கொண்டிருக்க முடியுமா? பெண்டாட்டிக்கு டி.பி. நோய் வந்துவிட்டது. தீர்க்கக்கூடிய வியாதியானாலும் வியாதி வியாதிதானே, வரப்பிரசாதமல்லவே? அது ஒரு செலவு. பெரிய பெண் நாலாவது பிள்ளைப் பேற்றுக்காக வீட்டுக்கு வந்திருக்கிறாள். தனக்குச் செலவு என்பதுக்காக 'வயிற்றைத் தூர்த்துக்கொள்' என்று சொல்லிவிட முடியுமா? அப்படிச் சொல்லிவிட்டால்தான் இவர் மாடி வீடு கட்டிவிடுவாரா என்ன? அவளால் அஞ்சாவதுக்கும் ஆறாவதுக்கும் வர முடிகிறதோ இல்லையோ. அவளுக்கும் வீடு வாசல் குடும்பம், அதை அடுத்த செலவுகள் எல்லாம் பெருகிக் கொண்டுதானே போகிறது. என்னமோ இவர் சிரித்த முகமாய் இருக்கக்கொண்டுதானே வருகிறாள். கடைசி குட்டி இந்த வருஷமோ அடுத்த வருஷமோ பெரியவளாகிவிடுவாள். அது வேறு செலவுதான். அப்புறம் தாவணியும் புடவையுமாகவல்லவா வாங்கிக்கொண்டிருக்கவேணும்? ஆனால், எதுதான் செலவில்லை. உயிர் வாழ்வது மாத்திரமல்ல, சாவதுகூடச் செலவுதானே! அவருடைய மகன்கள் மாத்திரம் நன்றாக வாய்த்திருந்தால் அவருக்கு இத்தனை பிடுங்கல்கள் இருந்திராது. இதெல்லாம் அவர் கையிலா இருக்கிறது? விதி என்றுதான் சொல்லவேணும். பெரியவன் புத்திசாலிதான். வழிதான் குறுக்கு வழியாகப் போய்விட்டது. கள்ளச் சாராயக் கேஸில் மாட்டிக்கொண்ட பிறகு அவன் ஊரை விட்டு எங்கேயோ ஓடிவிட்டான். அதற்கப்புறம் எத்தனைதரம் ஜெயிலுக்குப் போனானோ, யாருக்குத் தெரியும்? ஜெயிலிலோ வெளியேயோ, திருடனாகவோ நல்லவனாகவோ, எங்கேயாவது உசிரோடு இருந்தால் சரி. ரெண்டாவது பிள்ளையாலேயும் பிரயோஜனம் ரொம்ப இருக்காது போலிருக்கிறது. மூணாவது பையன் கெட்டிக்காரன். நல்ல குணவானும்கூட. கடவுளுக்கே பொறுக்கவில்லை போலிருக்கிறது! கடவுளைக் குற்றம் சொல்வானேன்! அவன் தலையெழுத்து அப்படி என்றுதான் சொல்லுவேணும். எஸ்.எஸ்.எல்.சி. படிக்கும்போது காலரா வந்து அவனைத் துடைத்து வாரிக்கொண்டு போய்விட்டது. பதினாறு வருஷம் கஷ்டப்பட்டு வளர்த்த குழந்தை நாலே நாளில் இருந்த இடம் தெரியாமல் போய்விட்டது! அவனைப்பற்றி இப்போது நினைத்தால் கதிர்வேலுவுக்கு ஏதோ சொப்பனத்தில் கண்டது போலிருக்கிறது. நாலாவது பிள்ளை சிறிசு. அதுங்குணம் வர வரத்தான் தெரியும். ஆக, கதிர்வேலுவுக்கு வீட்டில் ஒண்ணும் சுகபோக சொர்க்கமில்லை. அதுக்காக அவர் தூக்குப்போட்டுக் கொள்ளவுமில்லை, துறவியாகிவிடவுமில்லை. சாதாரணமாக சிரித்துப் பேசிக்கொண்டு சந்தோஷமாக இருந்ததுதான் ஆச்சரியம். அவருடைய நல்லதனத்துக்கு அது ஓர் அடையாளம். அவ்வளவுதான்.

அவர் நல்லவர் மாத்திரமல்ல. கொஞ்சம் விசித்திரமானவரும் கூட. 'காற்றைக் குதிரைகொண்டேறித் திரியும் மனம்' என்பது அவருடைய மனசுக்கு மிகப் பொருத்தம். வேலையில் மும்முரமாக ஈடுபட்டிருக்கும் நேரம் தவிர, சில்லறைத் தொந்தரவுகள் நெருக்குகிற சமயங்கள் தவிர, மற்ற நேரங்களிலெல்லாம் அவர் மனசு ஒரு பிரத்தியேகக் கற்பனை உலகத்தில் சஞ்சாரம் செய்து கொண்டிருக்கும். கதைகளில் நடக்கிற மாதிரியெல்லாம் அந்தக் கற்பனை உலகத்தில் நிகழும். 'ஊரிலிருக்கும் பெண்களின் தலைகள் எல்லாம் வழுக்கையாகிவிட்டால் எப்படி இருக்கும்!' என்பது போன்ற கற்பனைகள் அல்ல அவர் மனசில் தோன்றுகிறவை. விசித்திரமான பிரயாணங்கள், தூர தேசத்தில் தான் செய்யும் சாகசச் செயல்கள் இப்படித்தான் அவரது கற்பனைகள் ஓடும். டார்ஜான் மாதிரித் தானும் காட்டில் பயங்கர வன விலங்குகள் நடுவில் தனியே இருப்பதாகவோ . . . சிந்துபாத் போலவோ . . . விக்கிரமாதித்த ராஜா போலவோ . . . அல்லது சித்திரக்குள்ள னாகவோ . . . இந்த மாதிரி விதவிதமான தடங்களில் அவர் கற்பனைப் பாதை பாவிக் கொண்டிருக்கும். சில பத்திரிகைத் தொடர் கதைகள் போல அவருடைய மனக் கதைகளும் முடிவில் லாமல் நீண்டுகொண்டே போய்க்கொண்டிருக்கும். ஒரு கதை ஒரு வாரம் நீள்வது ரொம்பச் சாதாரணம். ரெண்டேதரம் மூணு வாரம் வரை நிற்காமல் ஓடியிருக்கிறது! ஒரு கதை முடிந்த பின் வேறு கதை. 'தான் அமெரிக்கா போனால் . . . ஏன் போக முடியாது, பாகிஸ்தானிலிருந்து ஒரு வண்டிக்காரன் போகவில்லையா?' இப்படித் தொடங்கிவிட்டால் அவருடைய மனக் குதிரைக்கு லகான் போட முடியாது. எத்தனை காட்டு மிராண்டிகளை விரட்டியடித்திருக்கிறார்! எத்தனை அழகிய இளங்குமரிகளை (அவர்கள் அத்தனை பேர்களும் வெள்ளைக்காரிகள்!) காப்பாற்றி யிருக்கிறார்! அதையெல்லாம் எழுதப்புகுந்தால் 'ஆயிரத்தொரு அரேபிய இரவுகள்' ஆசிரியர்கூடத் தன் கற்பனை வறட்சியை நினைத்து வருந்தி வெட்கித் தற்கொலை செய்துகொண்டுவிடுவார்!

அன்றைக்கு அவர் எல்லம்மாவின் வீட்டுக்குப்போனபோது மிக நெருக்கடியான கட்டமொன்றில், நடுக்காட்டில் நர மாமிச பட்சிணிகளிடையே, அவருடைய கதாநாயகி சிக்கிக் கொண்டிருந்தாள். அவளை விடுவித்து மீட்டுக்கொண்டு வரவேண்டியது இவர் பொறுப்பு. அதற்குள் எல்லம்மாவின் வீடு வந்துவிட்டது! வீடா அது? வீடு என்று ஒரு காலத்தில், அவள் பையன் குருசாமி ஊரிலிருந்த காலத்தில், நம்பும்படி யாக இருந்திருந்தாலும் இப்போது அது வீடாக இல்லை. நாலு குட்டிச் சுவர்களின் மேல் பனையோலையை அடுக்கி விட்டால் வீடாகிவிடுமா என்ன? 'இந்த எல்லம்மாவின்

அதிர்ஷ்டத்தைத்தான் பாருங்கள். புருஷன் வெகு காலத்துக்கு முன்னாலேயே செத்துப்போய்விட்டிருந்தாலும் எத்தனையோ கஷ்டங்களுக்கு ஈடுகொடுத்துத் தன் வயிற்றையும் வாயையும் கட்டித் தயிர் விற்றும் எடுபிடி வேலை செய்தும் தன் ஒரே பிள்ளை குருசாமியை எப்படியோ ஆளாக்கிவிட்டாள். ஆனால், பிறகு நடந்தது என்ன? வடக்கே எங்கேயோ சுரங்கத்திலோ தொழிற்சாலையிலோ அவன் வேலை தேடிப் போய்விட்டான். "வேலை கெடைச்சப்பறம் வந்து அழைச்சுக்கிட்டுப் போறேன்" என்று சொல்லிப் போனவன் தான், மாசம் ஏதோ அஞ்சோ பத்தோ என்று அனுப்பிக்கொண்டிருந்தானே தவிர வருஷக் கணக்கானாலும் எட்டிக்கூடப் பார்க்கவில்லை. கிழவி எப்படி உருகிப் போய்க்கொண்டிருந்தாள். அழுது அழுது அவள் கண் பார்வை மங்கிப்போனதுதான் மிச்சம். அதுக்குமேலே, கண்ணுக்கு வைத்தியம் செய்கிறேன் என்று, கள்ளிப்பாலை அடிச்சு முள்ளாலே கீறி, கண்ணைச் சுத்தமாகப் பாழடித்துக் கொண்டாகி விட்டது. பிள்ளை எங்கேயோ போய் எவ்வளவோ சம்பாதிச்சு என்ன சுகம்?' இப்படியெல்லாம் எண்ணத்தை ஓட்டினபடியே, "எல்லம்மா" என்று குரல் கொடுத்தார் கதிர்வேலு. எல்லம்மாவைக் கூப்பிட்டுவிட்டு வெயிலில் வேர்த்துக்கொட்டிக் கொண்டிருந்த கழுத்துப் பிடியைக் கைக்குட்டையாலே துடைத்தபடி வீட்டு வாசலில் இருந்த திண்ணைக் குறட்டின்மேல் உட்கார்ந்தார்.

அவர் உட்கார்ந்தாலும் அவருடைய மனசைக் கட்டிவைக்க முடியவில்லை. அது குதிபோட்டுக்கொண்டு சென்றது. 'பயல் குருசாமி பரவாயில்லை, அப்படியொண்ணும் மோசமில்லை. மூணு நாலு மாசமாய் ஒண்ணுமே அனுப்பாது போனாலும் இப்போ சொளையாய் ஐநூறு ரூவாய் அனுப்பியிருக்கிறானே. இந்த சமாச்சாரம் கேட்டாலே கெழவி எவ்வள சந்தோஷப்படுவா' என்று நினைத்ததும் கதிர்வேலுவின் முகம் மலர்ந்தது. மனக்கண்ணில் எல்லம்மாவின் நொள்ளைக் கண்ணும் காவியேறின தாறுமாறான பல் வரிசையும் ஆழ்ந்த வடுபோன்று குழிந்து ஒட்டிக் கிடந்த கன்னங்களும் நரைத்த மயிரோடுகூடிய பரட்டைத் தலையும் கொண்ட உருவம் துல்லியமாகத் தெரிந்தது. அவர் கூப்பிட்ட குரலுக்கு இன்னும் அவள் வரவில்லை. 'கெழவிக்கி காதுகூட மத்தியஸ்தமாய்க்கினு வராப்பில இருக்குது' என்று நினைத்தபடி இன்னொரு முறை "எல்லம்மா!" என்று கொஞ்சம் உரத்து குரல் கொடுத்தார்.

'எனக்கு யாராவது இப்படி ஒரு ஐநூறு ரூவா அனுப்பி வெச்சால் எவ்வள சௌகரியமாயிருக்கும்' என்ற எண்ணமும் அதன்பின் அதைத் தொடர்ந்து ஒரு முன் பின் தெரியாத நபர் ஐநூறோ ஆயிரமோ ஏன் தனக்கு அனுப்பவேணும் என்ற

கேள்வியும் அதற்குப் பதிலாக ஒரு 'கதை'யும் உருவாக, அதை ரசித்தபடிக் கிழவியின் வீட்டுத் திண்ணையில் அமர்ந்திருந்தார் கதிர்வேலு. அசதியினால் அவர் கண் மெல்ல மூடியது.

ஐந்தாறு நிமிஷங்களுக்குப் பிறகு திடீரென்று கண் விழித்தவ ராய் நெற்றி வேர்வையை வழித்தபடி பொறுமையை இழந்து "யாரம்மா உள்ளே, எல்லம்மா இல்லை?" என்று கூப்பிட்டபடி வாயில் கதவைத் தள்ளினார். அது திறந்துகொண்டது. உள்ளே எட்டிப் பார்த்தார்.

உள்ளே யாரையும் காணோம். அடுப்பு எரிந்த அடையாளமே இல்லை. யாரும் குடியிருக்கும் வீடாகவே தோன்றவில்லை. எங்கே பார்த்தாலும் சிலந்தி வலைகள். தரையில் பாச்சைகள் ஓடின.

'கெழவி ஊரைவிட்டே போயிட்டாளா என்ன, இங்கேதானே எப்பவும் விழுந்து கெடப்பா!' என்று அதிசயித்தபடியே கதிர்வேலு வெளியே வந்தபோது எதிரே பாலு நாயக்கர் எனப்படும் பலராம நாயக்கர் வந்துகொண்டிருப்பதைப் பார்த்தார். பாலு நாயக்கர்தான் அந்த வடுகப்பட்டுக் கிராமத்தின் நடமாடும் நியூஸ்பேப்பர்.

"தபால்காரக் கதிர்வேலா, வாங்க வாங்க! எங்கே ரெண்டு மூணு மாசமா ஆளையே காணம்? ஒடம்பு ரொம்ப ஒடுங்கிட்டிருக்கே, சீக்கு ஒண்ணுமில்லியே ..?" மூச்சுவிடாமல் கேள்விகளை அடுக்கிக்கொண்டே போனார் பாலு நாயக்கர். வடுகப்பட்டுக் கிராமம் கதிர்வேலுவின் 'பீட்'டில் வெகுகாலமாக இருந்துவந்ததால் இருவருக்கும் நல்ல பழக்கம் உண்டு. "ஒண்ணுமில்லே, ஒடம்பு கொஞ்சம் உஷ்ணமாயிடுச்சு, அத்தாலே காச்சல் வந்துட்டுது, அவ்வளதான். லீவு எடுத்துக்கினேன்" என்று சமாதானம் சொன்ன கதிர்வேலுவுக்கு எல்லம்மாவின் ஞாபகம் வரவும், "ஆமா, எல்லம்மாவை எங்கே காணம்?" என்று கேட்டார்.

"அதுவா, சர்த்தான் போ, அது போயி இப்ப ஒரு மாசம் ஆயிருக்குமே, ஏன், என்ன விசேஷம்?" என்றார் பாலு நாயக்கர்.

"போச்சா, எங்கே போச்சு? அதுக்கு யாரும் சொந்தக்காரங்க இருக்காங்கன்னு எனக்கு இத்தினி நாள் தெரியாதே!" என்று ஆச்சரியத்துடன் கதிர்வேலு கேட்டார்.

"நீ ஒண்ணு, நீ தான் ரெண்டு மாசமா இந்தப்பக்கம் வரல்லியே, அதான் தெரியலே. அது எங்கே போகும்? நானும் நீயும் நாம எல்லாரும் ஒரு நாள் எங்கே போகணுமோ அங்கே தான். எல்லாருக்குமா இருக்கானே ஒரு சொந்தக்காரன் அவன்கிட்டேதான் போயாச்சு. அவ கஷ்டம் விடிஞ்சுது"

என்று வேதாந்தமாகப் பதில் சொன்னார் பாலு நாயக்கர், தோள்பட்டைக்கு அடியில் சொறிந்துகொண்டே.

“அடப் பாவமே! என்ன ஆச்சு அதுக்கு? எப்பிடிப் போய்ட்டா கெழவி?” என்று கேட்டார் கதிர்வேலு.

“கஷ்டமே படலை. ஒரு நாள் ராத்திரி தூங்கப் போனா, மக்கா நாள் காலையிலே எழுந்திருக்கலே! ஊராரு கண்டுபிடிக்கறதுக் குள்ளே கண்ணு மூக்கெல்லாம் எறும்பு பூந்து பொணம் நாத்த மெடுத்துட்டுது. தெருவாரே சேந்து கொளுத்திப்பிட்டோம். எல்லாம் முடிஞ்சு பின்னேதான் குருசாமிக்கே காயிதம் எழுதிப் போட்டோம். நானே என் கையாலே ஒரு கார்டு ‘ஒன் ஆத்தா நேத்து காலமாயிட்டா, நாங்க கிரியை எல்லாம் பண்ணிட்டோம்’னு எழுதிப் போஸ்டு பண்ணினேன். சும்மா தந்தியடிச்சு அவனை வா எங்கிறதுலே யாருக்கு என்ன லாபம்? அவனுக்கும் செலவு நம்பளுக்கும் செலவு, என்ன நான் சொல்றது?” என்று செய்தியும் பொருளாதாரமும் கலந்த எதார்த்தவாதம் பேசினார் பாலு நாயக்கர்.

பிறகு, அவர் தோள் குழியிலிருந்து கையை எடுத்தபடியே, “ஆமா, நீ என்னாத்துக்கு எல்லம்மாவை தேடறே? குருசாமி கிட்டேருந்து தபால் வந்திருக்குதா என்ன? அப்பிடியெல்லாம் அவன் லெட்டர் எழுதற வழக்கம் கெடயாதே, பணம்தானே அனுப்புவான்?” என்று கதிர்வேலுவை உற்றுப் பார்த்துக்கொண்டே கேட்டார்.

“ஆமா, மணியார்டர் வந்திருக்குது” என்று சுருக்கமாகப் பதில் சொன்னார் கதிர்வேலு.

“எப்பிடி அனுப்புவான்? கெழவி செத்துப்போச்சுன்னு நான் அவனுக்கு எழுதி ஒண்ணரை மாசத்துக்கு மேலே ஆயிருக்குமே. அவனுக்குக் கெடைக்கலியோ . . . அப்பிடித்தான் இருக்கணும்“ என்று தனக்குத்தானே உரக்கப் பேசிக்கொண்ட பாலு நாயக்கர் சட்டென்று பேச்சை நிறுத்தினார். கதிர்வேலுவை எடை போடுவது போல ரெண்டு மூணு முறை ஏற இறங்கப் பார்த்தார், சந்தேகத் தோடு. பிறகு தன் குரலைத் தாழ்த்திக்கொண்டு, “கெழவி காரியமெல்லாம் முடிக்கிறதுக்குத் தெருவாருக்குக் கொஞ்சம் செலவாச்சு. எனக்கும்தான்னு வெச்சுக்கோயேன். குருசாமி வழக்கமா அனுப்பற பத்தோ இருவதோ, அதுக்கு மேலே போயிருக்காதுன்னு நெனைக்கிறேன். விஷயம் அவனுக்குத் தெரியாமே அனுப்பியிருக்கான், கெழவிக்குத்தானே அனுப்பிச்சான், அது... அந்தச் செலவுக்குச் சரிக்கட்டிடலாம்... நீங்க ஒண்ணும்

வித்தியாசமா நெனைக்காதீங்க . . . அந்தப் பணத்தைக் கெழவிக்குக் குடுத்துட்ட மாதிரி காட்டிட்டீங்கன்னா . . . இந்த ஒரேதரம்தான். நீங்களே வேணுமின்னா அவனுக்கு எழுதிப்பிடுங்க, பணம் சேர்ந்த ரெண்டு நாளைக்கப்புறம் கெழவி காலமாயிட்டு துன்னு . . . இல்லையின்னா நான் எழுதிப் போடறேன் . . . ஏன், நாம ரெண்டு பேருமே எழுதிடலாம் . . . நான் விஷயம் வெளியே வராத படிப் பார்த்துக்கறேன். அத்தனைப் பணமும் எனக்கு வாணாம் . . . ஒங்களாலேதானே நடக்கணும், அதை ஞாபகத்துலே வெச்சுகினுதான் சொல்றேன், என்ன சொல்றீங்க? நீங்க மாட்டேன்னா நான் என்ன செய்ய முடியும்? சொல்றேன், அவ்வளதான்" என்று அதிகத் தயக்கமில்லாமல், ஒரு சிறு நகை கடைவாயில் கோணச் சொன்னார் பாலு நாயக்கர்.

கதிர்வேலு கொஞ்சம் ஆச்சரியமடைந்தார் என்றாலும் ரௌத்திராகாரமாய் மாறி நாயக்கருடைய ஈன யோசனையைப் பலமாகக் கண்டிக்கவோ அல்லது பாலு நாயக்கருக்குப் புத்தி சொல்லவோ செய்யவில்லை. சிரித்துக்கொண்டே, "என் ஸர்விசுலே இத்தினி நாள் பிளாக் மார்க் வாங்காமே காலம் கழிச்சுப் பொழைச்சுட்டேன், நான் நல்லா இருக்கிறது ஒனக்குப் புடிக்கலியா?" என்றுதான் கேட்டார். அவர் குரலிலேயே தன் யோசனை கொல்லப்பட்டுத் தள்ளப்பட்டது என்பதை உணர்ந்துகொண்ட பாலு நாயக்கர் அசட்டுச் சிரிப்புடன், "நல்லாச் சொன்னீங்க, சும்மாச் சொல்லிப் பார்த்தேன். ஹி ஹி, வெளையாட்டுக்குன்னு வெச்சுக்குங்க, ஹி ஹி" என்று சொன்னபடியே நடையைக் கட்டிவிட்டார். எல்லம்மாவுக்கு வந்திருந்த மணியார்டர்தான் வடுகப்பட்டியிலே அவருக்குக் கடைசி வேலையாக இருந்ததனாலே கதிர்வேலுவும் தன் ஊரான சின்னூரை நோக்கித் திரும்பினார்.

சின்னூர் ரெண்டு கல் தொலைவில்தான் இருந்தது என்றாலும் வெயில் மிகக் கடுமையாக இருந்ததால் இளைப்பாறவென்று வழியில் பரந்து விரிந்திருந்த ஒரு பூவரச மரத்து நிழலில் இருந்த குத்துக்கல் மேல் உட்கார்ந்தார். முகத்தில் வழிந்துகொண்டிருந்த வேர்வையைத் தன் கைக்குட்டையால் துடைத்துவிட்டுக் கொண்டார். நிமிர்ந்து பார்த்தார். கண்ணுக்கெட்டின தூரம் வரை ஒரு ஈ காக்காய், மனுஷன் மாடு, ஒண்ணையும் காணவில்லை. கூசும் வெயிலில் சின்னூர் ரஸ்தாதான் நீண்டு நெளிந்து போய்க் கொண்டிருந்தது. "ஆமா, குருசாமியால என்ன இப்பிடித் திடீர்னு சொளையா இத்தனை பணம், ஐநூறு ரூவா, அனுப்ப முடிஞ்சுது?" என்று கேட்டது அவர் மனசு. தபால் பையைத் திறந்து குருசாமி அனுப்பியிருந்த மணியார்டர் ஃபாரத்தைத் தேடி எடுத்தார்.

அது எல்லம்மாவுக்குத்தான் வந்தது. ஆனால், குருசாமி அனுப்பியிருக்கவில்லை. யாரோ சரவணன் என்கிற ஆளால் அனுப்பப்பட்டிருந்தது. கீழே கூப்பனில், நுணுக்கி எழுதியிருந்ததைப் படித்துப் பார்த்தார். அதில், "உங்களுக்கு என்னைத் தெரியாது. நான் குருசாமியோடு வேலை செய்யும் சகதொழிலாளி. எங்க ஆலையிலே 'பாய்லர்' வெடித்து குருசாமிக்கு பலத்த காயம். ஃபாக்ட்டரி ஆஸ்பத்திரியில் எவ்வளவோ வைத்தியம் செய்தும் குருசாமியைப் பிழைக்கவைக்க முடியவில்லை. குருசாமி கடைசி காலத்தில் 'நான் கஷ்டப்பட்டு 500 ரூபாய் சேமித்துவெச்சிருக்கிறேன், அதை எப்படியாவது என் ஆத்தாளிடம் சேர்த்துவிடு, அவள் கடைசி காலத்துக்கு உதவும்' என்று என்னிடம் சொன்னார். நான் தெற்கே வரும்போது குருசாமியினுடைய டிரங்குப் பெட்டியை உங்களிடம் கொண்டுவந்து சேர்த்துவிடுகிறேன். குருசாமி போய்விட்டதாலே உங்களுக்கு மாத்திரம் கஷ்டம் என்று நினைச்சு உருகிப் போகாதீர்கள். எங்க எல்லாருக்கும் அது பெரிய நட்டம். அவருடைய கடைசி ஆசைப்படி செய்கிறேன் என்கிற ஒரு திருப்திதான் எனக்கு – இப்படிக்கு சரவணன்" என்று எழுதியிருந்தது.

கதிர்வேலுவுக்குத் தூக்கிவாரிப் போட்டது. விஷயத்தைக் கிரகித்துக்கொள்ள அவருக்குச் சில வினாடிகள் பிடித்தன. அதற்குள் பாலு நாயக்கர் இட்ட விஷ வித்து நெல்லுப் பொரி போல விரிந்து வளர ஆரம்பித்துவிட்டது! அது அவருக்கே திகைப்பாகவும் இருந்தது.

"ஐநூறு ரூவா முன் பின் தெரியாம வந்து குதிச்சா எவ்வள நல்லாயிருக்குமின்னு நெனைச்சியே, இதோ பார் வந்துடிச்சு. இப்போ என்ன செய்யப்போகிறே?" என்று அந்த நெல்லுப் பொரி பல்லைக் காட்டி ஏளனமாகக் கேட்டது. 'எ... ன்... ன... து!!' என்று தடுமாறினார் கதிர்வேலு. கையால் நெற்றிப் பொட்டைப் பிடித்து விட்டுக்கொண்டு சுற்றும் முற்றும் பார்த்தார்.

பளீரென்று உச்சி வெயில் காய்ந்துகொண்டிருக்கிறது. சின்னூர் போஸ்டாபீஸுக்குச் செல்லும் பாட்டை அவரையும் அவருடைய சங்கடமான நிலைமையையும் சிறிதும் லட்சியம் செய்யாமல் முடிவே இல்லாதது போல நீண்டு நேராகவும் கொஞ்ச தூரத்துக்கப்புறம் வளைந்தும் போய்க்கொண்டிருந்தது. சாலையில் ஒரு ஜந்துவும் இல்லை. அவர் ஒருத்தர்தான் சாலையோரத்தில் பூவரச மர நிழலில் குத்துக்கல்மேல் தன்னந் தனியனாக உட்கார்ந்திருந்தார். மரத்திலே காக்காய் கூடக் கண்ணில்படவில்லை. அவர் அமர்ந்திருந்த இடம் ஒன்றுதான் அந்தக் கரம்பு நிலத்தில் நிழல். மேலே வெகு உயரத்தில், வெளிர்

நீல வானத்தில் சிறு புள்ளியாகப் பருந்து ஒன்று சிறகை விரித்து அவசரமில்லாமல் மெதுவாக வட்டமிட்டுக்கொண்டிருந்தது. சூரியன் இரக்கமில்லாமல் நெருப்புச்சிரிப்பை அள்ளி வீசிக் கொண்டிருந்தான்.

'யாருக்கும் தெரியாது, ஒரு கை நாட்டு போட்டால் போரும் . . . ஐநூறு ரூவாயிலே என்னவெல்லாம் செய்யலாம் தெரியுமா? அவளுக்கு ஒரு புடவை ரவிக்கை... எவ்வள நாளாச்சு நீ அவளுக்குப் புடவை வாங்கி... தவிர மருந்து டானிக்குங்க... ஒனக்கு ஒரு உடுப்பு, செருப்பு ... பையனுக்குத் தேவையான புஸ்தகம் பேனா நோட்டு சட்டை நிஜார்... குட்டிக்கி ரெண்டு தாவணி... சில்லறைக் கடனெல்லாம் ஒழிச்சுடலாம்... யாருக்கும் நஷ்டமில்லை . . . ஒரே ஒரு கை நாட்டு, ஒரே ஒரு சாட்சிக் கையெழுத்து... அவ்வளவுதான் வேண்டியது... ஐநூறு ரூவா!' நெல்லுப் பொரி பிரமாண்டமான ராட்சசப் பொரியாக வளர்ந்து வாணலியில் சட படவென்று துள்ளித் துள்ளிக் குதித்தது.

வெயிலின் காங்கை அவரைத் தகித்தது. மூச்சுக் காற்று உடலெங்கும் பரவி நெஞ்செல்லாம் கனன்றது. நாக்கில் ஈர மில்லை. கண் இமைகள் கரகரத்தன.

நடுங்கும் கையால் சட்டைப் பையிலிருந்து பேனாவை எடுத்தார். 'விலாசதாரர் காலமாகிவிட்டார்' என்று எழுதும்போது அவர் கைகளும் தொடையும் வேர்த்து அதிர்ந்தன. மணியார்டர் ஃபாரத்தை மீண்டும் பையிலும் பேனாவைச் சட்டைப்பையிலும் வைத்தார். கொட்டாவிவிட்டு வாயின் முன்னால் விரல்களைச் சொடுக்கிக்கொண்டார். சப்தம் வரவில்லை. பையைத் தோளில் மாட்டிக்கொண்டார்.

நெல்லுப் பொரி வெடித்துச் சிதறி மறைந்தது.

கொதித்துக்கொண்டிருந்த வெயிலில் முடிவே இல்லாமல் நீண்டு வளைந்த அந்தப் பாதையில் நீண்டு வளைந்திருந்த தன் நிழலையே மிதித்துக்கொண்டு நடக்க ஆரம்பித்தார் கதிர்வேலு.

நாதப்பிரும்மம்

மண்ணுலகத்து நல்லோசைகள் காற்றெனும்
வானவன் கொண்டுவந்தான்
பண்ணிலிசைத்தவ் வொலிகள் அனைத்தையும்
பாடி மகிழ்ந்திடுவோம்

காலைச் சூரியன் வானைப் பீறிக்கொண்டு வெளிவந்துவிட்டான். தன் ஆயிரம் தங்கக் கைகளால் அகில உலகத்தையும் திருதராஷ்டிரப் பிடியில் இறுக்கிக்கொண்டு மேல்மூச்சு வாங்க வானில் ஏறத் துவங்கிவிட்டான். சுகமான உறக்கத்தில் சொக்கி மறந்திருந்த பொதுஜனம் கண்ணைக் கசக்கிச் சோம்பல் முறித்துக் கொட்டாவிவிட்டு பல்குச்சியைத் தேடிக் கிளம்பிவிட்டார்.

சப்ததேவனின் சர்வவியாபகம் உலகத்துக்கு உயிரும் ஊட்டமும் கொடுக்கிறது. குருவிகள், கிளிகள், தலையைச் சாய்த்துக் கரகரத்த குரலில் கவனித்துக் கேட்பாரற்றும் கரையும் காக்காய்ப் பூசாரிகள்; மணிகள், மாடுகள், கன்றுகள்; கட்டைவண்டிகள், கப்பிக்கல் ரஸ்தாவில் குடிகாரனைப் போலச் சாய்ந்து சாய்ந்து போகத் துவங்கிவிட்டன.

பாழும் மண்டபம்போல் இருண்டு ஓய்ந்திருந்த வீடுகள் உத்சவ காலக் கோயிலைப் போல உயிர்பெற்று எழுந்துவிட்டன. தண்ணீர்தெளிக்கும் சப்தம், தரை பெருக்கும் சப்தம். ராமா எழுந்திரு, தண்ணீர் எங்கே, சோப்பைக் காணோமே, குளிக்கும் அறையில் யார் புகுந்துகொண்டு இன்னும் வரவில்லை, அம்மா என் கணக்கு நோட்டு எங்கே, சித்தே கடைக்குப் போய் அஞ்சு பலம் கத்திரிக்காய் வாங்கி வாடா, ஸ்கூலுக்கு நேரமாச்சு; சப்தம் சப்தம் வீடெல்லாம்

சப்தம்; தெருவெல்லாம் சப்தம்; பிஞ்சுக்கால்கள் கல்லையும் புழுதியையும் உதைத்துக்கொண்டு போகும் சப்தம். சிலேட் உடைகிறது. முழங்கால் தேய்கிறது; அழுகை விம்மல் வீரீட்டுக் கதறல்; உதட்டில் சிரிப்பு; உள்ளத்தில் சிரிப்பு; கன்னத்திலிருந்து கண்ணீர் கீழே விழும் சப்தம்.

தடித்து வெடித்துத் தேய்ந்த பாதங்கள், ஆதிசேஷன் உலகப் பளுவுக்கடியில் நெளிவதுபோல் தலைச்சுமைக்கடியில் நெறியும் சப்தம். கால் விரல்கள் கழுகு நகங்கள்போல் சேற்றையும் சகதியையும் மண்ணையும் தெருவையும் வீட்டு வாசற்படியையும் கௌவும் சப்தம். தராசு எடைகள் தவறி விழுகின்றன. வக்கீல் வீட்டில் ரேடியோ அலறுகின்றது. செட்டியார் சரசரவென்று தலைப்பாகை கட்டிக்கொள்கிறார். வாத்தியாரம்மாள் வெள்ளைப் புடவை தேடுகிறாள், பெட்டி திறந்து மூடுகிறது, கைவளை குலுங்குகிறது. கண்ணாடி வளை உடைந்து நொறுங்குகிறது. வெள்ளை நிறம் எந்த மாதிரிச் சப்தம் செய்யும்?

தெருவெங்கும் வீடெங்கும் சப்த ஜாலங்கள் பலகோடி வானவில்லைப் போலப் பின்னிப் பிணைந்து உயிரளிக்கின்றன. தோசை, இட்டலி, சொய்யென்று அப்பம். பாட்டி, ரெண்டு தோசை சட்டினி நல்ல இருக்குதா, இல்லே நேத்து மாதிரித்தானா? பணம் சட்டியில் விழுகிறது. ஆலம் விழுதுபோல் முறுக்கேறின கைகள் கரண்டியைத் தட்டுகின்றன. பல்லில்லா ஈறுகள் கரகரவென்று தேய்கின்றன. என்ன சார், பேப்பரிலே என்ன விசேஷம், ஒண்ணு மில்லே, சிவப்புக் கம்பி வாயிலிருந்து தரைவரை, செஞ்சாந்து வெற்றிலைக் குழம்பு பழுப்பு மண்ணில் பரவுகிறது. எறும்பு உலகில் நாசம், குழப்பம், கலவரம், ஓலம். இந்தாப்பா தராசு சரிதானே. வீசை ஒண்ணே கால் ரூவாய். இந்தாப்பா செல்லாக் காசைக் குடுத்து ஏய்க்கலாம்னு பாக்கறியா. சர்க்கார் போட்ட காசு செல்லாதுகூட இருக்குதா?

கடைத் தெருவில் மனித இனம் இரைச்சலுடன் உலாவுகிறது. வண்டிகள் எருமைகளைப்போல் சப்தத்துடன் போகின்றன. துரியோதனன் சேனைபோல் பஸ்கள். கூச்சலுடன் தூசியைக் கிளப்புகின்றன. அம்மா தாயே பிச்சை போடுங்கம்மா. ரொம்பப் புண்ணியம் உண்டம்மா. வர வர நம்ப பீபிள்ளாம் ரொம்ப லேஸி ஆயிட்டாங்க சார், போடா போ. வேலை செஞ்சு பொழைக்கிறதை விட்டு வந்துட்டான் மானமில்லாமே. கண்ட்ரக்டர் சார், சந்தைப் பாளையத்துக்கு ரெண்டு திக்கட்டு கொடு. இந்தாப்பா, கூடைக்கு ஒரு கை குடுக்கிறியா. ஒரு நாப்பது பேஜ் நோட்டு குடுங்க, சீக்கிரம் குடுங்க, இஸ்கோலுக்கு நேரமாயிடுச்சு. டேய், நீ போய்க்கினே இரு, நான் ஓடியாந்துடறேன்.

டாங், டாங், டாங் . . . பள்ளிக்கூட மணி அது. பையன்களின் கூச்சல் அங்கே. கடலொலிபோல் உறுமுகிறது பள்ளிக்கூடம். சரண கமலாலயத்தை அரை நிமிஷ நேரமட்டில். பிரேயர், விஷமக் கைகள் கணக்கு நோட்டைக் காப்பியடிக்கும் சப்தம். இங்கி புட்டி உடைகிறது. மை ஆலகால விஷம்போலப் பரவுகிறது. காகிதம் மையைப் பரபரவென்று உறிஞ்சுகிறது. தடிக்கழுதை இங்கே வாடா. இங்கே கையை காட்டு . . . இனிமேலே இல்லை சார், பெஞ்சு மேலே ஏறு. சாஸ்திரிபோல் மந்திரமோதுகிறது பள்ளியில். தேன் கூடுபோல ஞொய் என்ற சப்தம் படபடவென்று பறக்கிறது. பியூன் முனிசாமியின் தடித்த செருப்பு தேய்கிறது. நாற்காலிகள் தேய்கின்றன. மேஜையில் கத்தியின் உதவியால் சுப்பிரமணியன் அமரத்துவம் அடைகிறான். புத்தகங்கள் பிரிக்கப் படுகின்றன. தூசி தட்டப்படுகின்றது.

சூரியனுக்கு அவசரம். மூச்சைப் பிடித்துக்கொண்டு வானில் தாவுகிறான். நெருப்புக் கிரணங்கள் வான முகட்டில் கணப்புக் காய்கின்றன. சூடு சப்தத்துடன் பரவுகிறது. காற்று தளதளவென்று கொதிக்கிறது. கொசுக்கள் குறட்டை விடுகின்றன. நாய்கள் பிச்சைக்காரர்கள், கழுதைகள், கிழவிகள், குமரிகள், அம்மாமிகள், அப்பாவிகள் குரைக்கின்றனர்; முனகுகின்றனர்; கொட்டாவி விடுகிறார்கள். ஜீவன் முக்தியடைந்த சாதுபோல வண்டிமாடு அசைபோடுகிறது சப்தத்துடன். சாணியிடுகிறது சப்தத்துடன் தலையை ஆட்டிவிட்டு மீண்டும் அசைபோடுகிறது சப்தத்துடன். கலர் ரெண்டணா ஐஸ் போடட்டுங்களா. பொரபொரவென்று நுரை பொங்கி வழிகின்றது. கல்லாப் பெட்டியில் காசு கரைகிறது. கச்சேரியில் வக்கீல் ஓலமிடுகிறார். கட்சிக்காரர் ஏழையாகிறார். காசு கை மாறச் சப்தம். மனது எக்காளமிடுகிறது. சமூகம் சப்தத் துடன் வஞ்சம் தீர்த்துக்கொள்ளுகிறது. வயிறு நிறையச் சப்தம். வயிறு நிறையும் சப்தம்.

அணையுடைந்து வெள்ளம் போலச் சப்தம். பள்ளிக்கூடம் மூடிவிட்டது. திறந்த சட்டைகள், பித்தானின்றி முடியிட்ட கால் சாரய்கள், பறட்டைத் தலைகள் உராய்கின்றன. பைகள் தென்னங்கீற்றுகள் போல் ஆடுகின்றன. கட்டைவண்டிப் பிரயாணிகள் போலப் பைகளில் புத்தகங்கள், சிலேட்டுக் குச்சிகள், மயிலிறகு, தகர மூடிகள், கோலி குண்டுகள் ஜனநாயகம். சப்தம் சப்தம் கால் பந்து கட்டை விளையாட்டு கில்லி தாண்டல் சடுகுடு குரங்காட்டம் சடசடவென்று சிட்டுக் குருவிகளைப் போலக் கரையில்லாத பாவாடைகள் பறக்கின்றன. கோடு மெதிச்சுட்டா மொண்டி மொண்டி என்னடி சத்தம் தெருவிலே, இருட்டிப்போச்சு, விளையாடினது போதும் உள்ளே வா. தேங்காய் உடைகிறது. பூ, பணம், புண்ணியம் கை மாறுகிறது.

வாய் முணுமுணுக்கிறது. அம்மா, தாயே! இன்னிப் போது நல்லபடியாப் போகணுமடி. கட்டில் கெஞ்சுகிறது. பாய் ஒப்பாரி வைக்கிறது. ஜன்னி முனகல் விம்மல் உவ்வே. வயிற்றுச் சோறு வாயில் சாக்கடையில் முற்றத்தில் தாழ்வாரத்தில். தாயின் உள்ளமும் குழந்தையின் இதயமும் இரட்டையாகத் துடிக்கின்றன.

அம்மா பசிக்குது. இண்ணைக்கி எவ்வள கொண்டாந்தே. பன்னண்டணா. ஓடிப்போயி நாயுடு கடையிலே ஓரணா மொளகா, ஓரணா வெங்காயம், ஒரு வெள்ளைப் பூண்டு வயத்தைப் பசிக்குது. நீராகாரம் இருக்குதா. நாளைக்காவது வெடியுமா. மாதாகோவில் மணி அடிக்கிறது. தையல் மிஷின் மாதிரி ஐயர் பரம பிதாவுக்கும் பாப ஜனங்களுக்கும் மத்தியில் தூது போகிறார்.

என்னங்க, நாளக்கி வர்றப்போ லச்சுமி ஸ்டோர்ஸிலே ரெண்டு கெஜம் சர்ட்டுத்துணி வாங்கியாங்க. நாளைக்கித்தானே சம்பளம் போடறாங்க. டூரிங் சினிமா மாதிரிக் குடும்பம் ஓடுகிறது. இடைவேளை சோடா கலர் பீடி சிகரெட் வடை முறுக்கு வசனம் பாட்டு ஹாஸ்யம் சோகம் காதல் நடனம் வீரம் பேசும் பாடும் படம். ஆட்டம் முடிந்ததும் புற்றிலிருந்து எறும்புகள் துண்டைத் தட்டிக்கொண்டே வருகின்றன. நல்லா இருந்துச்சுன்னு சொன்னாங்களேன்னு போனேன். மகா மட்டம், இதுக்குத்தான் ரெண்டாம் மனிசன் பேச்சைக் கேக்கக்கூடாதுங்கறது. செத்தை இவனைத் தூக்கிக்கிறீங்களா. மூதேவி காசையும் கொடுத்துட்டு வந்து கொட்டாய்க்குள்ளே கலாட்டா பண்ணுது. வீட்டுக்குப் போறப்போ தூங்கித் தொலையுது. காராசேவு ஒரு பொட்டலம் குடுப்பா.

மசானத்தில் விறகு வெடிக்கிறது. இருளின் சப்தம் இருளைக் கிழிக்கிறது. மேளம் தப்பட்டை செருப்புக்கால்கள் கிழத் தடிகள் ஓலம் ஓலம். கிழவியின் வெற்றிலைச் சருகும் கொட்டைப்பாக்கும் சுரத்துடன் தாளம் போடுகின்றன. வயதும் ஆயுளும் பிறப்பும் இறப்பும் மூப்பும் சப்தத்தில் மறைகின்றன. கட்டில்கள் கீச்கீச் என்கின்றன. இன்னிக்கு ஒங்களுக்காகத் தனியா பண்ணி வெச்சிருந்தேன். நீங்க குட்டிக்கிக் கொடுத்திட்டீங்களே. இதைப் பாரம்மா, காலைத் தூக்கித் தலையிலே போடறான். சத்தம் போடாமே தூங்குடி. ஐய, மூச்சுமுட்டுது. கொஞ்சம் மெதுவா ஸ்ஸ்ஸ் கொழந்தை முழிச்சுக்கப் போவுது. சுடசுட உடம்புகள் உருள்கின்றன. காதல் காமம் ஜனனம் கலியாணம் விபசாரம் மரணம் எல்லாம் சப்தத்தில்.

மணி இரண்டடிக்கிறது. மனிதன் சவமானான். உறக்கம் ஊரைக் கௌவிவிட்டது. திரி சுடரிட்டுச் சடசடவென்று

எரிகிறது. பிணங்கள் புரள்கின்றன. உறக்கத்தில் முனகல், பேச்சு, சிரிப்பு, அழுகைக் கனவுலகத்தில் கடலொலி கடவுள் பேச்சு சாகஸங்கள் பின்னணி இசை. வேட்டி நழுவுகிறது. கைகள் தலைமயிரைத் தேய்க்கின்றன. சிரங்கு வெடிக்கிறது. மூட்டைப் பூச்சிகள் கூச்சலிடுகின்றன. தூளி கீச் கீச் என்கிறது. எலியோ.

ஊர் உறங்கிவிட்டது. உண்ட மயக்கம். பசி மயக்கம். கணவனுடன் கொண்ட சுக மயக்கம், பிரசவ வேதனையின் மயக்கம். சாவின் மயக்கம்.

பனித்துளி சல்லென்று விழுகிறது. இலை முணுமுணுக்கிறது. புல் சிலிர்க்கிறது. மொக்கு வெடிக்கிறது. என்ன சப்தம்.

சந்தையிரைச்சல் செய்த மனிதன் சவமானான். ஆனால், சப்தம் சவமாகவில்லை. அமைதி அமைதி என்று அமைதியை நாடி ஓடுகிறாயே, ஞானி என்று சொல்லிக்கொள்கிறாயே... சொல், நீ இப்போது சொல். எங்கே அமைதி? கடலிலா காற்றிலா பனித்துளியிலா பச்சைக் குழந்தையிலா, உடலிலா உள்ளத்திலா, வாழ்விலா, சாவிலா?

தூங்குங்கள். நெடுமூச்சுவிட்டுத் தூங்குங்கள். சப்தத்தில் திளைக்கும் ஜனங்களே, சப்தத்துடன் தூங்குங்கள். பாயும் புலியைப் போலப் பதுங்கித் தூங்குங்கள், நாளை வேலை மண்டிக்கிடக்கிறது.

டப்பென்று விளக்கு அணைந்துவிட்டது.

நான் ஏன் செவிடனாயிருக்கிறேன்.

தாமரை, 1965

ச்சேர்மன் இல்லை
க்கோரம் உண்டு

சில ஊர்களுக்குத்தான் பெயர்ப் பொருத்தம் நன்றாக அமைந்துவிடுகிறது. பூஞ்சேரி என்று பெயர் கொண்டு பொட்டலாக இருக்கிற ஊர்கள்தான் அதிகம். இந்த மாதிரியே சின்னூர் பெயரிலும் ஆகிருதியிலும் மாத்திரம்தான் சின்னது. மற்ற விஷயங்களிலெல்லாம் சின்னது ஒன்றுமில்லை. பெரிய பெரிய சாக்கடைகள், ஈக்கள் அளவுக்குக் கொசுக்கள், வேணுமானா சகலவிதமான — ஆனைக்கால் முதல் கோழித்தலை வரை — வியாதி களும் உண்டு. விலங்குச் செல்வத்துக்கும் குறைச்ச லில்லை. கன்றுக்குட்டிகள் மாதிரிப் பன்றிக்குட்டிகள், எதேச்சையாகத் திரியும் வன விலங்குகள் போலத் திரியும் நாய், பூனை, கழுதை, எருமை வகையறாக்கள் ஏராளம். ஜீவராசிகளில் மிக உயர்ந்ததாகச் சொல்லப்படுகிற மனிதர்களுக்கும் குறைவில்லை. வக்கீல்கள், அம்மாமிகள், இடியாப்பக்காரிகள், எச்சப் பொறுக்கிகள், வைதீகர்கள், (அ)நியாயவிலைக் கடைக்காரர்கள், சினிமா வண்டிகளில் கிளாரினெட் ஊதுபவர்கள், ஆண்கள், பெண்கள், குழந்தைகள், குடுகுடு கிழவர்கள் — எல்லா விதமான ஆட்களும் இருக்கிறார்கள். இப்படிப் பலவிதமான மனிதர்கள் இருப்பதற்கேற்றபடி சகலவிதமான அரசியல், அரசியல் அல்லாத கட்சிகளும் சின்னூரில் உண்டு. காங்கிரஸ் (ரெண்டு கோஷ்டிகள்), கழகம் (மூன்று வகை), நாம் தமிழர், தெலுங்கர், மலையாளிகள் கட்சிகள், கம்யூனிஸ்டு (ரெண்டு வகை), சோசலிஸ்டு (நாலு ரகம்), சுதந்திரா, பிராமண ஸமாஜம், ஹரிஜன

லீக், வன்னியர் கட்சி, பலிஜ நாயுடு சங்கம், பர்மா அகதிகள் கட்சி (ரெண்டு பேர்), ஸாயி பாபா ஸமாஜம் (இருவேறு பாபாக்களுக்கு நாலு இடத்தில் ஆபீஸ்), சைதன்ய சங்கம், கிறிஸ்துவ சபைகள், ஜனோபகார நிதி, சிட்பண்டுகள் — இன்னும் எத்தனையோ!

என்னுடைய சொந்த ஊர் என்பதற்காக நான் ஒரேயடியாகப் பெருமையடித்துக்கொள்வதாக நினைத்துக்கொள்ள வேண்டாம். சின்னூரில் குறையே கிடையாதென்று சொல்லமாட்டேன். சொல்லவும் முடியாது. தமிழ்நாட்டிலேயே மிகப் புராதனமான பஸ் ஸ்டாண்டு (நகராட்சி பேருந்து நிலையம்) — இது பழைய மகாராஜா ஒருவன் தன் காமக்கிழத்திக்குக் கட்டிக்கொடுத்த மாளிகையின் அஸ்திவாரத்தின் மேல் கட்டப்பட்டிருக்கிறது என்று ஊர்ப் பௌராணிகர் சொல்கிறார். திருமலை நாயக்கனுடைய சிற்றப்பனின் மைத்துனியின் வீட்டின் மேல் கட்டப்பட்டிருக்கிறதாக உள்ளூர்ச் சரித்திர ஆராய்ச்சியாளர்கள் சிலர் அபிப்பிராயப்படுகிறார்கள். எது சரியோ. ஏதாவதொரு அஸ்திவாரத்தின் மேல்தான் கட்டப்பட்டிருக்கும் என்பது என் நம்பிக்கை — பஸ் ஸ்டாண்டு இருந்தாலும் ஒரு பெரிய குறை சின்னூர் வாசிகளுக்கெல்லாம் இருக்கிறது என்பதை மறுக்க முடியாது. சின்னூருக்கு ரயில்வே ஸ்டேஷன் கிடையாது. ஊரிலிருந்து பத்து மைல் தூரத்தில் மீட்டர் கேஜ் பாதையில் பாஸஞ்சர் வண்டிகள் ஒரு நிமிஷ நேரம் நிற்கும் பாக்கியம் படைத்த ரெண்டாம்பட்டு என்கிற இரண்டாம்பட்டிதான் மிக அருகில் உள்ள ஸ்டேஷன், ஒண்ணேகால் வீடுள்ள ரெண்டாம்பட்டுக்கு ஸ்டேஷன் இருக்கும்போது சின்னூருக்கு அது இல்லை என்கிற மாபெருங் குறை தவிர மற்ற குறைகள் யாருக்கும் கிடையாது. யாரும் காணவும் முடியாது. இதற்கு மிஸ் மேயோவும் ரோனால் ஸேகாலும் வி.எஸ். நைபாலும் சாட்சி. இவர்கள் எவரும் சின்னூரைப் பற்றி ஒரு வரிகூடக் குறைவாக எழுதவில்லையே.

ஊருக்கு நடு நாயகமாய் விளங்கும் இடிந்த கோட்டைக்குள் (ராபர்ட் கிளைவ் ஓர் இரவு தங்கியிருந்த இடம்) அதன் ஜவ்வாதுப் பொட்டுப்போல விளங்கும் கட்டடத்தில்தான் ஊரின் நகராண்மைக் கழகம் அல்லது ஊராட்சி மன்றம் என்று குறிப்பிடப்படுகிற முனிஸிபல் ஆபீஸ் இருக்கிறது. அடிமைப் புத்தியினால் இப்படி ஆங்கிலத்தில் அழைக்கப்பட்டாலும், பொதுக் கூட்டங்களிலும், ஈ ஒழிப்பு வாரத்தின்போதும், மந்திரிகளுக்கு வாசித்தளிக்கப்படும் வரவேற்பிதழ்களிலுமாவது தமிழினால் அழைக்கப்படுகிறதே என்று தமிழ்ப் பண்டிதர் சித்தாந்த சமுத்திரம் சின்னையாப்பிள்ளை சந்தோஷப்பட்டுக்கொள்கிற இடம் இதுதான். சின்னூர் முனிஸிபாலிட்டியாகி நூறாண்டுகள்

ஆகாததினாலும் (இன்னும் எண்பத்தெட்டு ஆண்டுகளில் அதன் நூற்றாண்டு விழாவை மகத்தான முறையில் கொண்டாடத் தயாராயிருக்கிறோம் என்பதை இந்தச் சந்தர்ப்பத்தில் நாசூக்காகத் தெரிவித்துக்கொள்கிறேன். இலக்கிய ரஸிகர்கள் நான் எப்படிக் கோடி காண்பிப்பதோடு நிறுத்திக் கொண்டுவிடுகிறேன் என்பதை உற்றுக் கவனித்து அனுபவிப்பார்களாக.) நிதி நிலைமையினாலும், முனிஸிபல் உறுப்பினர்களுக்குச் சொந்தமாகப் பெரிய கட்டடக் காண்ட்ராக்டர்கள் யாரும் இதுவரை வாய்க்காததினாலும், நவாப் காலத்தில் கட்டிவிடப்பட்டிருந்த குதிரை லாயங்கள் ஏற்கெனவே பொதுச்சொத்தாக இருக்கிறபடியாலும் மேற்படி ஊராட்சி அலுவலகங்கள் நவாப்பின் பஞ்ச கல்யாணிக் குதிரைகள் தங்கி யிருந்து வெள்ளையனை வெளியேற்றப் பணிபுரிந்த இடத்திலேயே தங்கள் காரியங்களை நடத்தி வருகின்றன. பொறாமை பிடித்த சில வெளியூர்க்காரர்களையும் உள்ளூர் அராஜகவாதிகளையும் தவிர வேறு யாரும் இதை ஒரு குறையாக நினைப்பது கிடையாது. நிற்க.

ஜனநாயகத்தின் மிக உச்சகட்டமான இருகட்சி ஆட்சி முறை பாரத நாட்டில் வரவில்லையே என்று ஜனநாயகத்தில் பக்தியுள்ள பலர் குறைபட்டுக்கொள்ளலாம். சின்னூரைப் பொறுத்தவரையில் இந்தியாவுக்கே ஒரு முன்மாதிரியாக அமைந்துவிட்டபடியால் இக்குறைபாடுகள் முளைக்கவே இடமில்லை. சின்னூர் முனிஸிபாலிட்டியில் உள்ள பதினைந்து அங்கத்தினர்களில் எட்டுப் பேர் கொண்ட ஒரு கட்சி ஆட்சியை நடத்தி வருகிறது. ஆறு பேர் கொண்ட மறுகட்சி எதிர்க்கட்சியாக இயங்கிவருகிறது. ஒருவர் மாத்திரம் சுயேச்சையான உதிரிக்கட்சி. பொதுமக்களிடையே உள்ள பரஸ்பர நல்லுறவு வளர வேண்டு மென்கிற பொது நலனை உத்தேசித்துக் கட்சிகளின் பெயரைக் குறிப்பிடாமல் விடுகிறேன். கோஷ்டி சேராத நடுநிலைக் கொள்கை தானே உயர்ந்தது, சௌகரியமானதும்கூட.

நகராண்மை முதல்வர், அதாவது ச்சேர்மன், ஷராப் ராஜப்பன் என்கிற எதிராஜ் முதலியார். சுள்ளுக்கடை முதலியார் என்று அந்தக் காலத்தில் காந்திக்காரர்களால் அழைக்கப்பட்டு வந்த ராவ் சாகிப் ஸ்ரீமான் சுந்தரமூர்த்தி முதலியாரவர்களின் நேர் வாரிசு. தந்தையார் இருபது ஆண்டுகளுக்கு மேலாக அலங்கரித்த பீடத்தை மகனார் அலங்கரிப்பதில் எல்லாருக்கும் பெருமைதான். துணை முதல்வர் என்கிற கௌரவப் பட்டம் பெற்றிருக்கிற நாலாம் வார்டு அங்கத்தினரான சங்கரலிங்கம் பிள்ளை, முதல்வருக்கு நகராட்சியிலும் சரி வெளியிலும் சரி உறுதுணையாகவும் உடுக்கையிழந்தவன் கையாகவும் இருந்து வருகிறார். மகா சாமர்த்தியசாலி. இல்லாவிட்டால் தன்னுடைய

அம்மைத் தழும்பு முகத்தையும் ஐந்தடி உடலையும் எஸென்ஸ் வியாபாரத்தையும் மட்டும் வைத்துக்கொண்டு துணை முதல்வராக ஆகிவிட முடியுமா என்ன? இவ்விருவர் தவிர ஆளும் கட்சியில் ராஜலிங்க உடையார் (கறிகாய் வியாபாரம்), ஷண்முக முதலியார் (பாங்க்கர், சின்னூர் ஜனோபகார நிதி டிரஸ்ட்டின் செயலாளர்), ராமாஞ்ஜுலு நாயுடு (பழம் பெரும் தேசபக்தர், சிறை சென்ற தியாகி), அப்பாண்ட ராஜ் என்கிற பாகுபலி நாயினார் (நேமிநாதா கறார் ஜவுளி ஸ்டோர்ஸ்), கேசவ பாகவதர் (மானேஜர், ஆமை விலாஸ் பஸ் அண் லாரி ட்ரான்ஸ்போர்ட்), குப்ஸாமி ஐயங்கார் (கிருஷ்ணாஸ் கபே, காபி அண் சாப்பாடு ஹோட்டல்) இருக்கிறார்கள். எதிர்க்கட்சியில் ரத்னவேல் நாயக்கர் (வேதநாயகி ரைஸ் மில் அண் மெர்ச்சன்ட்ஸ்) தலைமையில், ஜனாப் அப்துல் ரவூஃப் (இஸ்லாமியா ஸ்டோர்ஸ், இரும்பு, பெயிண்ட், கவலை தொண்டான் தோல், யுனானி மருந்துகள் விற்குமிடம்), கன்னியப்பன் (பாம்பே டெய்லரிங் மார்ட், லேடீஸ் டெய்லரிங்), ராஜகோபால் என்கிற ரங்கதுரை முதலியார் (லாண் லார்டு அண் மெர்ச்சன்ட்ஸ், மண்டி வியாபாரம்), நரசிம்முலு (இளம்பருதி தேநீரகம்), ஸ்ரீமான் சுப்பா பிள்ளை (அகஸ்தியர் சித்த வைத்திய சாலை, ஜோதிஷமும் ஆரூடமும் பார்க்கப்படும்) ஆகியவர்களும் ஜனநாயகத்தின் பாதுகாவலர்களாக இருக்கிறார்கள். ஐயாவு மேஸ்திரி உதிரியாக ஒன்பதாவது வார்டின் 'சுயேச்சை' அங்கத்தினர்.

கொஞ்ச நாளைக்கு முன்னால் நகராண்மைக் கழகக் கூட்டம் கூடியபோது ஒரு இக்கட்டான நிலைமை ஏற்பட்டுவிட்டது. பிற்பகல் மூன்று மணிக்கு என்ற அறிவிக்கப்பட்டிருந்த கூட்டத் துக்கு ஒவ்வொருத்தராக உறுப்பினர்கள் மூன்றரை மணியளவில் வந்து சேர்ந்தும் நாலு மணிவரைகூட முதல்வர் வரவில்லை. நாலு மணிக்கு மிஸ்டர் டேவிட் ஜேசுரத்னம், பி.ஏ., முனிஸிபல் கமிஷனர், கூட்ட அறைக்கு வந்து, "சொந்த அலுவலாகச் சென்னைக்குப் போயிருந்த முதல்வர் இன்னும் வரவில்லை. அடுத்த பஸ் குறித்த நேரத்துக்கு வந்தால்கூட ஐந்தரை மணிக்கு முன்னால் வராதாகையால் கூட்டத்தை ஒத்திப்போடலாம்" என்று யோசனை தெரிவித்தார். தங்கள் பொறுப்புகளைத் தீவிரமாக உணர்ந்திருந்த எதிர்க் கட்சியினர் பலருக்கும் ஆளும் கட்சியினர் சிலருக்கும் இந்த யோசனை சிறிதும் பிடிக்கவில்லை. பத்திரிகை பாஷையில் 'சபையில் சிறிது சலசலப்பு' ஏற்பட்டது. கூட்டத்துக்குப் பன்னிரெண்டு பேர்கள் வந்திருக்கிறபடியால் 'க்கோரம்' இருக்கிறது. ஆகவே கூட்டத்தை நடத்த வேண்டும் என்று கன்னியப்பன் பிரேரிக்க, ஜனாப் ரவூஃப் ஆமோதிக்க, வேறு வழியின்றிக் கூட்டம் நடத்துவது என்று தீர்மானிக்கப்பட்டது.

அப்போதுதான் தலைமை தாங்கத் துணை முதல்வர் சங்கரலிங்க மும் வரவில்லை என்பது கண்டுபிடிக்கப்பட்டது. அவர் என்ன ஆனார், ஏன் வரவில்லை என்று சரமாரியாகக் கேள்விகள் எழுந்தன.

“போன வாரமே சொல்லிக்கிட்டிருந்தாரு. வேலூர் ஆசுபத்திரியிலே இந்த செவ்வாய்க்கிழமை மூலவியாதிக்கு ஆபரேஷன் பண்ணிக்கப் போறேன்னு. நான் எவ்வளவோ சொன்னேன். கேக்கலை. வெள்ளைக்காரன் போனாலும் நம்மோட அடிமைப் புத்தி போகலை பாருங்க. அவுங்க வைத்தியத்தையே, அது அறுத்தாலும் கொன்னாலும், அதையே கட்டிக்கினு அழுவறமே. அது ஏன்? ஏன்யா, சாவறதுன்னா இங்கிலீஷ் வைத்தியத்துலேதான் சாவணுமா, இப்பிடியே போனா நம்ம வைத்திய முறைகள்ளாம் எப்பிடி வளரும்?” என்று தனது சித்த வைத்திய முறைக்கு நேர்ந்துவிட்ட அவமானத்தைத் தாங்க முடியாத அங்கலாய்ப்பையும் தனது தூய தீவிர தேச பக்தியையும் சொல்லாமல் சொல்லி, சங்கரலிங்கத்தின் தற்போதைய இருப்பிடத்தையும் அம்பலப்படுத்தினார் ஸ்ரீமான் சுப்பா பிள்ளை.

“மூல ஆபரேஷனா! ஆபத்தொண்ணுமில்லியே?” என்று குப்ஸாமி ஐயங்கார் கேட்க, அதற்குப் பதிலாக ப.பெ.தே.ப.சி.செ.தி. ராமாஞ்ஜுலு நாயுடு அந்தக் காலத்தில், அதாவது முப்பது முப்பத்தைந்து ஆண்டுகளுக்கு முன்னால், ஜெயில் ஆஸ்பத்திரியில் இது விஷயமாகத் தனது சொந்த அனுபவத்தை விஸ்தாரமாக எடுத்தியம்பி எப்படித்தான் அப்போது நாட்டுச் சேவைக்காக உயிரையும் பணயம் வைத்து ரத்தத்தைச் சிந்திச் சொல்லொணா வேதனையையும் பொருட்படுத்தாமல் இருந்தார் என்பதை விளக்கப்புக, சபையோரின் பொறுமை கொஞ்சம் அளவுக்கு மீறியே சோதிக்கப்பட்டுவிட்டது எனலாம்.

“மூலத்தைப் பத்தி அப்பறம் பேசலாம் நாயுடுகாரு, இப்ப காலம் போகுது பாருங்க. வேலைக்கி வருவோம்” என்று ஆத்திரத்தில் பிறந்த பிராசத்தோடு அடுக்கி மொழிந்தார் அப்பாண்டராஜ்.

இந்தச் சமயத்தில் கன்னியப்பன் இன்னொரு விஷயத்தைக் கண்டுபிடித்துச் சொன்னபோது சபையில் ‘சலசலப்பு’ நின்று அமைதி ஏற்பட்டது.

விஷயம் இதுதான். ஆளும் கட்சியில் எட்டுக்கு ஐந்து பேர்களே வந்திருந்தார்கள். முதல்வர் சென்னைக்கும், துணை முதல்வர் வேலூருக்கும் (“பாவம் மூலத்துக்கு ஆபரேஷனா செய்துக்கப் போனார்?” “சரி சரி, விஷயத்தைக் கேக்கலாம்”),

ராஜலிங்க உடையார் தன் பேத்தி கல்யாணத்துக்காகத் தர்மபுரிக்கும் போய்விட்டதால் ஆளும் கட்சியில் ஐந்து பேர்தான் வந்திருக்கிறார்கள். எதிர்க்கட்சி அங்கத்தினர்கள் ஆறு பேரும், ஐயாவு மேஸ்திரியும் ஆஜர். ஆக அந்தக் கூட்டத்தில் ஆளும் கட்சி மைனாரிட்டியாகிவிட்டது!

இதை யாரும் எதிர்பார்க்காததால் ஒரு நிமிஷம் எல்லோரும் அமைதியாக இருந்தார்கள். அதாவது என்ன செய்வதென்று தெரியாமல் பேசாமல் சும்மா இருந்தார்கள்.

நகராட்சி நிர்வாகத்தில் இருந்த இருக்கிற இனி இருக்கப் போகிற ஊழல்களை அம்பலப்படுத்திக் கண்டித்தும், உடனே சின்னூரில் ஒரு ரயில்வே ஸ்டேஷனையும் ஒரு சித்த வைத்தியக் கல்லூரியையும் நிறுவ வேண்டும் என்று அரசாங்கத்தை வற்புறுத்தியும் காரசாரமாக ஒரு பிரசங்கத்தை மிக்க சிரமப்பட்டுத் தயார் செய்து வந்திருந்த ஸ்ரீமான் சுப்பா பிள்ளை, ஆளும் கட்சியினர் இந்த மாதிரி வஞ்சகம் செய்து தன்னைப் பேசவொட்டாமல் செய்துவிட்டார்களே என்ற ஆத்திரத்தில் வாயில் அடக்கி வைத்திருந்த புகையிலைக் கட்டை விழுங்கிவிட்டுப் புரையேறி அவஸ்தைப்பட, பியூன் பச்சையப்பன் பானைத் தண்ணீர் கொண்டுவந்து கொடுத்து அவரை ஆசுவாசப்படுத்துவதற்குச் சிறிது நேரமாகியது. அந்தக் காலத்தை வீணாக்காமல் கட்சி அங்கத்தினர்கள் கூடிக் கூடிப் பேசிக்கொண்டார்கள். மிஸ்டர் டேவிட் ஜேசுரத்னம் பி.ஏ., தலையைச் சொறிந்துகொண்டு நின்றார்.

ஐயாவு மேஸ்திரி எழுந்து பேசினார், "சகோதர சகோதரிகளே, இன்று நேர்ந்திருக்கிற சிக்கலான விஷயத்தை, நாம் பொறுப்புணர்ந்த நகர பிதாக்கள் என்று உலகம் அறியும் வகையில், தீர்க்க வேண்டும். நாம் இன்னிக்கி நடந்துகொள்ளும் விதமாகப்பட்டது. ஜனநாயக அரசியல் முறைக்கும் நமது பாரத கலாசாரப் பண்பாட்டுக்கும் ஒரு முன்மாதிரியாக இருக்க வேணும். (பலத்த கைதட்டல்.) நமது சிக்கலைத் தீர்க்க மூணு வழிகள் இருக்கின்றன.

ஒண்ணு: இன்னிக்குத் தற்செயலாக மெஜாரிட்டியாக இருக்கிற கட்சி அங்கத்தினர் ஒருவரைச் சபைத் தலைவராக ஏற்பது.

ரெண்டாவது: கட்சி சார்பற்ற ஒருவரைத் தலைவராக நியமிப்பது. நான் ஒருத்தன்தான் இந்த நிலையில் இருக்கிறேன் என்பதால் நானே என் பெயரை பிரேரிக்க முடியாத நிலையிலிருக்கிறேன் என்பதைக் குறிப்பிடுகிறேன்.

மூணாவது: இங்கே இருக்கக்கூடிய அங்கத்தினர்களில் வயது முதிர்ந்தவரைத் தலைவராகத் தேர்ந்தெடுப்பது.

இன்றைய ஒருநாள் கூட்டத்துக்காக மாற்றுக்கட்சித் தலைவரைத் தலைமை தாங்கச் சொல்வது பொருந்தாதாகையால் முதல் யோசனை அவ்வளவு உசிதமில்லாதது என்று நினைக்கிறேன். (ஆளும் கட்சியினர்: "சரி சரி") ஆகவே ரெண்டாவது யோசனையை ஆதரிப்பவர்கள் கை தூக்கலாம்."

இளம்பருதி தேநீரகம் நரசிம்முலு இந்தக் கட்டத்தில் எழுந்து "கை தூக்குவது வோட் எடுப்பதற்குச் சமானம், ஏதாவதொரு தீர்மானத்தை ஒருவர் முன்மொழிந்தும் இன்னுமொருவர் வழி மொழிந்தும் சபை நடவடிக்கைக்குள் புகுத்த வேண்டும். இல்லாவிட்டால் வோட் எடுப்பது சட்ட விரோதம்" என்று ஒரு ஒழுங்குப் பிரச்னையைக் கிளப்ப, எல்லோரும் ஒருவர் முகத்தை ஒருவர் பார்த்துக்கொண்டனர்.

மேஸ்திரியின் யோசனையை யாரும் முன்மொழிந்தோ வழி மொழிந்தோ வரவேற்காததால் அது அனாதையாக விடப்பட்டு நிராகரிக்கப்பட்டுவிட்டது. ஐயாவு மனந்தளராமல் மூன்றாவது யோசனையை மீண்டும் சொல்லி, தீர்மான உருவம் கொடுத்து முன்மொழிந்தார். "நான் இதை ஆமோதிக்கிறேன்" என்று குப்ஸாமி ஐயங்கார் வழிமொழிந்தார்.

வோட் எடுப்பதற்கு முன்னால் எல்லோரும் தங்கள் வயதைச் சொல்ல வேண்டும் என்று ரைஸ் மில் ரத்னவேல் நாயக்கர் யோசனை சொல்லி, அது ஏற்றுக்கொள்ளப்பட்டு எல்லோரும் தங்கள் வயதைச் சொன்னார்கள். வந்திருப்பவர்களில் மூத்தவர் அறுபத்துநான்கு வயது நிரம்பின ராமாஞ்ஜுலு நாயுடுதான் என்பதும் அவருக்கு அடுத்தவர் அறுபத்தொரு வயதான ஐயாவு மேஸ்திரி என்பதும் தெளிவாயின.

இந்தச் சமயத்தில் கன்னியப்பன் எழுந்திருந்து, "வயது முதிர்ந்தவர் என்று இருப்பதை வயதில் மூத்தவரான ஸ்ரீ ராமாஞ்ஜுலு அவர்களை என்று மாற்ற வேண்டும்" என்று ஒரு திருத்தம் கொண்டுவர அத்திருத்தம் எதிர்ப்பின்றி ஏகமனதாக நிறைவேறியது.

பின்னர் திருத்தப்பட்ட தீர்மானம் வோட்டுக்கு விடப் பட்டது. ராமாஞ்ஜுலு நாயுடு தன்னடக்கத்துடன் தனக்கே தான் வோட்டளிக்க மறுத்துவிட்டதாலும் எதிர்க்கட்சியினர் எல்லோரும் தீர்மானத்தை எதிர்த்து வாக்களித்ததாலும் நான்குக்கு ஆறு என்ற கணக்கில் தீர்மானம் தோற்றுவிட்டது. ஐயாவு வோட்டளிக்கவில்லை.

உடனே ரைஸ் மில் ரத்னவேல் நாயக்கர் பெயரை கன்னியப்பன் பிரேரிக்க, ஜனாப் ரவூஃப் வழிமொழிய எதிர்க் கட்சியினர் அனைவரும் தீர்மானத்தை ஆதரிக்க, ஐயாவு மேஸ்திரி மீண்டும் நடுநிலைமை வகிக்க, ஆளும் கட்சியினர் எதிர்க்க, ஆறுக்கு ஐந்து என்ற கணக்கில் தீர்மானம் ஜெயித்துவிட்டது.

எல்லோரும் எழுந்து வந்து ரத்னவேலு நாயக்கருடன் கைகுலுக்கித் தங்கள் வாழ்த்துகளைத் தெரிவித்தார்கள். ஒரு பக்கம் ஜனாப் ரவூஃப்பும் இன்னொரு பக்கம் கன்னியப்பனும் கைலாகு கொடுத்துத் தாங்கி வர ரத்னவேலு நாயக்கர் முதல்வரின் ஆசனத்தில் அமர்ந்தார். பியூன் பச்சையப்பனை சத்தார் சாகிப் கடைக்கு ஓடி ரோஜா மாலை ஒன்று, இல்லாவிட்டால் ஒரு சாமந்தி மாலையாவது வாங்கிவரும்படி நரசிம்முலு அனுப்ப, பச்சையப்பனும் பீடி குடிக்கச் சமயம் வாய்த்ததென்று சிட்டாய்ப் பறந்தான். பச்சையப்பனால் ஓடக்கூட முடியும் என்பதை அன்று தான் சின்னூர் வாசிகள் தெரிந்துகொண்டார்கள்!

புது முதல்வர் திருவாளர் ரத்னவேல் நாயக்கர் எழுந்து பேச ஆரம்பித்தார்: "மதிப்புக்குரிய நகரப் பெருமக்களின் பிரதிநிதிகளே, வணக்கம். நம் நாட்டு எல்லைகளில் சின்னத்தனம் மிகுந்த சீனத்துக்காரனாலும் பகையுணர்ச்சி படைத்த பாக்கிஸ்தான் ஆட்களாலும் சண்டைக்கிழுக்கப்பட்டாலும், நாம் ரத்தம் சிந்தி தியாகம் செய்து போராடிப் பெற்ற நமது கண்ணுக்கினிய சுதந்திரத்தையும் அதன் உயிர் மூச்சான ஜனநாயக முறைகளையும் கைவிடமாட்டோம் என்பதற்கு இன்று நான் தேர்ந்தெடுக்கப்பட்டிருக்கிறதே சாட்சி. என் மனத்தில் சில வருஷங்களாக, நமது சின்னூர் நகராட்சியைப் பொறுப்பேற்று அதன் குறைகளை நீக்கி, சீர்குலைந்து கிடக்கும் சிறப்பு வாய்ந்த சின்னூரைச் செம்மைப்படுத்திச் செழிப்பாக்கும் சீரிய பணியில் சிறிது ஈடுபடுத்திக்கொள்ள வேணும் என்ற எண்ணம் இருந்துவந்திருக்கிறது. அதற்குரிய சந்தர்ப்பத்தை இப்போது எனக்கு அளித்ததற்கு உங்கள் எல்லோருக்கும், உங்கள் மூல்யமாக சின்னை மாநகர்ப் பொதுமக்களுக்கும் நான் மிகவும் கடமைப்பட்டிருக்கிறேன். இதை நான் வெளிப்படையாக எடுத்துச் சொல்லத் தேவையில்லையென்றாலும் என்னுள் உறைந்து கிடக்கிற தமிழ்ப் பண்பு என்னைச் சும்மா இருக்க விடுமா" – இந்த ரீதியில் சுமார் அரை மணிநேரம் பேசி, "மேலும் பேசி உங்களுடைய பொன்னான நேரத்தை நான் வீணாக்க விரும்பவில்லை" என்று சொல்லிக் கச்சிதமாய் முடித்துக்கொண்டார்.

இந்தச் சமயம் பியூன் பச்சையப்பன் இரண்டு அங்குலத்துக்கு ஒரு பூ விதம் கட்டப்பட்டிருந்த சாமந்திப் பூ மாலைகள் இரண்டு கொண்டுவரவும் எதிர்க்கட்சி சார்பில் (அது இந்த சமயம் தலைவரைத் தேர்ந்தெடுத்து 'ஆளும்' கட்சியாகிவிட்டபோதிலும், வாசக நேயர்களுக்குக் குழப்பம் உண்டாகக் கூடாது என்பதற்காக 'எதிர்க்' கட்சி என்றே குறிப்பிடுகிறேன்) கன்னியப்பனும், ஆளும் கட்சி சார்பில் (எதிர்க்கட்சி பற்றிச் சொல்லியிருக்கும் முன் குறிப்பைப் பார்க்கவும்) குப்ஸாமி ஐயங்காரும் புது முதல்வருக்கு மாலையிட்டுத் தங்கள் நல்வாழ்த்துகளைத் தெரிவித்து, அவருடைய அநந்த கல்யாண குணங்களைச் சிலாகித்து, தாங்கள் அவரிட மிருந்து எத்தகைய ஆட்சியை எதிர்பார்க்கிறார்கள் என்பதையும் குறிப்பிட்டு ஆளுக்கு ஒரு மணிநேரம் – ஒருவேளை நான் மிகைப் படுத்திக் கூறியிருக்கலாம், ஐம்பத்தைந்து நிமிஷம் இருக்கும் என்று வைத்துக்கொள்ளுங்களேன் – பேசினார்கள்.

இவர்கள் பேச்சு முடியவும், முதல்வர் மீண்டும் எழுந்து உணர்ச்சிவசப்பட்டு மீண்டும் ஒருமுறை தனது நன்றியைத் தெரிவித்துக்கொண்டார். நன்றிப்பெருக்கைத் தனது சிற்றறிவினால் எடுத்துச்சொல்ல இயலாதிருக்கும் நிலையை விளக்கிப் பேசி ஐம்பத்து மூன்றே முக்கால் நிமிஷங்களுக்குள் முடித்துக்கொண்டார்.

அப்போது தேநீரகம் நரசிம்முலு எழுந்து. "சின்னூர் நகராட்சியில் ஏற்பட்டிருக்கிற இந்த மகத்தான திருப்பத்தை நம் எல்லோரையும் உணரவைப்பது நகராட்சிக் கழகத்தின் முதற் கருமம். மூணு மணியிலிருந்து இதற்காக உழைத்து உழைத்து நா வறண்டு மெய் சோர்ந்து நமது சின்னூரைப் போலவே மேனி வாடிவிட்டோம். நகருக்கு முதல்வர் செய்யவிருக்கிற பலவித நன்மைகளின் முன்னோடியாகவும், புதுத் திருப்பத்தைக் கொண்டாடி வரவேற்கும் விதமாகவும், நகர பிதாக்களுக்குப் புத்துயிரூட்டவும் ஒரு தேநீர் விருந்து வைக்கணும்" என்று யோசனை கூற, பலத்த கரகோஷத்தினிடையே தீர்மானம் ஏகமனதாக நிறைவேறியது.

ஸ்ரீமான் குப்ஸாமி ஐயங்கார் தீர்மானத்தை ஆமோதிக்கும் வகையில் பேசுகையில், "இந்த மாதிரிக் காரியங்களுக்கு வெறும் டீ மாத்திரம் போறாது. நாம் இங்கே நகர விரோதிகளுக்குக் காரமாயும் நகர மக்களுக்கு இனிப்பாகவும் இருக்கிறோம். என்பதைக் குறிக்கும் முறையில் ரெண்டு ஸ்வீட், காரம், டீ, அல்லது காபி இருக்கணும். தவிர இந்தப் பொதுக் காரியத்துக்கு நகரத்துக்கே பங்கு இருக்க வேண்டுமாகையால் நகராட்சி சபை

அதிகாரபூர்வமாக இந்தப் பார்ட்டியை ஏற்பாடு செய்யணும்" என்று சொல்ல, எல்லோரும் ஏகமனதாக அவருடைய கோரிக்கை யின் நியாயத்தைச் சிலாகித்து ஏகமனதாக அவர் யோசனையை அங்கீகரித்தனர்.

உதிரிச் சுயேச்சையான ஐயாவு மேஸ்திரி மாத்திரம் இதிலெல்லாம் பங்கெடுக்காமல் தன் பொடி மட்டையைத் தேடிக்கொண்டிருந்தார். அவர் அதை வீட்டில் விட்டுவிட்டு வந்துவிட்டோம் என்பதை உணர்ந்ததும், கோபத்துடன் எழுந்து நின்று, "நம் சின்னை மாநகரப் பெருமக்களை எதிர்நோக்கி மகத்தான பிரச்சனைகள் முதலை வாயைத் திறந்துகொண்டு கபளிகரம் செய்யவர, நாம் இந்த மாதிரித் தீர்மானம் செய்யறது சுத்தமா நல்லாயில்லை. இத்தீர்மானம் நிறைவேறுவதற்கு நான் உடந்தையாய் இருக்க மாட்டேன், மறுக்கிறேன் என்ற முறையில் வெளிநடப்புச் செய்கிறேன்" என்று ஆவேசத்தோடு சொல்லிவிட்டு விடுவிடென்று வெளியேறிப் பொடி மட்டையைக் கைப்பற்ற வீட்டை நோக்கி முன்னேறினார்.

பியூன் பச்சையப்பனை முதல்வர் ரத்னவேல் நாயக்கர் கிருஷ்ணாஸ் கபே, இளம்பருதி தேநீரகம் ஆகிய இடங்களுக்குப் போய் ஸ்வீட், காரம், காபி, டீ, பிஸ்கோத்து (பனிரெண்டு அங்கத்தினர்கள், மிஸ்டர் டேவிட் ஜேசுரத்னம், பி.ஏ., பச்சையப்பன் உள்படப் பதினாலு பேருக்கு) வாங்கிவர அதிகாரபூர்வமாக அனுப்பிவைக்க, அவனும் குப்ஸாமி ஐயங்காரிடமிருந்தும் நரசிம்முலுவிடமிருந்தும் சீட்டுகளைப் பெற்றுக்கொண்டு பஜார் தெருவை நோக்கி விசில் அடித்துக்கொண்டே சென்றான்.

அவன் திரும்புவதற்கும், கையில் பொடி மட்டை இருக்கிறது என்ற தைரியத்தினடியிற் பிறந்த ஆனந்தத்துடனும், சிமிட்டாப் பொடி மூக்குள் குடிபுகுந்த நிறைவுடனும் ஐயாவு மேஸ்திரி திரும்பி வருவதற்கும் சரியாக இருந்தது.

"நான் உங்க தீர்மானத்தைத்தான் எதுத்தேனேயொழிய உண்ணாவிரதம் இருக்கேன்னு சொல்லலியே" என்று சொல்லிக் கொண்டே உள்ளே நுழைந்த மேஸ்திரியை எல்லோரும் சந்தோஷத்துடனும் சிரித்த முகத்துடனும் வரவேற்றனர்.

'பார்ட்டி' நடந்தபோது பல முக்கியமான விஷயங்கள் விவாதிக்கப்பட்டு ஒத்திவைக்கப்பட்டன என்பதைச் சொல்லத் தேவையில்லை.

தானும் முதல்வராக இருந்தோம் என்ற பெருமையோடு ரத்னவேல் நாயக்கரும், காசு செலவில்லாமல் ஓசி டிபன் (காரந்தான் கொஞ்சம் காரல், ஸ்வீட்டு நெய் 'மணம்'

கொஞ்சம் பழசாயிருந்தாப்போ தோணிச்சு, இருந்தாலும் தானங்கொடுத்த மாட்டைப் பல்லப் புடுங்கிப் பாப்பாங்களா) சாப்பிட்டோம் என்ற திருப்தியுடன் பலரும், விலையாகாமல் கெட்டுப்போய்க்கொண்டிருந்த பண்டங்களைத் 'தள்ளியாகி விட்டது' என்ற பெருமூச்சோடு குப்ஸாமி ஐயங்காரும், 'ஒரே சமயத்தில் இருபது கப் டீ ஒண்ரை பவுன்ட் பிஸ்கோத் வித்தாச்சு' என்ற ஆனந்தத்துடன் நரசிம்முலுவும், ஆறரை மணிக்குள் கூட்டம் முடிந்ததே என்ற சந்தோஷத்துடன் மிஸ்டர் டேவிட் ஜேசு ரத்னமும், 'ஏன் தெனம் இன்னி மாதிரி கூட்டம் நடக்கிறதில்லை?' என்ற அறிவினாவுடன் பச்சையப்பனும் அவரவர் இல்லம் ஏகினர்.

நீங்கள்கூட அடுத்த வாரம் வந்த 'தினக்காவலன் – நாட் செய்தித்தாளில்', சின்னூர்ச் செய்திகள் என்ற தலைப்பில் "புதுத் தலைவர் தலைமையில் நகராண்மைக் கழகக் கூட்டம் ருசிகரமாக நடந்தது" என்று குறிப்பிட்டிருந்ததைப் பார்த்திருப்பீர்களே. இப்போ சொல்லுங்கள் எங்கள் ஊர் 'சின்ன' ஊரா என்று? அடுத்த நகர சபை எலெக்ஷனுக்கு முன்னால் எங்கள் வார்டு அங்கத்தினரை நான் சந்திக்கும்போது, ஊரின் பேரை மாற்றச் சொல்லி தீர்மானம் கொண்டுவரும்படி சொல்லலாம் என்று இருக்கிறேன், சரிதானே!

***தீபம்*, 1967**

சின்னூரில் கொடியேற்றம்

அன்று காலை நரசிம்மன் கண்விழித்தபோது, ஏழு மணிக்குக் கொடியேற்றத்துக்குப் போக வேண்டு மென்பது ஞாபகத்துக்கு வந்தது. அவசரம் அவசர மாகப் பல் விளக்கிவிட்டுக் காப்பியை ஒரு விழுங்கில் குடித்துவிட்டுக் கூடத்துக்கு வந்தான். அங்கே அவன் தந்தை ராமாஞ்ஜுலு நாயுடு தயாராயிருந்தார். "வாங்க போகலாம்" என்று சொல்லி வாசல் பக்கம் நடந்தான்.

ராமாஞ்ஜுலு நாயுடு பழைய காங்கிரஸ்காரர், இப்போது தொழில் ஒரு சிறு மளிகைக் கடை வியாபாரம். துணைக்கு ஹோமியோபதி வைத்தியம். கொஞ்சம் நிலபுலனும் தியாகி நிலமும் உண்டு. அந்தக் காலத்திலே கள்ளுக்கடை மறியலில் தடியடிபட்டுச் சிறையில் ஒரு வருஷம் வனவாசம் இருந்தவர். சுதந்திரம் கிடைத்த பின்னால் அரசியலிலிருந்து மெதுவாக ஒதுங்கிவிட்டார். முதல் பொதுத் தேர்தலில் தன்னை நிற்கவைக்கக் கட்சி ஒத்துக்கொள்ளவில்லை யென்ற மனத்தாங்கல் ஒரு காரணமாக இருக்கலாம். 'சுதந்திரம் வந்தாச்சு, நம்ம வேலை முடிந்துவிட்டது' என்ற பெருந்தன்மையாகவும் இருக்கலாம். ஒதுக்கப் பட்டாரோ அல்லது ஒதுங்கிவிட்டாரோ – மொத்தத் தில் அவர் அரசியலில் இல்லை. அதாவது சமீப காலம்வரை.

இந்த முறை நரசிம்மன் வருஷாந்தர லீவில் சின்னூருக்கு வந்தபோது தன் தந்தைக்கு நகரக் காங்கிரஸ் கமிட்டியின் தலைவராக நியமனம் ஆகியிருக்கிறது என்று அறிந்தபோது அவனுக்குத் தூக்கிவாரிப்போட்டது.

"ஏன் நயினா, வயசுக்காலத்திலே ஒங்களுக்கு இந்த வம்பெல் லாம்?" என்று புத்தி சொல்ல ஆரம்பித்தான். ஏனென்றால் அவன் ஒரு லட்சியவாதி. முதலில் காந்தி – ராமகிருஷ்ணர் – விவேகானந்தர் உபாசகனாயிருந்து, பிறகு கம்யூனிஸ்டு அபிமானியாக மாறி, 1956க்குப் பின்னால் நேரு கட்சி – ஆனால், காங்கிரஸ் இல்லை என்ற நிலைமைக்கு வந்து, கடைசியில் அரசியல் அபிமானம் தன்னைப் போன்ற லட்சியவாதிகளுக்கு ஏற்றதில்லை என்ற முடிந்த முடிவுக்கு வந்திருக்கிறான். அவனுக்குத் தன் தந்தை ஆளும் கட்சியின் பிரதிநிதியாக, அதுவும் தேர்தலுக்கு ஆறு மாதத்துக்கு முன்னால், தலைமைப் பதவியேற்றது பிடிக்கவில்லை. அவரை உபயோகித்துக்கொண்டு 'கெட்டவர்கள்' அவரையே ஏமாற்றி விடுவார்கள் என்ற எண்ணத்தோடு, 'அறுபத்தஞ்சு வயசுக்கு மேலே அரசியல் என்ன வேண்டிக் கெடக்குது' என்ற வாதம் வேறே.

ஆனால், ராமாஞ்ஜுலு இதையெல்லாம் ஒத்துக்கொள்ள வில்லை. 'யோக்கியன்கள்ளாம் ஒதுங்கி ஒதுங்கிப் போயிட்டா தேசம் குட்டிச்சுவராத்தான் போகும், வேறென்ன ஆகும்?' என்பது அவர் வாதம். நரசிம்மனாலும் அதை மறுக்க முடியவில்லை.

'காலமே ஏழு மணிக்கிக் கொடியேத்தணும், நாளக்கி சுதந்திர தினம் பாரு' என்று முதல் நாளே ராமாஞ்ஜுலு சொல்லியிருந்தார்.

நரசிம்மன் காரைக் கிளப்புவதற்கு ஆயத்தம் செய்தான். தான் காருடன் வந்திருக்கும்போது தந்தையை நடக்கவைப்பானேன் என்ற எண்ணமும், அதோடுகூட தன் தகப்பனார் ஊரின் காங்கிரஸ் தலைவர் என்ற ஹோதாவில், ஊரின் நட்ட நடுவிலிருக்கும் பிரதம முச்சந்தியில் தேசக் கொடியை ஏற்றுவதைப் பார்க்கவேண்டும் என்ற ஆசையும்தான் அவனைக் காலையில் கிளப்பினது.

கார் புறப்பட ரெண்டு நிமிஷம் இருக்கும்போது கிருஷ்ண வேணியம்மாள் தானும் கூட வரலாமா என்று ராமாஞ்ஜுலுவைக் கேட்டாள். கிருஷ்ணவேணியம்மாள் ராமாஞ்ஜுலுவின் தங்கை, அவர் தகப்பனார் கோவிந்தசாமி நாயுடுவின் ரெண்டாம் தாரத்தின், ராமாஞ்ஜுலுவின் சிற்றன்னையின் மகள். ஆதிகாலத்திலேயே புருஷனைக் காலராவுக்கு விட்டுக்கொடுத்துவிட்டு வீட்டோடு வந்து சேர்ந்துவிட்டாள். வந்ததிலிருந்து ரரமாஞ்ஜுலுவின் வலது கையாயிருந்து வந்தாள். 1932இல் ராமாஞ்ஜுலு ஜெயிலுக்குப் போயிருந்தபோது, தன் தாயையிழந்த நரசிம்மனை அன்று முதல் எடுத்து வளர்த்தவள். இன்றைக்கு அவளுக்கும் தன் அண்ணன் பழைய காலத்தில்மாதிரி மீண்டும் முச்சந்தியில் கொடியேற்று வதைப் பார்க்க வேண்டுமென்று ஆசை.

இருவரையும் ஏற்றிக்கொண்டு நரசிம்மன் காரை முச்சந்திக்கு விட்டான். முதல் நாளிரவு பெய்திருந்த மழையினால் சேறாகி விட்டிருந்த தார் ரோட்டில், ஜெட் விமானம் ஆகாயத்தில் கோலம் போடுவதைப்போல, அந்தக் காரும் 'டயர்க் கோலம்' போட்டுச் சென்றது.

முச்சந்தியில் நாலைந்து கொடிக்கம்பங்கள், சிவப்பும் வெள்ளை யும் பச்சையும் கருப்புமாய்ப் பல கட்சிக் கொடிகள் சிறிதும் பெரிதுமாக அக்கம்பங்களிலிருந்து தொங்கிக்கொண்டிருந்தன. முச்சந்தியின் நடுவில் ஐநூறு ரூபாய் செலவில் இத்தாலியிலிருந்து இறக்குமதி செய்து நிலைநாட்டப்பெற்றிருந்த காந்திஜியின் சிலை – மார்பு வரையான உருவம் – உயரமான கல்லின் மேல் பதித்து வைக்கப்பட்டிருந்தது. காந்திஜியோடு. அந்தச் சிலையைப் பனிரெண்டு வருஷங்களுக்கு முன்னால் திறந்துவைத்த ஜில்லாக் கலெக்டர் ஸ்ரீ ஏ.பி. வெங்கடேஸ்வரன் ஐ.சி.எஸ்ஸூம், அந்நாள் முனிசிபல் சேர்மன் ஸ்ரீமான் ராவ் சாகிப் சுந்தரமூர்த்தி முதலியாரும், அச்சமய முனிசிபல் கமிஷனர் ஸ்ரீ டேவிட் பால் பி.ஏயும் சலவைக் கல்லில் பெயரடித்து வைக்கப்பட்டு அமரத்துவம் அடைந்துவிட்டிருந்தார்கள். சிலையைச் சுற்றி இரும்பு வேல்களினால் ஒரு வேலி. காந்திஜியின் சிலை ஒருவேளை உயிர்பெற்றுவிட்டால் சின்னூரை விட்டு ஓடிவிடுமென்றோ என்னமோ அந்த வேலி கட்டப்பட்டிருந்தது போலும்.

இவர்கள் முச்சந்தியை அடைந்தபோது சரியாக மணி ஏழு. காரை 'ரங்கராஜ் பில்டிங்ஸ் – 1945' ஓரமாக நிறுத்திவிட்டு நரசிம்மனும் ராமாஞ்ஜூலு நாயுடுவும் இறங்கினார்கள். யாரையும் காணோம்.

"என்ன யாரையும் காணோம்" என்று அலுத்துக்கொண்டான் நரசிம்மன்.

"வருவாங்க, வருவாங்க" என்றார் ராமாஞ்ஜூலு தன் பழைய கதர் அங்கவஸ்திரமாகப் பணியாற்றிக்கொண்டிருந்த கைத்தறித் துண்டைச் சரியாக மடித்துத் தோளில் போட்டுக்கொண்டே.

இருவரும் சுற்றுமுற்றும் பார்த்தார்கள். அருகிலிருந்த சிறு சந்து ஒன்றிலிருந்து ராஜகோபால் முதலியார் வந்தார்.

"வாங்க, வாங்க, எது கரெக்டா ஏழுன்னா ஏழு மணிக்கே வந்துட்டீங்களே" என்று சொல்லிக்கொண்டே வாயிலிருந்த வெற்றிலைக் குப்பையைத் தரையில் இறக்குமதி செய்தார் முதலியார்.

"ஸார் யாரு தெரியலையே?"

“நம்ம பெரிய பையன், நரசிம்மன்.”

“ஓஹோ பட்டணத்திலே இருக்காரே அவரா? வணக்கம் ஸார், ரொம்ப சந்தோஷம்!”

“எங்கே மத்தவங்கள்ளாம்?”

“ஓட்டலுக்கு நாஸ்தாவுக்குப் போயிருக்காங்க. இதோ வந்துடுவாங்க. நெழலுக்கா வாங்களேன்” என்று உபசாரம் செய்த படி அருகிலிருந்து ஒரு கடைக்குப் போய் கடைக் கதவைத் திறந்தார் ராஜகோபால். திறந்த பிறகுதான் அது கடையில்லை, நகர காங்கிரஸ் கமிட்டியின் கொடிப் பொக்கிஷம் என்று நரசிம்மனுக்குத் தெரிந்தது.

அப்போது கன்னியப்பனும் இட்டிலிக் கடை வெங்கட் ராமையரும் (மாஜி இட்டிலி வியாபாரம், இப்போது பஸ்ஸில் ‘செக்கிங்’ வேலை) வந்தார்கள். இன்னும் சிலரும் வந்தார்கள். கசமுசவென்று பேச்சுத் தொடங்கியது. ‘எங்கே கொடியெல்லாம் எடுங்க, பதினேழு கொடி வேணும். சின்னக் கடைத்தெரு, ரெங்கப் பிள்ளை தெரு, தர்மராஜா கோவில் தெரு, கொசத் தெரு . . .’ முச்சந்திக் கொடியேற்ற வைபவத்தின் பின் நடக்கப்போகும் கொடியேற்றங்களை ரசித்துக் கேட்டுக்கொண்டிருந்தான் நரசிம்மன்.

அச்சமயம் திடீரென்று எழுந்த சப்தத்தைக் கேட்டு ஒரு கணம் அவன் திடுக்கிட்டுப் போய்விட்டான். அது என்ன சப்தம், எங்கேயிருந்து வந்தது என்று கண்டுபிடித்துத் தன்னைச் சுதாரித்துக்கொள்ள அவனுக்குச் சில விநாடிகளாயின.

காந்தி சிலையருகே ஒரு இங்கிலீஷ் பேண்டு தவிலுடன் வெளுத்துக்கட்டிக்கொண்டிருந்தது! சுற்றிலும் ஒரு சிறு கும்பல்.

எல்லோரும், கிருஷ்ணவேணியம்மாள் உள்பட, சிலையை நோக்கி நகர்ந்தார்கள். நரசிம்மனும் கிருஷ்ணவேணியம்மாளும் நாயுடுவுக்குச் சற்றுப் பின்னால் ஒதுக்குப்புறமாக நின்றுகொண் டார்கள். மற்றவர்களெல்லாம் கொடிக்கம்பங்களைச் சூழ்ந்து நின்றனர்.

“சீக்கிரம் மளமளனு வேலை ஆகட்டும்” என்று அவசரப் படுத்தினார் ராமாஞ்ஜுலு.

செவிட்டுக் கன்னையன் காங்கிரஸ் கொடிக்கம்பத்திலிருந்து கட்சிக் கொடியை இறக்கிவிட்டுத் தேசியக் கொடியை ஏற்று வதற்குத் தோதாகக் கட்டினான். பிறகு எதிர்க்கடைக்கு ஓடினான். இங்கிலீஷ் பேண்டு ஏதோ ஒரு வரியை – அது இன்ன பாட்டென்று

நரசிம்மனால் கண்டுபிடிக்க முடியவில்லை – விடாமல் திரும்பத் திரும்ப வாசித்துக்கொண்டிருந்தது. பொடிப் பையன்கள் பத்துப் பதினஞ்சு பேர் கூடிவிட்டார்கள். புகையிலைக் கடை வாசலில் நாலஞ்சு பேர் நின்றுகொண்டிருந்தார்கள். கூட்டத்தில் இப்போது வி.ஜி. கிருஷ்ணசாமி முதலியாரும் (நகர காங்கிரஸ் கமிட்டி செயலாளர்) ரெங்கைய பாகவதரும் வந்துவிட்டிருந்தார்கள். சலவை சுந்தரஞ் செட்டியார் வேறே.

“ரெங்கைய பாகவதர் முன்னேயெல்லாம் எப்பிடி இருப்பாரு. இப்ப எப்பிடி தெரங்கிப் போய்ட்டாரு பாத்தியா?” என்று கிருஷ்ணவேணியம்மாள் நரசிம்மன் காதில் குசுகுசுத்தாள்.

“பட்டுநூல்காரனெல்லாம் அப்பிடித்தான் ஆயிட்டாங்க” என்று அசுவாரசியமாகப் பதில் சொன்னான் நரசிம்மன். அவன் மனத்தில் ‘பட்டுநூல்காரன்’ என்றால் மனுஷ ஜாதியில் அடிமட்டம் என்ற ஒரு பொதுவான அபிப்பிராயமேயொழிய, ரெங்கைய பாகவதர் மேல் தனிப்பட்ட விரோதம் ஒன்றும் கிடையாது.

கன்னையா வேல் வேலிமேல் ஏறி ஒரு கையால் நெற்றியில் குங்குமத்தை இட்டான்.

“பாழாப்போவான், சோத்துக் கையாலே இடக் கூடாது?” என்று சற்று உரக்கவே கண்டித்தாள் கிருஷ்ணவேணியம்மாள். செவிட்டுக் கன்னையனோ மற்றவர்களோ இந்த விமர்சனத்தை லட்சியம் செய்யவில்லை.

திலகமிட்டான பிறகு கன்னையன் வேலிக்குள் கீழே குதித்தான், கற்பூரத்தை எடுத்துச் சிலை முன் ஏற்றினான். வி.ஜி. கிருஷ்ணசாமி முதலியார் வேலிக்கு மேலாகக் கொடுத்த தேங்காயை வாங்கிச் சிலாபீடத்தின்மேல் தட்டி உடைத்துவிட்டுக் கற்பூரத்தைக் கண்ணில் ஒத்திக்கொண்டு வேலிக்குமேல் ஏறி வெளியே குதித்தான். மீண்டும் ஒருமுறை சிறை சென்று திரும்பின மகிழ்ச்சி அவன் முகத்தில் தெரிந்தது.

“சீக்கிரம் ஆவட்டும்பா” என்றார் ராமாஞ்ஜலு. பேண்டை நிறுத்தச் சொல்லிக் கன்னியப்பனும் ராஜகோபாலும் கையை ஆட்டினார்கள். இங்கிலீஷ் பேண்டு நின்றது. அந்தச் சமயம் சேங்கானூர் பஸ், இதுவரை வேகமாக வந்தது, இவர்கள் இருந்த கூட்டத்தைக் கண்டு அந்திம ஊர்வலத்தில் போல மெதுவாக ஊர்ந்து கடந்து சென்றது.

“சேறு தெறிக்கும், ஜாக்கிரதை” என்று வெங்கட்ராமையர் எச்சரிக்கை கொடுத்ததும் பஸ்ஸிலிருந்து யாரோ பலமாக மூக்கைச் சிந்தினார்கள்.

வி.ஜி. கிருஷ்ணசாமி முதலியார், ஈயப் பாத்திரத்துக்குள் தலையை விட்டுக்கொண்டு பேசுகிற மாதிரியான குரலில்,

"நமது இன்றைய சுதந்திர தின விழாவின் முதல் கொடியேற்றத்தை நமது நகர காங்கிரஸ் தலைவரும் முன்னாள் சிறை சென்ற தியாகியும் பழம்பெரும் தேச பக்தருமான ஸ்ரீமான் ராமாஞ்ஜுலு நாயுடு அவர்களை நடத்தி வைக்குமாறு கோருகிறேன்" என்றார்.

ராமாஞ்ஜுலு நரசிம்மன் பக்கம் திரும்பி, "எல்லாம் பழைய ஆளுங்கதான் வந்திருக்காங்க பாத்தியா?" என்று சொல்லிவிட்டு, கொடிக்கம்பத்துக்குச் சென்று கொடியேற்றம் செய்தார். முதலில் சிறிது கஷ்டப்பட்டாலும் பிறகு சுளுவாகக் கொடி ஏறிவிட்டது. காற்றில்லாததால் கொடி படபடவென்று பறக்காதது நரசிம்மனுக்கு ஏமாற்றமாயிருந்தாலும், காலை வெயில் பளிச்சென்று கொடிமேல் பட்டுப் பிரகாசித்தது அவன் மனசுக்குச் சந்தோஷமாக இருந்தது.

"சின்னூர் மகா ஜனங்களே" என்ற ராமாஞ்ஜுலு நாயுடு பேச ஆரம்பித்ததற்கும் இங்கிலீஷ் பேண்டு மறுபடி பழைய பல்லவியை ஆரம்பித்ததற்கும் தாடிக்கார சுப்பிரமணிய ஆசாரி தின்பண்ட விநியோகம் ஆரம்பித்ததற்கும் சரியாக இருந்தது. கன்னையன் கூச்சலிட்டு வாத்தியத்தை நிறுத்தினான். ராமாஞ்ஜுலு நாயுடு மீண்டும் தன் பிரசங்கத்தை ஆரம்பித்தார்.

"சின்னூர் மகா ஜனங்களே, நாம் எவ்வளவோ கஷ்டப்பட்டு மகாத்மா காந்தியடிகள் தலைமையில் வெள்ளைக்காரனோடே போராடினது இந்தக் கொடியை மேலே ஏத்தறதுக்குத்தான். இப்போது, சென்ற பத்தொன்பது வருஷமாக நமக்கு அந்த உரிமை கிடைத்துவிட்டது. ஆனாலும், நம்முடைய சுதந்திரப்போராட்டம் நின்றுவிடக் கூடாது. வெளி தேசத்துக்காரர்களிடமிருந்தும் நமக்கு இப்போ கஷ்டம். உள்ளூரிலேயும் ஜனங்களுக்குக் கஷ்டம். விலை வாசியெல்லாம் விஷம்போல் ஏறிக்கொண்டே . . ." இந்த இடத்தில் கூட்டத்தில் அமளி உண்டாகிவிட்டது.

தாடிக்கார சுப்பிரமணிய ஆசாரி மூவர்ண மிட்டாய்களை விநியோகம் செய்ய ஆரம்பித்ததன் விளைவாக ஆசாரியைச் சுற்றிச் சிறியவர்களும் பெரியவர்களுமாக ஒருத்தரை ஒருத்தர் இடித்துக்கொண்டும் தள்ளிக்கொண்டும் கையை நீட்டினபடி, "ஸார், ஸார்" என்று கூப்பாடு போட ஆரம்பித்துவிட்டார்கள். நாயுடுவின் பேச்சு யார் காதிலும் விழவில்லை.

"தூரப் போய்க் குடுங்க ஆசாரி" என்று ராஜகோபால் பத்திருபது முறை கர்ஜித்த பிறகுதான் ஆசாரியோடு கூட்டம் நகர ஆரம்பித்தது.

இந்தச் சந்தடியைக் கவனித்துக்கொண்டிருந்ததில் நரசிம்மன் தன் தகப்பனாரின் பேச்சைத் தவறவிட்டுவிட்டான். குழப்பம் அடங்கின சமயத்தில் அவரும் பேச்சை முடித்துவிட்டார்.

பேண்டு மீண்டும் முழங்க ஆரம்பித்தது. இரும்பு வேலிக்குள் இருந்த காந்தி சிலையை முறையாக வலம்வர ஆரம்பித்தது.

"அப்போ நீங்கள்ளாம் போயி கவனிச்சுக்குங்க, நான் வரேன்" என்று சொல்லிவிட்டு அங்கவஸ்திரமாகப் பாசாங்கு செய்து கொண்டிருந்த துண்டால் கழுத்துப் பிடியைத் துடைத்துவிட்டுக் கொண்டே காரை நோக்கி நடந்தார் ராமாஞ்ஜுலு நாயுடு. நரசிம்மனும் கிருஷ்ணவேணியம்மாளும் உடன் நடந்தனர்.

"நாங்க பாத்துக்கிறோம், நீங்க கவலைப்படவாணாம், வரேன் ஸார், வணக்கம்" என்றவாறு விடைபெற்றுக் கொண்டு கன்னியப்பன், வி.ஜி. கிருஷ்ணசாமி முதலியார், கன்னையன் முதலிய மற்றவர்கள் பஸ் ஸ்டாண்டை நோக்கிப் புறப்பட்டார்கள். அடுத்த கொடியேற்று விழா அங்கே போலும்.

நரசிம்மன் காரைக் கிளப்ப ஆரம்பித்தபோது, "சும்மா பீப்பீன்னு ஊதறானே, தேசீயகீதம் வாசிக்கிறதில்லை?" என்று கிருஷ்ணவேணியம்மாள் பொதுவாகக் கேட்டாள்.

நரசிம்மன் கார் ஜன்னல் வழியாக எட்டிப் பார்த்தான்.

இங்கிலீஷ் பேண்டு இன்னும் ஒரே வரியை உருப்போட்டுக் கொண்டு காந்தி சிலையை வலம்வந்துகொண்டிருந்தது. தூரத்தில் தலைக்குமேல் மிட்டாய்த் தட்டைத் தூக்கி நடனமாடியபடி சுப்பிரமணி ஆசாரி மூவர்ண மிட்டாய் விநியோகம் நடத்திக் கொண்டிருந்தார். இருபதடி முன்னால் வி.ஜி. முதலிய மற்றவர் களும் வேஷ்டியை மடித்துக் கட்டிக்கொண்டு நடந்து போய்க் கொண்டிருந்தார்கள். 'ரங்கராஜ் பில்டிங்ஸ் – 1945'இல் இருந்த கடிகாரம் ஏழே முக்கால் காட்டியது. நரசிம்மலு பொடிக்கடையைத் திறந்துகொண்டிருந்தான். நரசிம்மனுக்குப் பளிச்சென்று ஞாபகம் வந்தது. அந்த பேண்டு வாசித்துக்கொண்டிருந்தது. 'இட்ஸ் எ லாங் லாங் வே டு டிப்பரேரி' என்ற ஐரிஷ் பாடலின் முதல் வரி.

"பசிக்குது, வண்டியை விடு" என்று ராமாஞ்ஜுலு நாயுடு சொன்னார்.

குருக்ஷேத்திரம், **1968**

எதுக்குச் சொல்றேன்னா

அவன் பேசிக்கொண்டே போனான்: "என்ன செய்கிறது சொல்லுங்கள். நாம் என்ன, கேட்டுக்கொண்டா பிறந்தோம். இல்லை, நம்முடைய அப்பா அம்மாவை நாமே தேடிக்கொண்டோமா. யாரோ ரெண்டு பேர் என்னமாவோ முடிச்சுப் போட்டுக் கொண்டாங்க, நாம வந்து விழுந்தோம். பாலும் சர்க்கரையும் கலந்து வெக்கறப்போ ஈ வந்து விழுந்த மாதிரி. இது பொருத்தமில்லையோ? அப்போ சிரங்கிலே புழுவந்து தோணின மாதிரின்னு வெச்சுக்குங்களேன். எதுக்குச் சொல்றேன்னா, நாம வந்ததுக்கு நாம பொறுப்பாளியில்லை. ஆனாலும், வந்துட்டோம். வந்தபிறகு போகிறதுக்குள்ளே இருக்க வேண்டிய பொறுப்பு மாத்திரம் நம்ம தாயிட்டுது. ஏன், நமக்குக்கூட சில சமயம் தோணறதில்லையா, எல்லாத்தையும் ஒழிச்சுட்டு ஒரேயடியாப் போயிட்டா என்னன்னு? ஆனா எவ்வளவு பேர் அப்படித் துணிஞ்சு செய்யறோம். இயற்கையோட விதி நாம் இருக்கிறதுக்குத்தான் வழி செய்துகொள்ளச் செய்யுதே தவிர, இறக்கிறதுக்கு வகை செய்யறதில்லை. ஆனாலும், அதிசயம் பாருங்க, நாம் இருக்கிற ஒவ்வொரு நாளும் சாவை நோக்கியே ஒரு படி. எதுக்குச் சொல்றேன்னா, வாழ்வு என்கிறது பொறுப்பத்த வழியிலே ஆரம்பிச்சு, ஒரு நாள் நிச்சயமாப் பொக்குனு போகிற போக்கத்த வியாபாரம். இதிலே எதுக்கய்யா நாம அனாவசியமா நம்மைக் கஷ்டப்பட்டு வறுத்து எடுத்துக்கணும். என்ன வேதாந்தம் பேசறேன்னு பாக்கறீங்களா, வேதாந்தமும் இல்லை, வெண்டைக்காயுமில்லை. அப்பட்டமான உண்மையைத்தான் சொல்றேன்.

உண்மைக்கும் பொய்க்கும் என்ன வித்தியாசம் சொல்லுங்க, உண்மை மாதிரி இருக்கும். ஆனால், அது உண்மையில்லை. அது தானே பொய்? வேதாந்தமும் அந்த மாதிரி பொய். நீங்களே சொல்லுங்க, நம்ம வாழ்விலே எது நிஜம்? நேத்து நடந்ததெல்லாம் போயிட்டுது. செத்துப்போனது. நாளைக்கு வரப்போகிறது வந்த பின்னாலே தான் நிச்சயம். அதுவரைக்கும் அதுவும் நிஜமில்லைதான். நாளைக்கு குத்தப்போகிற முள் உங்களுக்கு இன்னிக்கு வலிக்குதா? இல்லை, முந்தாநாள் தின்ன பாகற்காய் இன்னிக்குக் கசக்குதா? சும்மா பிணத்திலேயே ஊறுகிற புழு மாதிரி முந்தாநாள் நடந்ததிலேயே மனசை நெளிச்சுக்கிண்டிருந்தா எப்பிடி சுகம் வரும். நாளன்னிக்கு வரப்போகிற ஜிலேபியை நெனைச்சு நாக்கைச் சப்புக் கொட்டிக் கொண்டிருந்தால் இன்னிக்கு வயறு நெறஞ்சுடுமா?

தொடை மாமிசத்தைக் கடித்து இழுப்பதற்காகச் சில வினாடிகள் பேச்சை நிறுத்தினான். அவன் மீண்டும் தொடர்ந்தான்: "எதுக்குச் சொல்றேன்னா, இப்போ, இந்த நிமிஷம், இந்த க்ஷணம் தான் நெஜம், அதுதான் உண்மை. அதுதான் எனக்குத் தெரியும். அதால்தான் என்னை உறைக்க முடியும். அதைத்தான் என்னால் உணரவும் முடியும். மீதியெல்லாம் செத்ததோ, இல்லை இன்னம் பிறக்காத வெறும் கனவோதானே. ஆனாலும், பாருங்க, விஷயம் சுளுவாயில்லை. ஆழ்ந்து பார்த்தா இந்த நிமிஷம், க்ஷணம்கூட கொஞ்சம் வலுவில்லாததுதான். நிமிஷமோ வினாடியோ நின்னாத் தானே, அதுதான் ஓடிக்கொண்டேயிருக்கே, இதுதான் இந்த வினாடின்னு நான் எதைச் சொல்றது? சொல்லுகிறப்பவே ஓடிப் போச்சே, வேறே வினாடி வந்துட்டுதே. இந்த வயத்தெரிச்சலுக்கு என்ன செய்கிறது. அப்போ நிஜம்னு ஒண்ணும் கிடையாதா? எல்லாம் பொய்யின்னா அதிலேயும் ஒரு சங்கடம் இருக்கு."

பேச்சை நிறுத்தி, எலும்பைக் கடித்து, உள்ளே இருந்த மஜ்ஜையை சத்தத்தோடு உறிஞ்சிக்கொண்டே பேச்சை விட்ட இடத்திலேயிருந்து ஆரம்பித்தான்:

"எதுக்குச் சொல்றேன்னா, 'நான்' என்று சொல்லிக்கொள்கிற ஒண்ணாவது நிஜமாக இருக்கணும், இல்லாதபோனா நானே, என் பேச்சும் எண்ணமும் உள்பட, பொய்யாய்ப் போகிறேன். அதே மாதிரி இந்த வினாடி, இருக்கிறவரையில், நிஜமாக இருக்கணும், அது நிகழ்காலமாயிருக்கிறதனாலேயே. ஆனா, 'நான்' என்கிறதே கடந்த கால அனுபவமும் எதிர்காலக் கனவுகளும் பிண்டமான ஒண்ணுதானே. எல்லாம் பொய்யால் ஆன 'நான்' மட்டும் எப்படி நிஜமாயிருக்க முடியும்? இப்படியெல்லாம் சந்தேகத்திலே கடைக் காலெடுத்து, காத்தையும் கனவையும்

செங்கல்லாக்கி எழுப்பின கட்டிடம் நம்ம வாழ்க்கை. இதுலே நகாசு வேலை– நல்லது கெட்டது, புண்ணியம் பாவம், ஒன்னது என்னது, ஒசந்தது தாழ்ந்தது, நாகரிகம் அநாகரிகம், கவுரவம் அகவுரவம், வேண்டியது வேண்டாதது, பிடிச்சது பிடிக்காதது – எத்தனை போங்கள், இதெல்லாம் யாரை யார் ஏய்க்கிறதுக்குன்னு எனக்கே வெளங்கலை. எதுக்குச் சொல்றேன்னா, என்னைப் பொறுத்தமட்டிலே இதுலேயெல்லாம் அர்த்தமிருக்கிறதாகப் படவில்லை எனக்கு. நாம நல்லதென்னு நெனைச்சா நல்லது, இல்லையின்னா கெட்டது. நியூகினீக்காரன் நல்லதுன்னா தலையை வெட்டலையா, வெள்ளைக்காரன் நல்லதுன்னா வேண்டாதவங்களைச் சுட்டுப் பொசுக்கலையா, துரோணன்கூட ஏகலைவன் கட்டை விரலைக் கடிச்சுக்கலையா. எல்லாம் மனசுலேதான் இருக்குதுங்கறேன். எதுக்குச் சொல்றேன்னா, இதோ பாருங்க, நீங்களும் நானும் இப்போ ரசிச்சுக்கிட்டு சாப்பிடறோம். கறி எவ்வளவு ருசியாயும் மெதுவாயும் இருக்கு. இந்தக் கறி நடமாடிக்கிட்டிருந்ததைப் பற்றி யோசிக்கிறோமா, ரொம்பப் பேருக்கு யோசிக்கவே பிடிக்கிறதில்லை. ஏன் அப்பிடித் தெரியுமா? நடமாடறப்போ அங்கே இருந்த உண்மை வேறே. அது அப்போ சாப்பிடற வஸ்துவில்லை. இப்போ அந்த உண்மை இறந்த காலமாய்ப்போச்சு. இது வேறே உண்மை. இதைச் செத்துப்போன பழைய உண்மையோடே எப்பிடிச் சேர்த்துப் பாக்கறது? எதுக்குச் சொல்றேன்னா, நமக்கு புத்தி இருக்கு. விருப்பு வெறுப்பில்லாமல் கொஞ்சம் யோசனை பண்ணலாம். பண்ணணும். வார்த்தைகளைக் கண்டு மலைச்சுப் போகக்கூடாது. வார்த்தைகளோடே சண்டை போடக்கூடாது. வார்த்தைதான் வாயிலேருந்து வந்தா காத்தாப் போச்சே! இதைப் பாருங்க, இந்தக் கறி இன்னைக் காலையிலேகூட ஓடியாடிக்கிட்டிருந்தது. அப்போ அதுக்குத் தெரியாது, இப்போ நம்ம வயித்துக்குள்ளே போகப் போகிறோம்னு. கொஞ்சிற்று. பாட்டுப் பாடிற்று. ஒரு க்ஷணம் அது இருந்தது. ஒரு வெட்டு, மறு க்ஷணம் அது இல்லை. நமக்குச் சாப்பாடு. இதுதான் உலகம். இது என்ன மிருகம்னு கேட்கிறீங்களா, இதைப் பாருங்கள்." அவன் தன் ஜோல்னாப் பையிலிருந்து ஒரு சிறு குழந்தையின் தலையொன்றை எடுத்து வெற்றிப் புன்னகையோடு காண்பித்தான். நான் எச்சில் கையோடு அங்கேயிருந்து ஓடிவிட்டேன்.

தாமரை, **1968**

உத்தரீயம்

கோட் ஸ்டாண்டிலிருந்து உத்தரீயத்தை எடுத்துக் கழுத்தில் மாட்டிக்கொண்டபோது சற்றுப் பிசகாய்ப் போச்சு. உத்தரீயம் மெல்ல நழுவிக் கீழே விழுந்தது. சினிமாவிலே காண்பிப்பானே குதிரை ரேஸை சில சமயம் ஸ்லோ மோஷன்லே, அது மாதிரி மெதுவாய் ஆற அமர அலை அலையாய் நெளிந்து புஷ்பக விமானம் தரையில் இறங்கற மாதிரி இறங்கி விழுந்தது. புஷ்பக விமானத்தை யார் கண்டது. ஹெலிகாப்டர் மாதிரி என்று சொல்லலாம். ஆனால், சினிமாவிலே நேரே பார்க்கிற ஹெலிகாப்டரை விடக் காதால் கேட்டுப் புராணத்தில் படிச்ச புஷ்பக விமானந்தானே மனசுலே நிறைஞ்சிருக்கு. ஸ்லோ மோஷனிலே அது விழுந்த அழகை ரசித்துக்கொண்டு எடுக்கக் குனிந்தபோது, 'விலுக்'கென்று சொடுக்கிவிட்டுக்கொண்டு அது மறுபடியும் நெளிந்து பாதத்தின் மேலே ஏறிற்று. ஜரிகைக் கரையும் ஸ்ரீராமஜெயமும் பாம்புச் செதிலாக மின்னியது. பாதம் கணைக்கால் கால் முழங்கால் தொடை இடுப்பு வயிறு – அட சட்டைக்கடியில் பூந்துகொண்டதே. உத்தரீயம்னு நெனைச்சேன். பாம்புதானோ என்னமோ, பாம்பானால் பாம்புப் பிடாரனைக் கூப்பிடணும். மகுடி கொண்டுவந்து ஊதுவான். பாம்பு வசியப்பட்டுக் கூடைக்குள் வந்து விழுந்துவிடும், கூடையை மூடிக்கொண்டு பிடாரன் பிடாரியைத் தேடிக்கொண்டு போய்விடுவான்.

நான் இப்போ எங்கே பிடாரனைத் தேடிக்கொண்டு போகிறது. இப்படியெல்லாம் யோசிப்பதற்குள் கழுத்துப் பிடியுள்ளிருந்து எட்டிப்

பார்த்துக் கண்ணாடிக் கோலி போலிருந்த கண்களில் ஒண்ணை மாத்திரம் மூடித் திறந்து கண்ணடித்தது பாம்பு. ஈக்குத் தலையிலே விஷம், பாம்புக்குப் பல்லிலே, பாம்பு கடிக்கிறதுக்குள்ளே அதை அடக்கிடணும், பல்லையாவது பிடுங்கிடணும். எங்கேயாவது குளோரோஃபாரம் கிடைச்சால் ஒரு கைக்குட்டையில் கொஞ்சம் ஊற்றிப் பாம்பின் மூக்கருகே பிடிச்சு அதுக்கு மயக்கம் வரப்பண்ணி 'கப்'பென்று கழுத்தில் கையை வைத்து அமுக்கிப் பல்லைப் பிடுங்கிட்டு தூரக் கண்காணா இடத்தில் கோட் ஸ்டாண்டில் எறிந்துவிடலாம். குளோரோஃபாரம் எங்கே கிடைக்கும். டாக்டர் கிட்டே இருக்குமோ. பாம்பு காலருக்கடியிலிருந்து சட்டைப் பைக்குத் தாவிவிட்டது. அதனுடைய யோக தண்டம் போலப் பிளவுபட்ட நாக்கு மாத்திரம் பைக்கு வெளியே தெரிகிறது. சட்டைப்பையின் விளிம்பைக் கெட்டியாகப் பேனா கிளிப் மாதிரி பிடித்துக்கொண்டிருக்கிறது. ஜாக்கிரதையாக எட்டிப் பார்த்தால் பேனா பாம்பு மாதிரியாகவோ பாம்பு பேனா மாதிரியாகவோ இருக்கிறது. பாம்பு நாக்கோ பேனா கிளிப்போ, கண்ணாடியில் பார்த்தால் தெரிந்துவிடும். ராகுகாலத்தில் கண்ணாடியிலே பார்க்கலாமோ? கூடாது. அதுவும் பாம்பு சம்பந்தப்பட்ட விஷயத் திலே. ராகு காலம் கெட்டதுன்னு வைத்தமாதிரி நல்லதுன்னு கேது காலம் இருந்தா ரொம்பச் சௌகரியமாயிருக்கும். மறுபடி யும் எச்சரிக்கையோடே பார்த்தால் பாம்பின் தலை பேனா போலவும் வால் கார்க்கு ஸ்க்ரூ போலவும் இருக்கிறது. கார்க் ஸ்க்ரூ சட்டையைத் துளைச்சு தோலைத் துளைச்சு கொழுப்பைத் துளைச்சு சதையைத் துளைச்சு நறநறவென்று எலும்பைத் துளைச்சு – ஆ– இருதயத்தில் பூந்து விட்டிருக்க வேணும். இல்லா விட்டால் ஒவ்வொரு நாடித் துடிப்புக்கும் ரயில் புகை மாதிரி குப்குப்பென்று அதுவும் அடிச்சுக்கொள்வானேன். விஷயம் முத்திப்போச்சு. ஆசுபத்திரிதான். ஆசுபத்திரியிலே குமாஸ்தா, பியூன், நர்ஸ், கத்துக் குட்டி டாக்டர், சின்ன டாக்டர், பெரிய டாக்டர் எல்லோருக்கும் இந்தப் பஞ்சகாலத்திலே செலவுக்குச் சில்லறை வேண்டியிருக்கு. இதுக்கெல்லாம் பெரியவன் டில்லி யிலே. டில்லிக்கே போயிருந்தால் மந்திரி டாக்டரையும் ராஜா டாக்டரையும் அவன் அப்பனுக்குத் தாத்தனையும் பார்க்கலாம். நமக்கு உள்ளூர் டாக்டர்தான். டாக்டர் ஸார் மொதல்லே என் மாரிலேயிருந்து பேனாவைப் பிடுங்கி வெளியே எறிஞ்சு விடுங்கோ. ரொம்ப உறுத்தறது. உங்களுக்குப் புண்ணியமா யிருக்கும். இந்தக் காலத்திலே எது புண்ணியம் எது பாவம் யாருக்குத் தெரியும். அன்னிக்கு புண்ணியம்னு செய்ததை இன்னிக்குச் செய்தா ஜெயிலிலே போட்டுவிடுவான்கள். இல்லை பைத்தியக்கார ஆசுபத்திரியிலே அடச்சுவிடுவான்கள். இல்லை வேலையை விட்டுத் தள்ளிவிடுவான்கள். மனுவே

வந்தால்கூட பைத்தியம் பிடிச்சுடும், பாவம் செய்தா நரகம், புண்ணியம் செய்தா சொர்க்கம். ரெண்டையும் பார்த்ததில்லை. கண்ணுக்குத் தெரியற இந்த பூலோகத்திலே பிறக்க என்ன செய்ய வேணும். அதை எங்கே செய்கிறது. அவுட்பேஷண்டிலேயிருந்து ஆப்பரேஷன் தியேட்டருக்கு உருட்டிக்கொண்டு போகிற வண்டி ரொம்பச் சத்தம். எண்ணெய் விக்கற விலையிலே வண்டிச் சக்கரத்துக்குப்போய் யார் எண்ணெய் போடுவான். ஆடர்லி வழிச்சுச் சாப்பிட்டிருப்பான். அவனுடைய சொந்த வண்டியா என்ன. தரையிலே மோஸேயிக் போட்டிருக்கிறபோதே இவ்வளவு உலுக்கல். கல்லும் முள்ளுமாயிருந்தா. வியாதியில்லாதவனெல்லாம் ஆசுபத்திரிக்கு வந்து டாக்டர்களோடே காலத்தை வீண் பண்ணாமல் ஓசி இட்டிலி சாப்பிடாமல் இருக்கவேணுமானால் கல்லும் முள்ளும்தான் போட்டிருக்கணும். நான் வியாதிக்காரனோ இல்லையோ? மார்பிலே பாம்போ பேனாவாக கார்க் ஸ்க்ரூவோ தைச்சுவிட்டால் அது வியாதியா இல்லையா? வியாதியாகத்தான் இருக்கவேணும். மோஸேயிக் போட்டிருக்கே. இல்லாமல் போனால் வண்டியிலே வெச்சுத் தள்ளுவானேன். மேலே கூரையெல்லாம் வெள்ளையாக வனாந்திரமாக இருக்கு. குறுக்கே கருப்பா வாரைகளை வரிசை வரிசையாகப் போட்டிருந்தால் எவ்வளவோ நன்றாயிருக்கும். ஒண்ணைப்போல் ஒண்ணு, அலையலையாய் தாண்டிப்போகிறதைப் பார்த்தாலே வியாதிக்காரனுக்கு மயக்கம் வந்துடும். ஊசியும் போடவேண்டாம். மூஞ்சியிலே துணியை வெச்சி அமுக்கி மருந்தைக் கொட்டவும் வேண்டாம். ஊசியே வேண்டாமின்னா ஊசி பண்ணுகிறவன் விற்கிறவன் எல்லாம் பிழைப்புக்கு என்ன செய்வான். பட்டணத்துக்கு வந்து சேருவான். ஊரூராகச் சுத்துவான். நான் சேலம் சார். ஊசி பண்ற ஜாதி சார். ஆசுபத்திரியிலே கூரையிலே வாரை போட்டப்புறம் சோத்துக்குக் கஷ்டப்படுகிறோம் சார் என்று சொல்லணும். அட்டை மாட்டணும். தார் ரோட்டிலே வெள்ளைச் சாக்கிலே எழுதணும். அதான் வாரை போடவில்லை. ஆணி மாண்டவ்யருக்கு ஆணியைக் கழட்ட முடியாமே அந்தக் காலத்து டாக்டர் தலைக்கு மேலேயும் ப்ருஷ்டத்துக்குக் கீழேயும் ஆணியை வெட்டிவிட்டான். பேனாவைப் பிடுங்க முடியாதுன்னு இன்னிக்குப் பெரிய டாக்டர் கொட்டாப் புளியெடுத்து அறைஞ்சு உள்ளே இறக்கிவிட்டான். இனிமேலே நான் உண்மையாகவே விளம்பரம் செய்துகொள்ளலாம். இதயத்தில் பேனா இறங்கின எழுத்தாளர் என்று எதுகை மோனையோட. இப்போ ரத்தத்திலே இங்க் சேர்ந்து நீலமாய்விடுமோ. தெரியவில்லை. டயரியில் எழுதிவெச்சிடணும் சாயம்பட்டால் கவனி என்று. இவ்வளவு ரகளையும் முடிஞ்சு வீட்டுக்குப் போவதற்குள்ளே இருட்டிப் போச்சு. வழியிலே தார் ரோட்டிலே நடந்து காலெல்லாம்

சகதி. தண்ணியைக் கொட்டினாலும் போகிற ஜாதியில்லை. தோய்க்கிற கல்லுலே காலை நன்றாக உரசி உரசித் தேய்ச்சுத் தேய்ச்சுக் கழுவி முழங்காலுக்குக் கீழே நாலரை அங்குலம் வரையிலே ரெண்டு காலும் தேஞ்சு போகிறவரைக்கும் தேய்ச்சுக் கழுவின பிறகுதான் சகதி போகிறது. இதனாலே நடக்கிறப்போ டக்குடக்குன்னு எலும்பு தரையில் இடிக்கிற சத்தம் கிழவன் தடி மாதிரி கேட்கிறது. சாப்பிட உட்காரும்போது அம்மாவுக்குத் துக்கம் நெஞ்சைப் பொத்துக்கொண்டு வருகிறது. இப்படிப் பொத்துக்கொண்டு வர்ற துக்கமும் பேனா மாதிரித் தானோ என்னமோ. அவள் தன் வழக்கமான பல்லவியை ஆரம்பித்துவிட்டாள். அப்பவே சொன்னேனே கேட்டாயா. உத்தரீயம் மித்ர சத்ரு. அப்பாவுக்கும் இப்படியேதான் ஆச்சாம். அவருக்குச் சகதியைச் சுரண்டுவதற்குள்ளே வயிறுவரைக்கும் தேஞ்சுப்போய் வயிற்றை சணல்பிரிக் கயிற்றாலே தெச்சு வெச்சா ராத்திரி எலி வந்து கயிற்றையும் குடலையும் கொறிச்சுட்டுதாம். அவருக்குத் தெரியவேயில்லை. எலிகூட மனுஷன் மாதிரித் தானாமே துர்க்குணத்திலெல்லாம். (நாளைக்கு ப்ரொபசரைக் கேட்டுப் பார்க்கணும்.) சாதத்திலே உப்பேயில்லை. ஊரிலே உப்பு விலையேறினால் தரித்திரம். எலிகளிலே பலசரக்குக் கடைக்கார எலி எப்படி பண்டத்தையெல்லாம் திங்காமல் பதுக்கி வெச்சு வியாபாரம் பண்ணும், அப்பாமேலே இருந்த இருக்கிற இருக்கப்போகிற ஆங்காரத்தையும் துக்கத்தையும் அம்மா என்மேலே வெச்சு இப்படி இறக்கவேண்டாமே. பிறக்கிறதுக்கு அஞ்சு மாசம் முன்னாலேயே நான் அப்பாவை முழுங்கியாச்சாம். அம்மா வயிற்றிலே நான். என் வயிற்றிலே அப்பா. இத்தனை வருஷமாக என் வயிற்றுக்குள்ளே எங்கேயோ ஒளிஞ்சு வேடிக்கை பார்க்கிறார் அப்பா. அம்மா கையெல்லாம் வேர்வையும் குழம்புக்கறையும், சகதி கழுவின தண்ணி போதாத மாதிரி. என்மேலே இவளுடைய உடம்புத் தண்ணும் கண்ணுத்தண்ணும். மாரிலே பாம்பும் பேனாவும் சொருகிக் கிடக்கிறது போதாத மாதிரி என் கழுத்தைச் சுற்றி இவளுடைய முழங்கை முன்கை புறங்கை நக்கில்ஸ் நகம் அதிலே பிறை. ராக்கெட்டிலே போகிறவன் பிறைச் சந்திரனிலே போயி இருட்டான போர்ஷனிலே இறங்கியபோது அந்த இடத்திலே சந்திரனே இல்லாமல் நிஜமாகவே சந்திரன் பிறையாக இருந்தால் எப்படி இருக்கும். என்ன செய்வான். ஏமாறுவான், அம்மா தொட்ட இடமெல்லாம் கன்னிப்போச்சு. வேகவெச்ச கத்திரிக்காய் மாதிரி. நாட்டுக்காய் பிரயோஜனமில்லை. நல்ல ஜாதிக்காய், முள்ளோட இருக்கிற வகை வேணும். நாக்கு சாகிறதுக்குள்ளே ஒருநாள் சாப்பிட வேணும். அம்மா கண்ணுத் தண்ணி பட்ட இடமெல்லாம் கொப்புளிச்சுப் போச்சு.

தண்ணியைக் கொப்புளிச்சா களகளான்னு சத்தம் வரும். உடம்பு கொப்புளிச்சா சத்தமேயில்லை. கையும் காலும் தோலும் நாருமாக இருக்கிற உடம்பை எப்படிக் கொப்புளிக்கிறது. யார் அப்படிச் செய்வான். அப்படிச் செய்யக்கூடியவன் ஒரு மகா பிராணியாக இருப்பான். நமக்குத் தெரிந்த அணுவெல்லாம் நம்முடைய சூரிய மண்டலம் மாதிரி இருக்கிறது. நம்முடைய சூரிய மண்டலமே அவனுடைய உலகத்திலே ஒரு அணுவாயிருக்குமோ என்னமோ, யார் கண்டது. அப்புறம் அவன் இருக்கிற சூரிய மண்டலம் இன்னும் ஒரு பிரமாண்ட அணுவாக இருக்கலாம். நமக்குத் தெரிகிற அணுவுக்குள்ளேயும் ஜனங்கள், ஜந்துக்கள், மரம், மடு, மோட்டார் கார், ராக்கெட், அணுகுண்டு எல்லாம் இருக்கலாம். உடம்பு கொப்புளிச்சு முத்து முத்தாக பழைய கதவிலே பெயின்ட் உப்புகிற மாதிரி உப்பி விட்டிருக்கிறது. அம்மா கண்ணிலே அவ்வளவு கொதிப்பு சூடு. தூக்கத்திலே சொறிகிறபோது நகத்திடுக்கிலேயெல்லாம் மேல்தோல் சொருகிக்கொண்டு இளிக்கிறது. தோல் இளிக்குமோ, நன்றாய் இளிக்கும். தோல் மட்டும்தானா. நாற்காலி சுவர் தெரு புகை எல்லாம் இளிக்கும். பெட்ஷீட்டில் தோல் ஒட்டி தலைமுதல் கால் வரை சிம்பன்ஸி பெயின்டிங், குரங்கிலிருந்து மனுஷன் வந்தானானால் முதல் மனுஷன் முதல் மனுஷனா கடைசிக் குரங்கா. ஆண்டவனுக்குத் தான் வெளிச்சம். ஆண்டவன் என்று சொன்னா ஒரு காலத்திலே ஆண்டவன். இப்போ என்ன ஆனான். இறந்த காலத்திலே சொல்கிறது ஏன். அவன் இல்லாதுபோனதினாலே தான் இறந்த காலமோ. மனுஷன் பிறக்கிற வரைக்கும் இந்த உலகத்தை ஆண்டானாக்கும், அப்புறம் அவன் வாரிசு மனுஷன். நான் அப்பாவின் வாரிசு மாதிரி, மனுஷனுக்கு வாரிசு யார் வருவான். சாம்பல் பொடி நிக்கும். எதாவது குரங்கு தப்பிச்சுக் கொள்ளும். குரங்கு மனுஷன், மனுஷன் குரங்கு. ஸம்பவாமி யுகே யுகே. சாம்பல் பொடியும். விபூதி போட்டால் எல்லாம் சரியாகப் போய்விடும். வாயிலேயும் போட்டுக்கலாம். உள்ளே அப்பாவுக்கும் சேரும். கைத்தல நிறைகனி, அது பிள்ளையார் பாட்டாச்சே, பிள்ளைக்கு வந்த கஷ்டம் அப்பனாலேதான் போகணும். சாமியிலேயும் அப்பன் பிள்ளை தாயாதி கோர்ட் சாட்சி அமீனா எல்லாம் மனுஷன் மாதிரியே. சாமி மனுஷன் மாதிரியா மனுஷன் சாமி மாதிரியா. யார் யார் மாதிரியோ, சங்கடத்துக்கு ஒரு சாமி வேண்டியிருக்கிறதே. விபூதியிலே மண்ணைக் கலந்திருக்கிறது. பசுவுக்கே மண்ணைக் கலந்து திங்கக் கொடுத்துவிட்டான்களே புண்யவான்கள். கன்றுக் குட்டிக்காவது வைக்கோல் கிடைக்கிறது உடம்பு நிறைய. பசு வாயிலே மண். விபூதியிலே மண். வாயிலே மண். அப்பா வாயிலேயும் மண். மண்ணிலே இல்லை சக்தி. அதுக்குள்ளே

இருக்கிற நம்பிக்கையிலேதான் இருக்கிறது. சக்தியில்லைன்னு நம்பி விபூதி சாப்பிட்டாலும் அது மண்தான். சக்தியிருக்குமின்னு நம்பி மண்ணைச் சாப்பிட்டாலும் விபூதிதான். புரண்டு புரண்டு படுத்து ஒரு குட்டித் தூக்கம் போடுகிறதுக்குள்ளே ஆகாசம் சாம்பலாகி சாம்பல் விபூதியாகி விபூதி ரத்தமாகி என்னைப் பார் ஒன்னைப் பார் என்று சூரியன் வந்துடறான். அவனைத் துரத்திக்கொண்டு உலகமே ஓடணும். ஓடவில்லைன்னா உலகமும் மண்தான். ஓடினாலும் மண்தானோ. யாரையாவது கேட்கணும். ஆசாரியாளை சாஸ்திரியை விஞ்ஞானியை அறிவாளியை. பல்லைத் தேய்ச்சு முகத்தைக் கழுவி உடம்பைத் தேய்ச்சுக் குளிச்சுவிட்டு காப்பியை ஆத்திக் குடிச்சுப்பிட்டு வாயைக் கொப்பளிச்சு வெத்திலை போட்டுக்கொண்டு சட்டை மாட்டி செருப்பை மாட்டிக் குடையை எடுக்கக் கிளம்பும்போது ஞாபகம் வருகிறது. கோட் ஸ்டாண்டு கிட்டப் போனா உத்தரீயம் இருக்கிறது. ஜிலுஜிலுனு ஜரிகை மின்னுகிறது. பாம்புச் செதில் மாதிரி பளபளக்கிறது. அதை எடுத்துக் கழுத்தில் மாட்டிக்கொள்ளுகிற போது என்னமோ பிசகாப் போகிறது. உத்தரீயம் நழுவிக் கீழே விழுகிறது.

குருக்ஷேத்திரம், 1968

கனவுக் கதை

நாங்கள் நேஷனல் ஸ்டோருக்குப் போன போது அங்கே வாங்குவோர் கூட்டமே இல்லை.

நடேசன் கடையில் அது ஒரு சௌகரியம். அங்கே எப்பவும் கூட்டம் தெரியாது. கறுப்பு பச்சை சிவப்புப் பெப்பர்மிட்டுகள், ரப்பர் பந்துகள், விலை சரசமான பேனாக்கள், வர்ண வர்ண இங்கி புட்டியுடன், (புட்டியில்லாமல் அளந்து) சோப்பு, சீப்பு (நேஷனல் ஸ்டோரில் கண்ணாடி கிடையாது), சவரத்துக்கு முன்னும் பின்னும் முகத்தை அழகு பண்ணிக்கொள்ள, நரை மயிரைக் கறுப்பாக்க, ஒத்தை ஜோடி மூக்கை நந்நாலு என்று விதம்வித மாகக் கோடுபோட்ட, கோடே போடாத குறுக்கும் நெடுக்குமாய்க் கோடு போட்டுக் குவித்த நோட்டுப் புத்தகங்கள், பென்சில்கள், இன்னும் எத்தனையோ சாமான்கள், எல்லாம் வாங்குவோரை எதிர்பார்த்துக் காத்திருக்கும். சாதாரணமாய் நாங்கள்தான் போய் நிற்போம்.

நடேசன் சிரிச்சபடி ‘வாங்க வாங்க’ என்பான். வெத்திலைக் காவி படிந்த பல்லைக் காண்பிக்க மாட்டான். அவன் பல் வெளேரென்று இருக்கும். அவனுக்கு வெத்திலைப் பழக்கம் கிடையாது. சிகரெட்டுத்தான். அதுவும் கடைக்குள் இல்லை. குடி கூத்தி ரங்காட்டம் ரேஸ் வில்வாதி லேகியம் அரசியல் கலை மொழி மதம் என்று எந்தவிதமான பழக்கமும் கிடையாது. அவனுண்டு அவன் கடையுண்டு. யார் வேணுமானாலும் அவன் கடையில் என்ன வேணுமானாலும் (மளிகை சாமான்கள் மருந்து சாமான்கள் பால் பவுடர்

தவிர) வாங்கிக்கொள்ளலாம். ரொக்கந்தான். ரொம்பத் தெரிஞ்ச ஆளானால் கடனுக்குக்கூடக் கிடைக்கும். நாங்கள் போனால் 'வாங்க வாங்க' என்று வரவேற்பானே தவிர, எங்களை 'என்ன வேணும்' என்று கேட்கமாட்டான். வாங்குவதற்கு எங்களிடம் சாதாரணமாய்க் காசு இருக்காது என்பது அவனுக்குத் தெரியும். ஏதாவது வேணுமானால் நாங்களே கேட்டுக்கொள்வோம் என்பது அவனுக்குத் தெரியும். பைபிள் படிக்காது போனாலும் கேளுங்கள் கொடுக்கப்படும் என்ற வாசகம் அவனுக்குத் தெரியும்.

அன்றைக்கு நாங்கள் போனபோது நடேசன் கண்களில் குறும்புத் தாண்டவமாடிக்கொண்டிருந்தது. முகத்தில் ஒரு விஷமப் புன்னகை. தண்ணீர்மேல் எண்ணெய் சிந்தினால் நிற அலைகள் பரவுகிற மாதிரி. நாங்கள் கடைக்குள்ளே நுழைந்தோம். சிவப்பிரகாசம் மாத்திரம் எச்சிலைச் சாக்கடையில் துப்பிவிட்டு வந்தான். கடைக்குள்ளே துப்பினால் நடேசனுக்குப் பிடிக்காது. எங்களைப் பார்த்தவுடன் சிரித்தபடி 'வாங்க வாங்க' என்று வழக்கப்படி வரவேற்றுவிட்டு நடேசன் குனிந்து மந்திரவாதிபோல மேசைக்கடியிலிருந்து ஒரு பொருளை எடுத்துக்காட்டி, 'இது என்ன சொல்லுங்க பார்ப்பம்' என்றான். பெருமிதத்தோடு எங்களைப் பார்த்தான்.

அவனுடைய இந்த அசாதாரணமான நடவடிக்கையினால் ஒரு கணம் சிந்தனை தடுமாறிப்போன நான் சமாளித்துக்கொண்டு 'என்ன அது' என்று கேட்பதற்குள் ரெங்கன் அப்பொருளைக் கை நீட்டி எடுத்தான்.

முதலில் அதில் ஒன்றும் விசேஷமாகத் தெரியவில்லை. சாதாரணக் கடைத் தராசென்றுதான் நினைத்தேன். ரெங்கன் அதை எடுத்துத் தூக்கி 'நிறுத்துப்' பார்த்தபோதுதான் அது சாதாரணத் தராசல்ல என்பது தெரிந்தது. அதில் ஒரு பக்கம் ஒரு தட்டும் மறுபக்கம் ஒன்றன் கீழ் ஒன்றாக மூன்று தட்டுகளும் இருந்தன. எனக்கு ஒண்ணும் புரியவில்லை.

'இது என்னன்னு சொல்லிட்டா ஆளுக்கு ரெண்டு ஸ்வீட் தர்ரேன்' என்று சொல்லி மீண்டும் ஒரு பெருமிதப் புன்னகையை உதிர்த்தான் நடேசன். நானும் சிவப்பிரகாசமும் தெரியவில்லை. என்று சொல்லித் தோல்வியை ஒத்துக்கொண்டுவிட்டோம். ரெங்கன் மாத்திரம் சிறிதுநேரம் அந்த மூணு தட்டுத் தராசைத் திருப்பித் திருப்பிப் பார்த்தபடி யோசனை செய்தான். வயது நாற்பதானாலும் அவனுக்கு இன்னும் 'ஸ்வீட்' என்றால் ஆசையோ என்னமோ. கடைசியில் அவனும், 'என்ன இது, படா ஆச்சரியமாயிருக்குதே' என்று பொதுவாக உலகுக்கு

அறிவித்துவிட்டுத் தோற்றதுக்கு அடையாளமாகத் தராசைத் திருப்பித் தந்துவிட்டான்.

நடேசனுக்கு ஒரே சந்தோஷம். 'பரவாயில்லை, தெரியா விட்டாலும் பரவாயில்லை, எடுத்துக்குங்க' என்று சொல்லி அருகிலிருந்த பெப்பர்மிட்டு பாட்டிலுக்குள் கைவிட்டுச் சில மிட்டாய்கள் அள்ளி எங்களிடம் நீட்டினான். ரெங்கன் ரெண்டு எடுத்துக்கொள்ள நானும் ஒண்ணு எடுத்துக்கொண்டேன். மரியாதைக்காக.

சிவப்பிரகாசம் வேண்டாமென்று மறுத்துவிட்டான். அவனுக்கு டயபிடீஸ். சர்க்கரை வியாதி. ஸ்வீட்டும் சாப்பிட மாட்டான், அரிசிச் சாதமும் சாப்பிடமாட்டான்.

'சும்மா எடுத்துக்கப்பா, இந்த ஸ்வீட்லேயெல்லாம் சர்க்கரையே கிடையாது' என்று நடேசன் வற்புறுத்தவே, 'என் பங்கை நீயே எடுத்துக்க' என்று சிவப்பிரகாசம் பிடிவாதமாய் மறுத்துவிட்டான். நடேசன் தன் பங்கையும் எடுத்துக்கொள்ள வில்லை. சிவப்பிரகாசத்தின் பங்கையும் எடுத்துக்கொள்ளவில்லை. சர்க்கரை இல்லாத ஸ்வீட் பிடிக்காதோ அல்லது ரெண்டு பைசாவைத்தான் வீணடிப் பானேன் என்ற சிக்கன புத்தியோ.

மிட்டாய்களை பாட்டிலுக்குள் போட்டபின் நாங்கள் வேண்டிக்கேட்டதன் பேரில் மூணுதட்டுத் தராசின் மர்மத்தை விளக்கினான் நடேசன். ஒரே சமயத்தில் மூணு பேர் கடைக்கு வந்து ஒரே சாமானைக் கேட்டு நெருக்கினால் ஒவ்வொருத்தருக்கும் ஒவ்வொரு முறையாக நிறுத்துக் கொடுப்பதற்குப் பதிலாக ஒரே முறையில் நிறுத்து நேரச் செலவையும் சக்திச் செலவையும் குறைக்கும் சாதனமாம் அது. 'எப்படி நம்ம யோசனை' என்று பெருமிதத்தோடு கேட்டான்.

நடேசன் கடை வைத்த நாள் முதலாகப் பார்த்திருக்கிறேன். ஒரே சமயத்தில் மூணுபேர் கூடிச் சாமான் உடனே வேணுமென்று ரகளை செய்ததை ஒரு நாள்கூடப் பார்த்ததில்லை. இருந்தாலும் அவனுடைய உற்சாகத்தைக் கெடுப்பானேன் என்று சும்மா இருந்துவிட்டேன். ரெங்கனுக்குத்தான் ஆச்சரியம் தாங்க முடிய வில்லை. 'நம்ம நடேசனுக்கா, இவ்வளவு முன்யோசனையா' என்று தன் உணர்ச்சிகளை வெளிப்படுத்தினான். அந்தச் சமயத்தில்தான் அந்த ஆள் கடைக்கு வந்தது.

வந்த ஆசாமி சாமியார் போலவுமில்லை. குடும்பி போலவும் இல்லை. நாற்பது வயசிருக்கும். கரளைகரளையாகக் கட்டுமஸ்தான தேகம். தலைமயிர் கருப்பாக நீண்டு வளர்ந்து பிடரிமேல் புரண்டு கொண்டிருந்தது. அடர்த்தியான புருவம்

நெற்றிமேல் கம்பளிப் பூச்சிபோல ஒட்டிக்கொண்டிருந்தது. கண்கள் கருப்பு வைரங்கள் போல ஜ்வலித்தன. முகத்தில் ரெண்டு வாரச் சேமிப்பு. வெறும் உடம்பு. இடுப்பில் ஒரு நாலுமுழத் தட்டுச் சுற்று வேட்டி முழங்கால் தெரிய அள்ளிச் சொருகிக் கட்டியிருந்தது. வேட்டி காவியாயிருந்து வர்ணம் போனதோ அல்லது வெள்ளையாயிருந்து பழுப்பாக மாறிக்கொண்டிருந்ததோ ஆண்டவனுக்கே தெரியும். புஜத்தில் தோளிலிருந்து முழங்கை வரை சுண்ணாம்புக் கறை. நெற்றியில் அரை ரூபாய் அளவுக்குக் குங்குமப் பொட்டு.

மத்தாப்பு போலப் பொறி பறக்கும் கண்களுடன் வந்த அந்த ஆள், 'ஒரு கிலோ பெப்பர்மிட்டுக் குடுங்க, சீக்கிரம்' என்று அதட்டினான். அவன் குரல் கண்டாமணி மாதிரி ஒலித்தது.

நடேசன் நிதானமாக, 'கிலோ அஞ்சு ரூபாய்' என்று சொல்லி இருந்தவிடம் விட்டு அசையாமல் நின்று, வந்த ஆளை ஏற இறங்கப் பார்த்தான்.

'சரி சரி குடுங்க, சீக்கிரம்' என்று சொன்னபடியே அந்த ஆள் இடுப்பைத் தடவி ஒரு முடிச்சை அவிழ்த்து எட்டாக மடித்து வைத்திருந்த அழுக்கேறிய அஞ்சு ரூபாய் நோட்டை எடுத்து மடிப்புக் கலையாமல் நீட்டினான்.

நடேசன் சாவதானமாக நோட்டை வாங்கி மேசை மேல் வைத்துவிட்டு, தராசை எடுத்து மூணு தட்டுகளில் ரெண்டைக் கழற்றி வைத்துவிட்டு ஒரு கிலோ படிக்கல்லைப் போட்டு இன்னொரு தட்டில் பெப்பர்மிட்டுகளை அள்ளிப் போட்டுத் தங்கம் நிறுப்பது மாதிரி நிறுத்துப் பின் பெப்பர் மிட்டுகளைக் காகிதப் பையில்போடப் போகும்போது, 'பையிலே போடவாணாம், சும்மா அப்படியே காயிதத்துலே வைச்சுக் குடுங்க' என்று சீறினான் அந்த ஆள். அவன் கண் பாம்பின் நாக்கு மாதிரி இருந்தது. ஒரு தமிழ்த் தினசரித் துண்டில் அளிக்கப்பட்ட மிட்டாய்களை வாங்கிக் கொண்டு அந்த ஆள் மணிக்கூண்டின் பக்கமாக விடுவிடென்று நடந்தான்.

அவன் என்ன செய்யப் போகிறான் என்ற ஆவலினால் ஈர்க்கப்பட்டு நானும் ரெங்கனும் சிவப்பிரகாசமுமம் அவனுக்குச் சற்றுப் பின்னால் அவனைத் தொடர்தோம்.

நடேசன் கடையிலிருந்து சுமார் நூற்றைம்பதடி தொலைவில் நகராட்சி மணிக்கூண்டு இருக்கிறது. அது வருஷம் தேதி காட்டுவதில்லை. ஆகவே அது நின்று எவ்வளவு நாள் ஆச்சுதென்று தெரியாது. எப்போதும் பனிரெண்டு மணி காட்டிக் கொண்டிருக்கும். விளக்கு வைக்கும் அந்த நேரத்திலும் அது

மணி பனிரெண்டு எனக் காட்டிக்கொண்டிருந்தது. எங்கள் ஊர் பஜாரின் நடுநாயகமான மணிக்கூண்டைச் சுற்றித்தான் சிறிது வெற்றிடம் இருக்கிறது. சாதாரணமாக நாலுநாலு பேராய்க் கூடிக் கூடிப் பேச வசதியான இடம். சற்றுத் தள்ளிப் போனால் பறவைகளின் எச்ச வீச்சுகளுக்குப் பலியாக நேரும். மணிக்கூண்டருகே அப்படியில்லை.

மணிக்கூண்டினடியில் இருந்த சிறு மேடையருகில் நின்று கொண்டு அந்தப் பெப்பர்மிட்டுக்கார ஆள் அருகில் இருந்தவர்கள் கையில் ஓரிரு பெப்பர்மிட்டுக்களைத் திணித்தான். அவர்கள் திகைத்தார்கள். 'சாப்பிடுங்க சாப்பிடுங்க, ஆண்டவன் பிரசாதம்' என்று சொல்லிக்கொண்டே இன்னும் சில பேர்களுக்கும் நடேசன் கடை மிட்டாய்களை அளித்தான்.

யாரோ ஓர் ஆசாமி மணிக்கூண்டருகே சும்மா ஸ்வீட் விநியோகம் செய்கிறான் என்ற செய்தி எப்படியோ அரை நிமிஷத்துக்குள் பஜார் முழுதும் பரவிவிட்டது. 'பள்ளத்துள் பாயும் வெள்ளம் போல' ஜனக்கூட்டம் மணிக்கூண்டை நோக்கிப் பாய்ந்தது. மணிக்கூண்டின் அருகே வந்துவிட்ட நானும் ரெங்கனும் சிவப்பிரகாசமும் முழங்கையாலும், பிரஷ்டத்தாலும் இடித்து உந்தித் தள்ளி நகர்த்தப்பட்டுக் கொஞ்சம் கொஞ்சமாகக் கூட்டத்தின் வெளிப்புறத்துக்கு வந்துவிட்டோம். சுற்றிலும் மேலே இருந்து கூச்சலிடும் பட்சிகளின் சப்தத்தை அமுக்கிக்கொண்டு 'ஸார் ஸார். மிட்டாய் ஸார்' என்ற சப்தந்தான் கேட்டது.

எங்கள் ஊர்வாசிகளுக்கு பெப்பர்மிட்டு மிட்டாய் என்றால் அவ்வளவு பிரேமை என்று எனக்கு அது நாள்வரை தெரியவே தெரியாது. கூட்டமே சேராத நடேசன் கடையில்கூடப் பெப்பர் மிட்டு வாங்க ஏதாவது குழந்தைகள்தான் எப்போதாவது வருமேயொழிய, இங்கேபோல விழுந்தடித்து ஓடிவந்த பெரியவர் களைக் கண்டதில்லை. வெள்ளைச் சட்டைக்காரர்கள், கம்பிக்கரை வேட்டிக்காரர்கள், சட்டையேயின்றிச் சாயவேட்டி கட்டினவர்கள், டெரிலீன் பனியன்கள், மணிக்கட்டில் கடியாரம் கட்டினவர்கள், கயிறு கட்டினவர்கள், வெள்ளிக் காப்புப் போட்டவர்கள், நரை மீசைகள், வழுக்கைத் தலைகள், முறுக்கு விற்றுக்கொண்டிருந்த பல்லேயில்லாத கிழவி, அவளது ஏஜண்டான அவள் பேரன், பளபள நைலான் ஜரிகை மினுக்கும் ரவிக்கையுடன் பஜாருக்கு வந்திருந்த கைக்குழந்தைக்காரிகள், குருவிக்காரிகள், பெட்டிக்கடையில் பீடி சிகரெட் சோடா கலர் வெற்றிலை வாழைப்பழம் புகையிலை வாங்க வந்தவர்கள், இவர்கள் கால்களுக்கிடையே குனிந்து வளைந்து ஓடின நிர்வாணச் சிறுவர் சிறுமியர். கண்ணை மூடித் திறப்பதற்குள்

பெருங்கூட்டம் சேர்ந்துவிட்டது. தேன் கூடுபோல 'ஞொய்'யென்ற சப்தம்.

பெப்பர்மிட்டுக்காரன் மிட்டாய்கள் தேங்கி நின்ற காகிதத்தை அனுமார்போலத் தலை மட்டத்துக்கு ஏந்திப் பிடித்து மேடைமேல் ஒரே தாவாக ஏறி நின்றான். இவ்வளவு தூரத்திலும் அவன் கண்கள் தணல்போலத் தெரிந்தன. 'சத்தம் போடக் கூடாது, நான் சொல்றபடி கேட்டால் எல்லாருக்கும் கிடைக்கும்' என்று உரத்த குரலில் கூவினான். 'மொல்'லென்று ஒலியெழுப்பிக்கொண்டிருந்த கூட்டம் ஒரு கணத்தில் மௌனமானது. முனிசிபல் விளக்கின் நீல வெளிச்சத்தில் கூட்டத்தின் ஓராயிரம் முகங்களும் மூச்சு விடுவதைக்கூட நிறுத்தி மோவாயை நிமிர்த்தி அண்ணாந்து அவனை ஆவலுடன் நோக்கின. அம்முகங்கள் அவ்வொளியில் பச்சையாய் இருந்தன.

'எல்லாரும் மணிக்கூண்டுப் பெருமாளுக்கு ஒரு பெரிய நமஸ்காரம் போடுங்க' என்று பெப்பர்மிட்டுச் சாமியாரிடமிருந்து ஆணை பிறந்தது.

ஒரு கணம் உயிரிழந்து பிணமாய் நின்றிருந்த கூட்டம் உலுக்கலுடன் உயிர்பெற்றது. சடசடவெனச் சாய்ந்தது. முன்னாலிருப்பவர்கள் கால் மேல் தலையும் பின்னாலிருப்பவன் முகத்தின் மேலே காலையும் வைத்துக் கூட்டம் சீட்டுக்கட்டு சாய்வது மாதிரி சாய்ந்தது. நாய், பன்றி, மாடு, குதிரைச் சாணத்தின்மீது, எச்சில் மூத்திரக் கறைகளின்மீது, வாழைப்பழத்தோல் காலிசிகரெட் பெட்டி பீடித் துண்டுகள்மீது, தெருப்புழுதிமீது, மல்லாக் கொட்டைத் தோல்மீது, எண்ணற்ற காலடித் தடங்கள்மீது, கண்ணை மூடியபடி, கையைக் கூப்பியபடி, ஆண் பெண் சின்னவன் பெரியவன் காளை கிழவன் பேதமின்றிச் சம தருமமாக, சாஷ்டாங்கமாகத் தன் மீதே ஒருவர் மேல் ஒருவராக விழுந்தது.

'ஹரிஓம்' என்று ஒரு கோஷமெழுப்பியபடி அந்தச் சாமியாரல்லாத சாமியார் பெப்பர்மிட்டுக் காகிதத்தைக் கூட்டத்தின் முதுகின்மேல் உதறினான். ஜனக் கூட்டத்தின் மேல் மிட்டாய் மழை.

தரையில் விழுந்து கிடந்த கூட்டம் கலைக்கப்பட்ட தேனடை போலக் கலகலத்துத் தனக்குள்ளேயே பாய்ந்தது. பெருமூச்சும் ஏப்பமும் கலந்த சப்தத்துடன் தன்னை உலுக்கி உதறிக்கொண்டது. சிறுவர்களும் பெரியவர்களும் குமரிகளும் கிழவிகளும் தமிழர்களும் தெலுங்கர்களும் இந்துக்களும் முஸ்லீம்களும் கிறிஸ்தவர்களும் நாஸ்திகர்களும் எல்லாரும் சில்வண்டு போலத் தரையைத்

துளைத்தனர். மற்றவர்களை இடித்துத் தள்ளிச் சுரண்டினர். மண்மேல் சிதறிக்கிடந்த மிட்டாய்களை ஆத்திரத்துடன் பொறுக்கினர், பிடுங்கினர். சுவைத்தனர், பிரிந்தனர். மிட்டாய் வீசியவனை நோக்கினர். ஆனால், அவனைக் காணோம். மிட்டாய்க் காகிதத்தை உதறியவுடன் மேடைமீதிருந்து குதித்து மணிக்கூண்டின் பின்னாலாக ஓடிவிட்டிருக்கவேண்டும்.

ஐந்து நிமிஷ நேரத்துக்குள் கூட்டம் சேர்ந்ததுபோலவே கரைந்துவிட்டது. நாங்கள் நேஷனல் ஸ்டோருக்குத் திரும்பினோம். வேடிக்கை பார்க்கக் கடைக்கு வெளியே வந்திருந்த நடேசன் கடைக்குள் நுழைந்து எங்களைப் பார்த்துச் சிரித்தான். 'பார்த்தீங் களா பைத்தியம் போல இருக்குதில்லே. ஆனாலும், அதாலே ஒருத்தருக்கும் நஷ்டமில்லை' என்று சொல்லிப் பெப்பர்மிட்டு வாங்கியவன் விட்டுப் போயிருந்த ஐந்து ரூபாய் நோட்டின் மடிப்புகளைப் பத்திரமாகப் பிரித்து அதை ஆள்காட்டி விரலால் ஒருதரம் சுண்டித் தட்டிவிட்டு மேசைக்குள் போட்டான். நாங்கள் 'ஆமாம் ஆமாம்' என்றோம். சிவப்பிரகாசம் எச்சில் துப்ப எழுந்து கடைக்கு வெளியே போனான்.

ஞானரதம், 1971

ரப்பர் மாமா

சங்கரன் கண்களைத் திறந்து பார்த்தான். எப்போதும் போலவே அப்போது கண்ணெதிரே அழுக்கு மஞ்சள் வண்ணம் பூசப்பட்டிருந்த ஜன்னல்தான் தென்பட்டது. அவனுக்குத் துக்கம் விக்கிக்கொண்டு வந்தது. எத்தனை நாளாக அவனுக்கு இதே ஜன்னல் விழிப்பு. அவனுடைய உலகந்தான் எப்படிக் கொஞ்சம் கொஞ்சமாய்க் குறுகி இப்போது ஆறடிக்கு மூணடிக் கட்டில், மேல் கூரை, எதிர் ஜன்னல் என்று ஆகிவிட்டது! வெளியுலகம், இரைச்சலுடனும் வேர்வையுடனும் சிரிப்புடனும் பசியுடனும் கண்ணீருடனும் கொஞ்சல்களுடனும் கோஷங்களுடனும் கலகலத்துக்கொண்டிருக்கும் வெளியுலகம் அவனைப் பொறுத்தமட்டில் அழுக்கேறின ஜன்னல் சட்டங்களினால் விளிம்பு கட்டப்பட்டு, நெடுக்குக் கம்பிகளினால் வேலியிடப் பட்டு அவனிடமிருந்து பிரிந்துவிட்டது. அவனைச் சிறிதும் லட்சியம் செய்யாமல். இப்போது அவனுக்குக் கிடைத்திருப்பதோ ஜன்னல் வழியாகத் தெரியும் நீல ஆகாயம், சில சமயம் ஒய்யாரமாக மிதந்து செல்லும் வெண்மேகங்கள். அவ்வளவுதான். 'இந்தப் பாழாய்போன ஜன்னல் கதவுகளின் மேல் கேவலம் காக்காய் சிட்டுக்குருவி அணில்கூட வருவதில்லையே, வந்து உட்கார்வதில்லையே' என்று அவன் மனம் வருந்தினான். இதுவும் எவ்வளவு நாளைக்கோ. ஆயாசத்தோடு கண்களை மூடிக்கொண்டான். மூடிக்கொண்ட பின்னும் கண்ணுக்குள் தெரிந்த ஜன்னலின் பிம்பத்தைப் பார்த்துக்கொண்டிருந்தான். அது மறையுமட்டும். சில கணங்கள் சிவப்பாய், பின் பச்சையாய், பின் வெளிர் நீலமாய், பின் ஒன்றுமில்லாமல்

மறைந்துபோகுமட்டும். 'இதுதான் நான் காணும் கடைசிக் காட்சியாயிருக்கும்' என்று நினைத்துக்கொண்டான். 'மூடிய கண்ணுக்குள்ளே தென்படும் இருட்டுச் சூழ்நிலையின் நடுவில் வெளிர் நீலப்பட்டைகள், என் வாழ்க்கையில் நான் கண்டு கேட்டு அனுபவித்த லட்சக்கணக்கான அனுபவங்களின் சாராம்சம்.' மூச்சுவிடும்போது நாசித்துவாரங்கள் சுட்டன. கண்கள் சுட்டன. 'இன்றோடு என் ஆயுள் முடிந்துவிட்டது' என்று முனகிக்கொண்டான். தன்னுடைய முனகலே தன் காதுக்குக் கேட்டபோது அவன் திடுக்கிட்டுப் போய்விட்டான். மிகவும் பிரயாசைப்பட்டுக் கண்ணை மூடினால் அவ்வளவுதான், அதன்பிறகு திறக்கவே மாட்டோம் என்று அவனுக்குத் திகில் பிடித்துக்கொண்டது. இன்னும் சில மணி நேரங்களுக்குள் தான் சாகப் போகிறோம் என்று அவனுக்குத் தெரிந்துவிட்டது. இது தெரிந்து கொஞ்ச காலமாகியிருந்தாலும் இன்றைக்குத்தான் அந்தக் கெடு என்பதை அவன் உணர்ந்தவுடன் அவனடைந்த பீதிக்கு அளவேயில்லை.

ஆரம்பத்தில், 'என்னவோ உடம்பு சரியாயில்லை, நாலு நாள் மருந்து சாப்பிட்டால் தானே சரியாகிவிடும்' என்றுதான் சங்கரன் நினைத்திருந்தான். சாவு நேரக்கூடும் என்று நினைக்கக்கூட இல்லை. நாலு நாள் என்று நினைத்தது வரவர நீண்டு வாரக் கணக்காகி மாதக்கணக்காகி அவனை வெளியுலகத்திலிருந்து கொஞ்சம் கொஞ்சமாக உரித்துத் தனிமைப்படுத்திக் கடைசியில் படுக்கையில் தள்ளிவிட்டபோதுதான் அவன் முதன்முதலாகச் சாவைப் பற்றி நினைக்க ஆரம்பித்தான். அவன் நோயைப் போலவே அந்நினைப்பும் அவனுக்குத் தெரியாமலே அவனுக்குள் தோன்றி மெல்ல மெல்ல வளர்ந்து திடீரென்று ஒரு நாள் தன் முழு உருவைக் காட்டி அவனை ஆக்கிரமித்துக்கொண்டது. ஆரம்பத்தில், தான் செத்துப் போய்விடுவோமோ என்று தோன்றின போதுகூட அந்நினைப்பு அவனைத் திடுக்கிட வைக்கவில்லை. சிலவேளைகளில் அந்நினைப்பைக் கொஞ்சங் கொஞ்சமாய்ச் சுவைத்து அசைபோட்டு ஜீரணிக்கும்போது சுவாரஸ்யமாய்க்கூட இருந்தது. தவிரவும், எல்லாருந்தான் ஒருநாள் சாகப்போகிறார்கள். அதுதானே தனக்கும் நேரப்போகிறது என்றுதான் தோன்றியதே யொழிய, புதுசாகப் பயம் ஒண்ணும் ஏற்படவில்லை. தான் மரித்துப் போய்விடுவோம் என்று பொதுவாக பயந்தாலும், அதை அவன் உண்மையில் நம்பவில்லை. அந்த நோய், அதனால் ஏற்பட்டிருக்கிற வேதனைகள், சோர்வுகள், மரண பயங்கள், அவன் படுத்துப் படுத்து, புரண்டு புரண்டு அழுக்கும் சூடும் ஏறிக் கசங்கிக் கிடந்த அந்தப் படுக்கை, கசப்பு மாத்திரைகள், தூக்க மருந்துகள் எல்லாமே ஒரு துர்சொப்பனமாக ஒருநாள் திடீரென்று மறைந்துவிடும் என்று தான் அவன் அடிமனசில்

நம்பியிருந்தான். ஒருநாள், சரியாகச் சொல்லவேணுமானால் ஓர் இரவு, அவனுடைய நம்பிக்கைகள் மணல் வீடு போலச் சரிந்து இருந்த சுவடற்றுப் போனபோதுதான் உண்மையான மரண பயம் அவனைப் பிடித்துக்கொண்டது.

அந்த இரவு சிறுநீர் கழிக்க வேணுமென்று தோன்றினபோது படுக்கையிலிருந்து எழுந்திருக்க யத்தனித்தான். மனசு வேலை செய்ததே தவிர உடல் ஒத்துழைக்கவில்லை. வலது கையை ஊன்றி எழுந்திருக்கலாமாவென்று பார்த்தான். கையில் சுரத்தே இல்லை. அவன் இந்த மாதிரி கைக்கும் காலுக்கும் உத்தரவிட்டுக் கொண்டிருக்கும்போதே படுக்கையில் ஈரம் சரசரவென்று பரவ... கால் தொடை புட்டம் எல்லாம் நனைந்து... உடம்பு பூராவும் வேர்த்துக் கொட்ட... அப்போதுதான் பளிச்சென்று 'இனிமேல் நான் படுக்கையை விட்டு எழுந்திருக்கப் போவதில்லை. என் காலம் ஆகிவிட்டது' என்ற எண்ணம் உறைத்தது. உறைத்து ஊடுருவி அவன் முகத்தை முதன் முதலாக நனைத்தது.

சங்கரன் உடம்பு சரியில்லாமல் படுத்த புதுசில் அவனுடைய நண்பர்கள், ஆபீசில் அவனுடன் வேலை செய்யும் சக குமாஸ்தாக்கள் எல்லோரும் ஒவ்வொருவராகவோ அல்லது சிறுசிறு கும்பலாகவோ அடிக்கடி வந்து குசலம் விசாரித்துக் கொண்டிருந்தார்கள். பி.ஏ. படிப்பு முடித்து மூணு நாலு வருஷம் வேலை கிடைக்காமல் திண்டாடிக் கடைசியில் வேலைக்குச் சேர்ந்து ஒண்ணரை வருஷந்தான் ஆகியிருக்கும். அதற்குள் அவனுக்குள் எவ்வளவு நெருங்கிய நண்பர்கள் ஏற்பட்டு விட்டார்கள். இவன் நோய்வாய்ப்பட்டிருந்த புதுசில் இவனைப் பார்க்க வந்தபோது நடராஜன், மோசஸ், சங்கர நாராயணன் எல்லாம் எத்தனை முறை, 'சங்கரா நீ இல்லாமல் இப்பவெல்லாம் சீட்டாட்டம் ரசிக்கிறதேயில்லை' என்று குறையாகச் சொல்லிக் கொண்டிருக்கிறார்கள். அப்போதெல்லாம் சங்கரனுக்கு ரொம்பப் பெருமையாயிருந்தது. ஒருதரம் இவன் ஆபீசில் வேலை செய்து கொண்டிருந்த மூணு 'லேடி டைப்பிஸ்டு'களும் வந்திருந்தார்கள். மிஸஸ் பெரேரா, மிஸ் பத்மினி, மிஸ் ஜானகி. இத்தனைக்கும் மிஸ் ஜானகி ஆபீசில் சேர்ந்து மூணு மாசத்துக்கு மேலே ஆகியிருக்காது. அப்போது மிஸஸ் பெரேராதான் பேசிக்கொண்டேயிருந்தாள். அவள் எப்பவும் அப்படித்தான், மணமானவள் என்றதாலோ என்னவோ, அவள் மற்ற பெண்களைவிடச் சற்று சுதந்திரமாகவே ஆண்களிடம் பழகுவாள். தவிரவும் சங்கரன் ஆபீசில் அவளுக்கு அடுத்த மேஜைக்காரன். 'என்ன இந்த மாதிரி இர்ரெஸ்பான்ஸிபிலா படுத்துட்டீங்க மிஸ்டர் சங்கரன், என் மேலே ஒங்களுக்கு ஏதாவது கோபமா என்ன, இப்போ பாருங்க ஃபைலெல்லாம் என் டேபிளுக்கு மலையா வந்து குவிஞ்சிடுது. நீங்க இருந்தப்போ தினம் ஒண்ணு ரெண்டுதானே

அமர பண்டிதர்

என் டேபிளுக்கு அனுப்புவீங்க? இப்போ என்னடான்னா, அந்தப் பழம் பெருச்சாளி ஆரோக்கியசாமி இருக்காரில்லை, அவரை ஒங்க டேபிளுக்குப் போட்டிருக்காங்க, அவரு வர்ற ஃபைலெல்லாம் என் டேபிளுக்கே தள்ளிடறாரு, நீங்க சீக்கிரம் ஒடம்பைச் சரி பண்ணிக்கிட்டு வந்திடுங்க மிஸ்டர் சங்கரன், எனக்காகவாவது' என்று அவள் வேடிக்கையாகப் புருவத்தை மேலும் கீழும் ஆட்டியபடி சொன்ன போதும், அப்போது மிஸ் பத்மினியும் மிஸ் ஜானகியும் 'கல்'லென்று சிரித்து, 'ஆமாமா, சீக்கிரம் வந்திடுங்க' என்று ஆமோதித்தபோதும் அவனுக்கு எவ்வளவோ சந்தோஷமாய்த்தானிருந்தது. இப்போது? இதெல்லாம் எப்போ நிகழ்ந்தது? நிஜமாகவே நடந்ததுதானா? இந்த ஜென்மத்திலா? இந்த யுகத்திலா? வருஷத்திலா? அவனுக்குத் துக்கம் தொண்டையை அடைத்தது.

சங்கரனுக்கு நேர்ந்திருக்கும் வியாதி சீக்கிரத்தில் குணமாகக் கூடியதில்லை. அவன் உயிருக்கே ஆபத்து நேரவும் கூடும் என்று தெரிந்த பிறகு நண்பர்களின் வருகை குறைந்துவிட்டது. அப்படி யாராவது ஓரிருவர் வந்தபோதும் அவனுக்கு ஆத்திரமும் கோபமும் பொறாமையும் ஏற்பட்டதே தவிர மகிழ்ச்சி ஏற்பட வில்லை. அன்றைக்கொரு நாள் நடராஜன் வந்தான். 'எப்பிடிப்பா இருக்கே, டாக்டர் என்ன சொல்றாரு?' என்பதற்கு மேல் அவனுக்குச் சங்கரனிடம் என்ன பேசுவதென்று தெரியவில்லை. முன்னெல்லாம் அவன் ஆபீஸ் சங்கதிகளைச் சங்கரனிடம் காது மூக்கெல்லாம் வைத்துக் கதை கதையாக அளப்பான். இப்போதோ, சங்கரன் ஆபீஸை விட்டு எத்தனையோ யுகங்களாகிவிட்டனவே. ஆபீஸில் பாதி ஆட்களின் பேர்கூட அவனுக்குத் தெரியாதே. அந்த விஷயமெல்லாம் சொன்னால் சங்கரனுக்கு என்ன புரியும் என்று திகைத்தான். இருந்தாலும் பாவம், படுத்துக் கிடக்கிறான். கொஞ்சம் குஷிப் படுத்துவோம் என்று ஆரம்பித்தான். 'புதுசா ஒரு ஹெட் கிளார்க் வந்திருக்காரு இப்போ. கொஞ்ச நாளாச்சு. சங்கர் ராவ், ஜி. சங்கர் ராவ்னு பேரு. அவரைப் பார்த்த நாலு நாளையிலேயே மிஸ். ஜானகி, நீ இருந்தப்போ அவள் இருந்தாளே, எப்பப் பார்த்தாலும் புடவைத் தலைப்பை இழுத்து இழுத்து மூடித் தரையைப் பார்த்தபடியே இருப்பாளே, அவதாம்ப்பா, இந்தப் பூனையும் பால் குடிக்கமான்னுல்லே இருந்தா. அவ சங்கர் ராவை அவர் வந்த நாலு நாளைக்குள்ளே தன் கைக்குட்டையிலே வளைச்சுப்போட்டு இறுக்கி முடிச்சுப் போட்டு வச்சிட்டா, இப்போ அவ ஸ்டைலென்ன, பார்த்தா நீ அசந்துபோயிடுவே. நைலக்ஸ் புடவையும் சோளியும், அடடா ...' என்று ஆரம்பித்தவன் சங்கரனுடைய முகத்தைப் பார்த்ததும் அப்படியே நிறுத்திவிட்டான். 'சாகப்போகிற பிரம்மச்சாரிகிட்டே போயி சாரி சோளியெல்லாம் சொல்றயே,

ஒன் ஆபீஸ் விஷயத்தை நீயே வெச்சுக்க, நீ ஆபீஸ் போயி வரேன்னு எனக்குத் தெரியும்' என்று சங்கரன் முகம் சிவக்க, நெற்றியின் நடுவில் நரம்பு புடைக்க, கழுத்துச் சங்கு சர்க்கஸ் கோமாளி போல மேலும் கீழும் ஏறி இறங்க, கண்களில் நீர் தளும்பக் கத்தினபோது நடராஜனுக்கு ஏன் வந்தோம் என்று கூடத் தோன்றிவிட்டது. அதன்பிறகு நடராஜன் வரவும் இல்லை. அதற்காகச் சங்கரன் வருத்தப்படவும் இல்லை. 'அவன் கன்னத்தைப் பாரு, மிட்டாய்க் கடை லாலா மாதிரி தளதளன்னு. சுகவாசி, அவன் வராமல் இருக்கிறதே தேவலை. வந்தா வயத்தெரிச்சல்தான் கிளம்புது' என்று சங்கரன் தனக்கே சொல்லிக்கொண்டு தன்னைத் தேற்றிக்கொண்டான். இருந்த போதும் என்ன காரணத்தினாலோ, நடராஜன் கடைசி முறை வந்தபோது கசக்கியெறிந்த பஸ் டிக்கட்டை மாத்திரம் எடுத்து மடிப்புப் பிரித்து, பத்திரமாகத் தலையணைக்கடியில் வைத்திருந்தான்.

'பஸ் டிக்கட் என்ன அதிசயமான பண்டமாகப் போய்விட்டது எனக்கு, இனிமேல் நான் எப்போது பஸ்ஸில் ஏறப்போகிறேன்' என்று முனகிக்கொள்வான். தினசரி ஒரு முறையாவது அந்த மஞ்சள் கடிதாசை எடுத்துத் தடவித் தனக்குள்ளே ரெண்டு நிமிஷமாவது ஆனந்தப்படுவது அவனுக்கு வழக்கமாகிவிட்டது. இடிச்சு மோதிக்கொண்டு பஸ்ஸில் ஏறுவது, ஆபீசில் மத்தியான இடைவேளையில் வெற்றிலை பாக்கு போட்டுக்கொள்வது, தெருவில் போகும்போது தெரியாமல் சாணியில் காலை வைத்துவிடுவது, தன்னைத் தாண்டிப் போகும் இருவரது சம்பாஷணைத் தொடரின் சம்பந்தமற்ற ஓரிரு சொற்சங்கிலிகள், டீக்கடை நாயரின் கீச்சுக் குரல், கடற்கரையில் கண்ணிலே விழும் மணல், எதைத்தான் அவனுக்கு மிச்சம் வைத்திருக்கிறது? புதுச் சட்டை மேலே காக்கை எச்சமிடும் அனுபவம்கூடத் தனக்கு இனிமேல் கிடைக்காது என்று நினைத்தபோது அவன் மனசில் வலியெடுத்தது. இவையெல்லாம் ஒரு மனிதனின் வாழ்க்கையிலே எவ்வளவு சிறிய விஷயங்கள்? இவைகூட முடியாமல் . . . கடைக்காரன் கையில் சில்லறை திருப்பித் தரும்போது அந்த நாணயங்கள் சில்லென்று கைக்குப் படுமே அது இந்த ஜென்மத்தில் உணரக்கூடியதா . . . பல்லிபோலப் பனித்துளியை நக்கித் தாகம் தீர்த்துக்கொள்ளும் வாழ்க்கை இது. இதில் இத்தனை சிறிய அனுபவங்கூடத் தனக்கு முக்கியமாகத் தோன்றும் காலம் வந்துவிட்டது என்று எண்ணிப் பார்த்தபோது அவனுக்குத் துக்கத்துடன் மலைப்பாகவும் இருந்தது.

ஆனால், இன்றைக்கு . . . இன்றுடன் தனக்கு முடிவு நேரப் போகிறது என்ற உறுதி பிறந்தவுடன் அவன் ஓரளவு துக்கம் விடுபட்டு இருந்தான் என்றுதான் சொல்ல வேண்டும்.

இனிமேல் இத்தனை நாள் மாதிரி சிறுசிறு துக்கங்கள் விரிந்து பரவித் தன்னை அமுக்கி மூச்சுத் திணற வைக்காது என்பதை நினைத்தவுடன் அவனுக்குக் கொஞ்சம் நிம்மதியாகக்கூட இருந்தது. தன்னுடைய அன்றாட மனச்சோகங்கள் மறைந்தொழிவதுடன் ஜன்னலின் அழுக்குச் சட்டத்தால் வரையறுக்கப்பட்டு வெளியுலகம் என ஒன்று இவனை லட்சியம் செய்யாமல் இருந்து கொண்டிருப்பதை, காலில் குத்தின முள் மாதிரி நினைவூட்டிக் காண்பித்துக்கொண்டிருக்கும் ஆகாயத் துண்டு இனிமேல் தன்னை ஏளனம் செய்யாது. அதனால் செய்ய முடியாமல் போய்விடும் என்று தோன்றியபோது அவனுக்கு ஏற்பட்ட திருப்திக்கு அளவே இல்லை. விட்டேற்றியாகத் தன்னுடைய சவ ஊர்வலத்தையும் ஈமக் கிரியைகளையும் கற்பனை செய்து பார்க்குமளவுக்கு அவனுக்குத் தைரியமே பிறந்துவிட்டது என்றுகூடச் சொல்லலாம். எல்லோருடையதையும்போலத் தன் சவமும் தூங்கிப் போனவனைக் கேலி செய்வது போலக் கண்ணை மூடிக்கொண்டு சர்தார்ஜிபோல மோவாய்க்குக் கட்டுப் போட்டுப் போவது திடீரென அவனுக்குப் பிடிக்கவில்லை. தன்மேல் ஒரு மாபெரும் வெடிகுண்டு, ஹைட்ரஜன் குண்டு மாதிரி விழுந்து, வெடித்து, தன் உடல் லட்சக்கணக்கான கோடிக்கணக்கான துணுக்குகளாய், கண்ணுக்குத் தெரியாத தூசிப் படலமாய் ஒரு க்ஷணத்தில் இருந்த சுவடற்று மறைந்து உலகம் பூராவும் பரவி ஒழிந்து போய் விடக் கூடாதா என்று எண்ணினான். ஏக்கமாகக்கூட இருந்தது அவனுக்கு.

ஜன்னல் வழியாகத் தெரிந்த நீல வானில் மிதந்து வந்து கொண்டிருந்த சிறு மேகம் ஒன்று இவன் பார்வைக்குள் வந்ததும் மேற்கொண்டு போகாமல் அப்படியே நின்றுவிட்டது. சங்கரன் அதை ஆச்சரியத்தோடு பார்த்தான். காதல் சோகம்போல அதன் வெளிச் சுற்றளவுப் பாகங்கள் எல்லாம் கொஞ்சம் கொஞ்சமாகச் சுற்றியிருந்த நீலக் காற்றுக் கடலில் கரைய, மேகம் தன் உருவில் குறைந்துகொண்டே வந்ததை அவன் வியப்புடன் பார்த்துக்கொண்டே இருந்தான். ‘அதுவும் என்னைப் போலத்தான், ஒண்டிக் கட்டை, ஒண்ணுமில்லாமல் உருகிப் போய்க்கொண்டிருக்கிறது’ என்று நினைத்துக்கொண்டான். பச்சாதாபத்தோடு அதைப் பார்த்தபடி இருந்தான். சந்தனப் பொட்டளவுக்குக் குறைந்துவிட்ட அம்மேகக் குஞ்சு அதன் பின் அப்படியே இருந்தது. குறையாமல் தன்னந்தனியாக. அவன் அம்முகிற் பொட்டைப் பார்த்துக்கொண்டிருக்கும்போதே என்றுமில்லாத அதிசய நிகழ்ச்சியாக ஒரு சிறு பறவைக் கூட்டம்— ஒவ்வொரு புள்ளும் ஒரு சிறு புள்ளியளவே இருக்கும் – அவன் பார்வையின் எல்லைக்குள் பறந்து வந்தது. வந்து, அவனுக்கு மிகவும் பரிச்சயமாய்ப் போயிருந்த நீல நீள்சதுர வானத்தின்

குறுக்கே, சந்தனப் பொட்டு மேகத்தைப் பின்னணியாகக் கொண்டு, அநாயாசமாக, ஓசையில்லாமல், ஈட்டிமுனை போன்ற அணி வகுப்பு மாறாமல், பிறழாமல், போர் விமானங்கள் போல ஏதோ ஓர் இலக்கை நோக்கி ஒழுங்காகப் பறந்து கடந்து மறைந்தது.

சில கணங்களுக்குள் தோன்றி மறைந்துவிட்ட இந்த அற்புதத்தைக் கண்டு அதில் அமிழ்ந்து எக்களித்துப் போனான் சங்கரன். கடைசி நாளானபடியால் தனக்காகக் கடவுள் பிரத்தியேகமாக அனுப்பிவைத்த காட்சி இது என்று தனக்குள் சந்தோஷித்துக் கொண்டான். 'நானும் இது மாதிரிதான் எதையோ நோக்கி எங்கேயோ போகப்போகிறேன்' என்று நினைத்துக் கொண்டான். 'ஆனால், தனியாக...' என்ற நினைப்பும் உடனே பிறந்தது. அந்தப் பட்சிகள் கூட்டமாகக் குஷியாகப் போகின்றன. தானோ, தனியாக, எங்கே போகிறோம் என்பதுகூடத் தெரியாமல் போகப்போகிறோம், தன்னந்தனியாக, என்று பட்டபோது அவன் மனம் வெறிச்சென்று கலகலத்துப் போயிற்று.

நாம் எதற்காக வாழ்கிறோம், இந்த வாழ்வு முடிந்தபின் நம்மை எதிர்நோக்கியிருப்பதென்ன என்பது பற்றியெல்லாம் சங்கரன் இதுவரை யோசித்துப் பார்த்ததில்லை. அவன் ஆஸ்திகனா அல்லது நாஸ்திகனா என்றுகூட அவன் யோசித்ததில்லை. அந்த விசாரங்களெல்லாம் அவனுக்கு முக்கியமானவை யாகவோ அல்லது அவசியமானவையாகவோ தோன்றினதில்லை. இப்போது, தன் மரணத்தில் ஒரு புது சகாப்தத்தைத்தான் ஆரம்பிக்கப்போகிறோம் என்று அவனுக்கு உள்ளுணர்வு ஏற்பட்டபோது, இந்தப் புதுவாழ்வைத் தனியாக, துணையேதுமில்லாமல், நடுக்காட்டில் நள்ளிரவில் குருடன் நடக்கத் தொடங்குவது போலத் துவக்கப்போவதை எண்ணிப் பார்த்தபோது அச்சத்தால் அவன் மனசுக்குள்ளேயே நடுங்கி னான். யாராவது ஒரு சின்னஞ்சிறு சிட்டுக் குருவியாவது அவனுடன் கூட வழித்துணைக்கு வராதா என்று ஏங்கினான். 'இன்னும் சில மணி நேரங்களுக்குள் ஆரம்பிக்கப்போகிற இந்தப் பயங்கரப் பயணத்திற்கு யார் எனக்குத் துணை வருவார்கள். இந்த அறைக்குக் கரப்பான் பூச்சிகள்கூட வருவதில்லையே. ஆண்டவனே, யாரையாவது, எதையாவது எனக்குத் துணையாக அனுப்பமாட்டாயா' என்று உதடசைக்காமல் கண்ணில் நீர் மல்க வேண்டிக்கொண்டான்.

அப்போதுதான் அந்தக் குழந்தை அந்த அறைக்குள் நுழைந்தது. அம்மணமாக. அன்றலர்ந்த அரளிப்பூ மாதிரி.

தலைநிறைய சுருட்டை சுருட்டையாகக் கன்னங்கரேல் என்றிருந்த மயிர்க் கற்றைகள் நெற்றியின் மேல் எட்டிப்பார்த்து

ஒன்றையொன்று தொட்டு விளையாடிக்கொண்டிருந்தன. மூன்று வயசு நிரம்பாத அந்தச் சிறு முகத்தில், பிற்காலத்தில் சுருங்கித் தேய்ந்து சாம்பலாகப் போகும் மனித முகத்துக்கு, இவ்வளவு காந்தியா என்று அவன் பிரமித்துப்போனான், அவன் அடிவயிற்றிலிருந்து உஷ்ண ஆவி பகீரென்று ஜ்வலித்து அவனைக் காந்தியது. அவனுக்கு மூச்சு முட்டியது. இப்போது தான் வரையப்பட்ட, வர்ணம் இன்னும் உலராது சூரிய வெளிச்சத்தை வாரி வீசிப் பிரதிபலிக்கின்ற ஓவியத்தைப் போலிருந்த அந்தக் குழந்தை தன் கருங் கண்களை விரித்து இருபுறமும் வீசிக்கொண்டு தயங்கித் தயங்கி உள்ளே வந்தது. உருண்டு திரண்டிருந்த அதன் கன்னங்களையும் கைகளையும் தொந்தி தள்ளிக்கொண்டிருந்த வயிற்றையும் தொடைகளையும் வெள்ளி அரசிலையின் நிழலாடச் சிரித்துக்கொண்டிருந்த பெண் இடையையும் பார்த்ததும் அவன் கண்கள் பொங்கி மனசைச் சுட்டுப் பொசுக்க, உயிரோ பனிமலைக்குள் வைத்துப் புதைக்கப் பட்டதுபோலச் சிலிர்த்து நடுங்கி உறைந்தது.

தான் ஆணாகப் பிறந்து இருந்த அரை வாழ்வில் வாழ்க்கையின் இன்றியமையாத அனுபவங்களில் ஒண்ணரை வருஷம் பிறரை அண்டிப் பிழைக்காமல் சொந்த சம்பாத்தியம் செய்தோம் என்கிற ஓர் அனுபவம் தவிர வேறொன்றும் அறியாமலே வாழ்வை இழக்கப் போகிறேனே என்று மனசுக்குள் கேவிக்கொண்டான். 'வேலை கிடைத்த ரெண்டு மூணு வருஷத்துக்குக் கலியாணம் வீடு தேடும் படலம் எதுவும் வேண்டாம், கொஞ்சம் பணம் சேர்த்துப் பிறகு ஒரு நல்ல அழகான புத்திசாலியான பெண்ணைப் பார்த்துக் கலியாணம் செய்துகொள்ளலாம். அப்புறம் இன்னும் ரெண்டு மூணு வருஷம் குழந்தைத் தொந்தரவு பால் பவுடர் தேடுதல் எதுவும் இல்லாமல் நிலவைச் சுவைக்கும் இனிய வாழ்க்கை நடத்தலாம். அப்படியென்ன வயசாகிவிட்டது எனக்கு அதுக்குள்ளே என்றெல்லாம் மனசுக்குள்ளேயே ஏற்பாடுகள் திட்டங்கள் செய்து தன்னைக் கட்டுப்படுத்தி வைத்திருந்தோமே, என்ன மடத்தனமாய்ப் போய்விட்டது' என்று இதயத்தைப் பிளந்துகொண்டான். ஆசையொன்று தோணினபோது அஞ்சோ பத்தோ, வேணுமானால் அம்பதோ நூறோ கொடுத்து, போலியா யிருந்தாலும் பரவாயில்லையென்று ஆசைக்காக, வாழ்வு முழுமையடைவதற்காக, பெண் ஸ்பரிசத்துக்காக, உதடோடு உதடும் வயிறோடு வயிறும் உடலோடு உடலும் உறவாடி ஒன்றி ஒன்றுள் ஒன்று மாய்ந்து அந்த மாய்ப்பில் ஜீவன் உயிர்க்கும் ஆச்சரிய மாயத்தை அணுகிக் காலே அரைக்கால் வினாடி அந்த அந்தரங்கத்தின் ஒரு சிறு கோடியை நேருக்கு நேர் காணக் கிடைக்கும் அனுபவத்துக்காக வாழாமல் போய்விட்டோமே என்று அவன் மனம் அங்கலாய்த்துக் கொண்டது. அந்த அங்கலாய்ப்பின்

கூடவே, இப்போது துணையேதுமின்றித் தன்னந்தனியாக ஒரு புதுப் பயணம், இருட்டு யாத்திரை துவக்கப்போகிறேன். நிலா ரூபம் போலிருக்கும் இந்தக் குழந்தையோ தனிமையை உதைத்து வந்து ஜனக்கூட்டத்தின் நடுவே நடை பழகுகிறது. நானோ ஜனக்கூட்டத்தினின்றும் பிளக்கப்பட்டுத் தனிமையாக்கப்படப் போகிறேன் என்ற பழைய பயம் புது ரூபம் எடுத்து அவனை அச்சுறுத்தியது. பயம் அவன் கண்களிலிருந்து உருகிப் பெருகியது.

"ஏன் அழறே... பசிக்குதா? பயமாயிருக்கா?"

குழந்தை தன் கண்களை விரித்து அவனை ஆச்சரியத்துடனும் அனுதாபத்துடனும் பார்த்தபடி கேட்டது. அவன் பதிலுக்குக் காத்திராமல், "இந்தா, சாக்லேட் எடுத்துக்க" என்று சொல்லித் தன் குட்டைக் கரத்தை நீட்டி, மூடியிருந்த கையைத் திறந்து விரித்து அவனருகில் நீட்டியது. குழந்தை வாய் எச்சிலிறும் உள்ளங்கை வேர்வையிலும் கரைந்து குழந்தையுடன் ஐக்கியமாகிக் கொண்டிருந்த சாக்லேட்டின் பரிமளம் அவனுடைய கடைசி மூச்சையும் உயிர்ப்பித்தது.

சிரமப்பட்டுத் தலையைத் தூக்கி அக்குழந்தையைப் பார்த்தான்.

சுற்றுமுற்றும் பார்த்தது. இதற்கு முன்னால் அந்தக் குழந்தை அந்த அறைக்குள் வந்ததில்லை. சங்கரனுக்கும் அதைப் பார்த்ததாக நினைவில்லை. கட்டிலும், பாயும், பக்கத்தில் ஒரு சிறு முக்காலியும், அதன் மேலிருந்த புட்டிகளும், வண்ண மிட்டாய்கள் போல அப்புட்டிகளுக்குள் இருந்த மாத்திரைகளும், எல்லாரும் தூங்கி எழுந்து எவ்வளவோ நேரமாகிவிட்டிருந்த போதிலும்கூட, படுக்கையில் இன்னும் ஒரு பெரிய ஆள் படுத்துக் கிடப்பதும், அவன் தன்னை அடித்து விரட்டாமல் கண்ணீர் விட்டு அழுது கொண்டிருப்பதும் அக்குழந்தைக்குப் புதுமையாக இருந்தது. இத்தனை மிட்டாயை வைத்துக்கொண்டு ஏன் இந்தப் பெரிய ஆள் அழுகிறான் என்ற அதற்கு ஆச்சரியமாகப் போய்விட்டது. 'ஐயோ பாவம், சாக்லேட் வேணுமோ என்னவோ' என்று தோன்றினபடியால் மறுபடியும் அவனைப் பார்த்து முகத்தைப் பரிதாபப்படும் பெரிய மனுஷிபோல வைத்துக்கொண்டு, "சாக்லேட் எடுத்துக்க, எனக்கு நிறைய அப்பா குடுப்பாரு" என்று சொன்னது.

"ஒன் பேரென்ன பாப்பா?" கேட்டான் சங்கரன்.

"என் பேரு தீபா, ஆனா அப்பா பீப்பான்னுதான் கூப்பிடுவாரு. என் தொப்பை பீப்பா மாதிரி பெரிசா இருக்கே, அதனாலேதான்" என்று சொல்லி, சொன்னதற்கு விளக்கம்போலத் தன் வயிற்றைத் தொட்டுத் தடவிக் காண்பித்தது. பிறகு, "ஒன் பேரென்ன?" என்று திருப்பிக் கேட்டது.

"சங்கரன்" என்றான் அவன்.

"அப்படீன்னா என்ன?" என்று மறுபடியும் கேட்டது.

இந்த வினாடிவரைக்கும் அவன் தன் பெயரின் பொருள் என்ன என்று யோசனை செய்ததே இல்லை. அந்தக் குழந்தைக்கு என்ன பதில் சொல்வதென்று புரியாமல் விழித்தான். ஒருவாறு தன்னைச் சமாளித்துக்கொண்டு விரைந்து யோசித்தான்.

"அப்படீன்னா, அழிக்கிறவன்னு அர்த்தம்" என்று கடைசியாகப் பதிலிறுத்தான், 'சங்காரம், என்றால் 'அழித்தல்' என்று பொருளானபடியாலே.

அந்தக் குழந்தை கலகலவென்று சிரித்தது. ஒரு கணம் மோவாயில் விரலை வைத்துக்கொண்டு யோசனை செய்துவிட்டு, "ரப்பர் மாதிரியா?" என்று கேட்டுவிட்டு ரப்பரால் அழிக்கிற மாதிரி கையை ஆட்டிக் காண்பித்தது.

"ஆமாம்" என்று சங்கரன் தலையை ஆட்டினான்.

"ஐயே, அப்போ நான் ஒன்னை ரப்பர் மாமான்னு கூப்பிடறேன்" என்று சொல்லிவிட்டு, கையிலிருந்த சாக்லேட்டை ஒருமுறை மறுபடியும் அவன் பக்கம் நீட்டி, "இந்தா" என்றது.

அந்தக் கட்டடத்தில் இருந்த பல குடும்பங்களில் ஒன்றின் கொழுந்தாக இருக்க வேண்டும் இந்த தீபா என்று நினைத்துக் கொண்டான் சங்கரன். பெரியவர்கள் மேற்பார்வை எங்கேயோ தவறிவிட்டிருக்க வேண்டும். இது தப்பித்துக்கொண்டு தனியே வந்துவிட்டிருக்கிறதுபோலும் என்று அவனுக்குப் பட்டது.

"நீ தனியா வந்திருக்கியே ஒனக்கு பயமாயில்லை?" என்றான் அவன்.

"எனக்கு பயமில்லியே, ஒனக்கு பயமாயிருக்கா, அதான் அழுதியா, நான் துணைக்கு இருக்கேன் அழாதே" என்று சொல்லிக் குழந்தை தன் உயர்வைக் காட்டிக்கொண்டது.

அவனோடே பேசிக்கொண்டிருக்கும்போதே அதன் கண்கள் அவனைப் பார்த்து, அவன் படுக்கையைப் பார்த்து, அதனருகில் இருந்த சிறிய முக்காலியையும் அதன் மேலிருந்த புட்டிகளையும் பார்த்தன.

"ஆமாம்மா தீபா, எனக்கும் பயமாத்தான் இருந்தது. நான் தனியா எங்கியோ போணும், நீ துணைக்கு இருந்தா பயமாயிருக்காது, வரியா" எனக் கேட்டான் சங்கரன். அதன் முக தரிசனத்தில் அது சகஜமாகத் தன்னுடன் சம தோரணையில் பேசிய சந்தோஷத்தில் தான் என்ன பேசுகிறோம், அது அந்தச் சிறு குழந்தைக்குப் புரியுமா என்றெல்லாம் அவன் யோசிக்கவில்லை. உள்ளத்தில் இருந்தது உதட்டில் வர, அப்படியே கேட்டுவிட்டான்.

“ஓ, வரேனே, நான் ஒன்கூட வந்தா என்ன குடுப்பியாம்?” என்று தலையை ஒரு புறமாகச் சாய்த்துக்கொண்டு பேரம் பேச ஆரம்பித்தாள் தீபா, தன் கைச் சாக்லேட்டை மீண்டும் ஒருமுறை நாக்கால் வழித்தபடியே.

“எங்கிட்டே என்ன இருக்கு, ஒண்ணுமில்லியே” என்று உதட்டைப் பிதுக்கினான் சங்கரன். இந்தப் பெண் பலே கைகாரியா யிருக்கும் போலிருக்கே, இதன் அப்பா சரியான மார்வாடியாக இருக்க வேணும் என்ற நினைப்பில் ஒரு பக்கம் சிரிப்பும், தன் வாழ்வு பூராவும் தன் முன்னாலிருக்க, செத்துக்கொண்டிருக்கும் தன்னிடம் ‘என்ன இருக்கு’ என்று வியாபாரம் பேசுகிறதே இந்தச் சிறு பெண் என்று கோபமும், ‘நான் இன்னும் சில மணிநேரங்களுக்குள் இருந்த சுவடுகூடத் தெரியாமல் போய்விடப் போகிறேன், ஆனால், என் மூளையும் மனசும் இவ்வளவு துல்லியமாக வேலை செய்கிறதே’ என்று வியப்பும் அவனை அடுத்தடுத்து ஆட்கொண்டன. இவ்வுணர்வுகளிலிருந்து விடுபட்டுச் சங்கரன். சுய பிரக்ஞைக்கு வந்ததும் பார்த்தால் அருகிலிருந்த தீபாவைக் காணவில்லை. அவனுக்குத் ‘திகீர்’ என்றது.

அவளைப்போலவே அம்மணமாயிருந்த அந்த அறைக் குள்ளே அவள் கைகளைப் பின்னால் கட்டினபடி உலாவிச் சுற்றிப் பார்த்துக்கொண்டிருந்தாள். நிஜமாகவே அவனிடம் ஒன்றுமில்லையா அல்லது எல்லாப் பெரியவர்களைப் போலவே இந்தப் பயங்குளிப் பெரியவரான ரப்பர் மாமாவும் பொய் சொல்லித் தன்னை ஏமாற்றப் பார்க்கிறாரா என்று சுற்றிப் பார்த்துக்கொண்டிருந்தாள். அவன் பச்சைக் குழந்தை மாதிரி அழுதுகொண்டிருந்ததும், பெரியவர்களைப் போலத் தன்னை அதட்டி விரட்டாமல் ஈனக் குரலில் கெஞ்சுவதுபோல் பேசித் தன்னையே துணைக்குக் கூப்பிட்டதும், தன் முக மட்டத்துக்குக் கீழே அவன் கட்டிலில் அவன் பெரியவர்களைப்போல நீளமாக இருந்தாலும் தன்னைவிடத் தாழ்ந்தவன் என்பது புரிந்துவிட்டது.

“அ ஆ, நிஜமாகவே உங்கிட்ட ஒண்ணுமே இல்லை” என்று அறையின் தெற்கு மூலைக்குச் சென்றவள் தலையைத் திருப்பின படி கேட்டாள், ஏமாற்றத்தோடு பிறந்த ஏளனத்தோடு சிரித்துக் கொண்டே.

பி.ஏ. படித்துவிட்டுக் கஷ்டப்பட்டு வேலை தேடிக் கடைசியில் அல்பாயுசாக அதிவேதனையில் செத்துக்கொண்டிருக்கும் தன்னை ஏளனம் செய்து வாழப்போகிற சௌக்கிய கர்வத்தில் பிறந்த திமிரில் தன்னை உதாசீனம் செய்து பேசும், முளைத்து மூணு இலை விடாத அந்தப் பொடிப் பெண்ணை அப்படியே மூட்டைப்பூச்சியைத் தேய்ப்பதுபோலத் தேய்த்துவிட வேண்டும் என்று அவனுக்குள் ஆக்ரோசம் பொங்கியது.

‘நாளைக்கு இந்நேரத்துக்குள் இந்த உலகத்தைப் பொறுத்த மட்டிலும் நான் இல்லையென்று ஆகிவிடுவேன், இருந்த சுவடுகூட இல்லாமல் அழிந்துபோய்விடுவேன், அதற்காக அல்லது அதனால் உலகத்துக்கு ஒன்றும் ஆகிவிடப் போகிறதில்லை, சிறிதும் கவலைப்படப்போகிறதில்லை, என்னுடைய மகத்தான நஷ்டத்தைக் கவனிக்காமல்கூட எப்போதும் போலவே இருக்கப் போகும் இந்த இரக்கமற்ற உலகத்தை அதன் உதாசீனத்துக்குப் பழியாக நான் ஒண்ணும் செய்ய முடியாது, நாளைக்குள் என்னால் இதை அழிக்கவோ அழிப்பதுபோல ஆர்ப்பரிக்கவோ முடியாது’ என்று குமுறிக்கொண்டான். உடனேயே, ‘என்னால் உலகத்தை அழிக்க முடியாமல் போனாலும், இங்கே நின்று என்னிடம் ஒன்றுமில்லையென்று ஏளனம் செய்து சிரிக்கிற, அதன் வாழும் பிரதிநிதியான இந்த சிறு, வளரும் மனிதத்தை, அதன் பிரதிபலிப்பை அழிக்க முடியாதா என்ன, ஏன் முடியாது?’ என்ற எண்ணங்கள் அவன் மனசினுள் வெடித்துப் பறந்தன.

“ஏன் இப்பிடி முழிக்கிறே, பயமாயிட்டுதா என்ன ரப்பர் மாமா? ஐய்யே, இவ்வளோ பெரிசா இருந்தாக்கூட இப்பிடி பயப்படறியே” என்று பரிகாசம் செய்து முகத்தைக் கோணி வலிப்புக் காட்டியது அந்தக் குழந்தை. தன் சுற்றுலாவை முடித்துக் கொண்டு மீண்டும் அவனருகில் வந்தது.

“இவ்வளவு மிட்டாயை வெச்சிண்டு ஒண்ணுமில்லேன்னியே, பொய்தானே சொன்னே?”

அவனை மடக்கி அவன் பொய்யைக் கண்டுபிடித்துவிட்ட களிப்பில் கைகொட்டி அவனருகில் இருந்த மாத்திரைப் புட்டிகளைப் பார்த்தபடியே கேட்டது.

“எனக்கு மறந்துபோச்சு, இந்த மிட்டாய் அத்தனையும் ஒனக்குத்தான் எடுத்துக்கோ” என்றான் சங்கரன். இதை அவன் ஆழ்ந்த யோசனை செய்த பிறகு சொல்லவில்லை. அவன் சொல்லிக்கொண்டிருக்கும்போதே மனசின் இன்னொரு பக்கத்தில், வழி கண்டுபிடித்துவிட்டேன். பழிக்குப் பழியும் வழிக்கு வழியும் கண்டுபிடித்துவிட்டேன், வழித்துணைக்குக் கூட ஆள் வருவதற்கான வழி கண்டுபிடித்துவிட்டேன் என்று கெக்கலித்துக்கொண்டான்.

தன் மனோபலத்தையெல்லாம் திரட்டி ஒன்றுசேர்த்து முழங்கையில் இருத்தி ஊன்றி ஒருவாறு ஒருக்களித்துப் பாதி எழுந்து அருகில் முக்காலி மேலிருந்த அழகான ரோஜா நிற மிட்டாய் போலிருந்த தூக்க மாத்திரைகள் நிறைந்திருந்த புட்டியைக் கையில் எடுத்தான்.

“ஒண்ணு, ரெண்டு, மூணு, நாலு, அஞ்சு, போருமா? இன்னும் எடுத்துக்க, கிட்ட வா, இந்தா, வாயைத் திற” என்று சொல்லி

அதன் வாயில் எட்டு பத்து மாத்திரைகளையும் மீதியிருந்த மாத்திரைகளை அதன் கையிலும் போட்டான். அதற்குள் அவனுக்கு வேர்த்துக் கொட்டி சட்டையெல்லாம் நனைந்து மேல்மூச்சு வாங்கத் தொடங்கிவிட்டது.

"மிட்டாய் நல்லாயிருக்கே" என்று சொன்னபடி அது மிட்டாய்களை வாயில் போட்டுக்கொள்வதற்கும், வெளியே யாரோ, 'தீபா, தீபா, எங்கே போய்ட்டேடீ' என்று கூப்பிட்டதுக்கும் சரியாக இருக்கவே அது மீதமிருந்த மிட்டாய்களை வாயில் திணித்துக்கொண்டு, சங்கரனைப் பார்த்து, "அக்கா கூப்பிடறா, நான் அப்புறம் ஒனக்குத் துணையாக வரேன், பயந்துக்காதே" என்று சொல்லிவிட்டு ஓடியது. நிலைப்படியருகில் போனதும் நின்று திரும்பிப் பார்த்துப் புன்னகைத்துக் கையை 'டாடா' சொல்லும் பாணியில் ஆட்டிவிட்டு ஓடிவிட்டது.

அக்குழந்தை ஓடி மறைவதற்குள் சங்கரனுக்குத் தலையைச் சுற்றித் தொண்டையைக் கமறவே விரிந்துபோனது போல வலித்துக்கொண்டிருந்த விலாவைப் பிடித்துக்கொண்டு இருமினான். நெஞ்சின் உள்ளேயிருந்து சுடச் சுட ஊற்று நீர்போலக் கொப்பளித்து வந்த ரத்தம் மூக்கிலிருந்தும் வாயிலிருந்தும் பொங்கி வழிந்து தலையணையை நனைத்து அவன் நினைவை அழிக்கும்வரையில் சங்கரன் இருமிக்கொண்டிருந்தான்.

அவனுக்கு நினைவு மீள நான்கு நாட்களும், ஒரு பெரிய ஆபரேஷனும், ஏராளமான மருந்தும் ஊசிகளும், கை கால் நரம்புகள் வழியாக ரெண்டு புட்டி ரத்தமும், தினத்துக்குக் குறைந்தது மூணு அல்லது நாலு புட்டி உப்பு – சர்க்கரைத் தண்ணீரும் தேவையாயிருந்தன.

செத்துப் பிழைத்த சில தினங்களுக்குப் பிறகு அவன் குடியிருந்த வீட்டில் இருந்த பல குடித்தனக்காரர்களில் அவனுக்குத் தெரிந்த ஒரே ஒருவரான சோமயாஜுலு அவனைப் பார்க்க வந்திருந்தார். சங்கரன் சாகக்கிடந்த அன்று அவர் எப்படி அகஸ்மாத்தாக அவனைப் பார்க்க வந்தார், சங்கரன் எப்படி நாடியில்லாமல் கைகால் சில்லிட்டு வேர்த்து வாய் மூக்கிலிருந்து நுரைக்கும் ரத்தம் வழிய நினைவில்லாமல் மயங்கிக் கிடந்தான், எப்படி அவர் அவனை உடனே பெரிய ஆஸ்பத்திரிக்கு எடுத்துச் செல்ல ஏற்பாடு செய்து தானும் உடன் சென்று ஆஸ்பத்திரியில் அவனைச் சேர்த்தார் என்பதையெல்லாம் விஸ்தாரமாகச் சொன்னார். கேட்கக் கேட்க சங்கரனுக்கு வெகு ஆச்சரியமாக இருந்தது. சினிமாக் கதை போல. அவர் மேலும் சொன்னார் "அன்னிக்குன்னு பாருங்க, ஒங்களை ஆஸ்பத்திரியிலே விட்டுட்டு அப்பிடியே டவுண்லே வேலையிருந்தது, அதையும் முடிச்சிண்டு வீட்டுக்குப் போனா ஸ்டோர் கீப்பர் கோபாலராவ் பொண்ணு மூணு நாலு

வயசிருக்கும், அது மயக்கம் போட்டு மூச்சு இழுத்துக்கினு கெடக்குது, மூச்சு இருக்குதா இல்லியான்னுகூடத் தெரியலே, அவ்வள டேஞ்சர், அவங்க எல்லாம் குய்யோமுறையோன்னு கத்தறாங்களே தவிர அதுக்கு டாக்டரைக் கூப்பிட ஒண்ணுமே செய்யலை, அவ்வள மௌடீகங்க, சரி வான்னு மறுபடியும் அதை எடுத்துக்கினு கோபால்ராவையும் அழைச்சிண்டு குழந்தைங்க ஆஸ்பத்திரிக்கு ஓடிப்போய் அரை மணிக்குள்ளே அதுக்கு நூல் மாதிரி ஆடிட்டிருந்த மூச்சும் நின்னுபோயிட்டுது, திரும்பவும் பொணத்தையும் அவரையும் வாரி டாக்ஸியிலே போட்டு வீட்டுக்கு வரதுக்குள்ளே ராத்திரி பன்னிரெண்டு மணி ஆயிருக்கும், ரொம்ப பேஜார் பட்டுப்போச்சு."

"அடப் பாவமே, அவ்வள சின்னக் குழந்தைக்கு என்ன ஆச்சாம்?" என்று சுவாரஸ்யமாகக் கேட்டான் சங்கரன். அவனுக்கு ஸ்டோர் கீப்பரையோ அவரது குழந்தையையோ பார்த்ததாக நினைவில்லை. அந்த வீட்டிலிருந்த அஞ்சாறு குடிகளைச் சேர்ந்த பதினஞ்சு இருபது குழந்தைகளில் எது யாருடையது என்றும் அவனுக்குத் தெரியாது.

"என்ன இருந்தாலும் குழந்தைகளுக்கு நோய் நொடி வரக் கூடாது. அதுங்க சாவவும் கூடாது சார், கண்றாவி. அந்த ஆஸ்பத்திரிக்குப் போனா எல்லாம் வாடிப்போன பூப்போலக் கட்டிலிலே கிடக்குதுங்க" என்று சொல்லிவிட்டுத் தன் பேஜார் தீரும் பொருட்டாக மூக்கில் பொடியைத் தாராளமாகச் செலுத்திக் கொண்டிருந்த சோமயாஜுலு, சங்கரனின் கேள்வியைக் கேட்டதும் மூக்கைத் துடைத்துக்கொண்டு, "யாருக்குமே தெரியலே, ஆஸ்பத்திரிலே போனா டாக்டர் வள்ளுனு விழறான் வேட்டை நாய் மாதிரி, சாவப்போறப்போ கொண்டுவரியே, ரெண்டு நாள் முன்னாலியே கொண்டு வரதுக்கென்னா, நான் சத்தியவானா சாவித்திரியா, போன உசிரை மீட்டுகினுவரன்னு கத்தறான். ரெண்டு மூணு நாளைக்கு முன்னாலே அது நல்லாயிருக்கிறப்போ அதை எப்பிடி ஆஸ்பத்திரிக்குக் கொண்டு போகறது? சொன்னா அவன் நம்ப மாட்டேங்கறான், அதுக்கு என்னன்னு அவனுக்கே தெரியலே, அறுத்துப் பார்த்துத்தான் சொல்ல முடியுமின்னுட்டான். பச்சைக் குழந்தையை அறுக்கணுமிங்கறயே ஒனக்கு ஈவு இரக்கம் இருக்கான்னு கேட்டுட்டு வீட்டுக்கு எடுத்துக்கிட்டு வந்துட்டோம்" என்றார்.

"வேறென்ன விசேஷம் சொல்லுங்க" என்று சங்கரன் கேட்டான்.

சோமயாஜுலு சொல்ல ஆரம்பித்தார். அவன் நேரம் போனது தெரியாமல் கேட்டுக்கொண்டிருந்தான்.

சதங்கை, 1973

அமர பண்டிதர்

குள்ளனை நான் முதன் முதலில் பார்த்து எப்போ என்று எனக்கு நினைவில்லை. சிறு வயசு முதற்கொண்டே பார்த்திருக்கிறேன். அப்படி யானால், எனக்கு அவனை முப்பது வருஷங் களுக்கும் அதிகமாகவே தெரிந்திருக்க வேணும். வீட்டின் நிலைப்படியை முதன்முதலில் நான் எப்போ தாண்டினேன் என்று நினைவிருக்கிறதா என்ன? குள்ளன் விஷயத்திலும் அதுபோலத்தான். ஆனாலும், வெகுகாலம்வரை அவனுடைய இயற் பெயரே குள்ளன் என்று எனக்குத் தெரியாது. ஒரு நாள் தலையைச் சொறிந்துகொண்டு, ஒரு மஞ்சள் காகிதத்தை அவன் நீட்டினபோதுதான் இந்த விவரம் எனக்குத் தெரியவந்தது. அது கலியாணப் பத்திரிகை. ஒரு பக்கம் மஞ்சள் நிறம்; மறுபக்கம் காவி. பச்சை எழுத்துகள். ருக்மிணி சத்யபாமையின் தோள்மேல் கை போட்டுக்கொண்டு 'ஜாலி'யாக இருக்கும் கிருஷ்ணன் படம் இரு மருங்கிலும் அழகு செய்ய, பிள்ளையார் சுழி, சிவமயம், வேலும் மயிலும் துணை தலைப்போடு, நிகழும் இன்ன ஆண்டிலே இன்ன மாதத்தில் இத்தனாந்தேதி (லேட்) நடேச பண்டிதர் குமாரன் செல்வன் குள்ள பண்டிதருக்கும், இன்னார் குமாரத்தி கிருஷ்ணவேணி என்கிற சுபத்திராவுக்கும் . . . வழக்கம் போல.

குள்ளனுக்கு ஏற்கனவே ஒரு கலியாணமாகி யிருந்தது எனக்குத் தெரியும். அவன் மனைவியை நான் கண்ணால் பார்த்திராது போனாலும் அவளைப் பற்றி, பல விஷயங்கள் குள்ளன் சொல்லக் கேட்டு, எனக்குத் தெரியும். ஆனால்,

அவள் காலமாகிவிட்டாள் என்ற சங்கதி எனக்குத் தெரியாது. எனக்கு அதிர்ச்சியாக இருந்தது.

"என்ன இது குள்ளா, மொதல் சம்சாரம் தவறிப்போன விஷயமே சொல்லலியே?"

இந்த முக்கியமான சமாசாரத்தைக் குள்ளன் என்னிடம் சொல்லாமல் போனது பற்றி எனக்குக் கொஞ்சம் கோபங்கூட வந்தது எனலாம்.

அவன் மீண்டும் அசட்டுச் சிரிப்புடன் தன்னுடைய குத்துப்புல் தலையைச் சொறிந்துகொண்டு இளித்தான்.

"தவறலை சாமீ, நல்லாத்தான் இருக்குது; பத்து வருஷம் ஆவப் போகுது, பிள்ளையே இல்லையே, அதான் . . ." என்று இழுத்தான்.

"ரெண்டு பெண்டாட்டி கட்டக் கூடாதுன்னு சட்டம் போட்டிருக்கிறப்போ நீ ரெண்டாங் கலியாணத்துக்கு கடுதாசி அச்சடிச்சுக் கொடுக்கறியே, ரொம்ப தைரியம் ஒனக்கு!"

அவன் முதல் மனைவி சாகவுமில்லை, அவன் தன் கடமையிலிருந்து தவறவுமில்லை என்றறிய என் மனசு கொஞ்சம் சாந்தமாச்சு. அவன் பத்திரிகை விநியோக அவசரத்திலே இருந்ததனால், அவனை மேலும் இதுபற்றி விசாரித்துக் கேட்க முடியவில்லை. அஞ்சு ரூபாயை வாங்கிக்கொண்டு ஓடிவிட்டான்.

அவனுக்கு ஏன் குள்ளன் என்று பேர் வைத்தார்கள் என்று எனக்குத் தெரியாது. ஆரம்பத்திலே வேறே பேர் இருந்திருக்க வேணுமென்பது அவன் யூகம். ஆனால், தொண்டர்களெல்லாம் அவனை 'டே குள்ளப்பையா' என்று கூப்பிட்டுக் கூப்பிட்டு அதுவே அவன் பேராய் நிலைத்துவிட்டது. தொண்டர்கள் என்றால் என்ன தொண்டர்கள் என்று கேட்கிறீர்களா? தேசத் தொண்டர்கள்தான். என் சிறு வயசில் அப்படியொரு ஜாதி சின்னூரில், இன்னும் அநேகமாக எல்லா ஊர்களிலுமே இருந்தது. அவர்களை சமையல்கார குப்புப் பாட்டி 'காந்திக்காரன்' என்று குறிப்பிடுவாள். மற்றவர்களெல்லாம் 'தொண்டர்கள்' என்று சொல்வார்கள். சின்னூரிலும் இந்தத் தொண்டர்கள் நிறையப் பேர் இருந்தார்கள். ராமாஞ்ஜுலு நாயுடு, பொட்டிக் கடை நரசிம்முலு, டெய்லர் கன்னையன், மிட்டாய்க்கார சேஷாசலம், டாக்டர் அமிர்தலிங்கம், ஸ்ரீமான் கந்தசாமி முதலியார், ஜவுளிக் கடை பாகுபலி நயினார், ஷராப் நாராயணசாமி, ரகோத்தம ராவ், வக்கீல் சுப்பையர் இப்படி நிறையப் பேர் உண்டு. அப்போது குள்ளன் சிறு பையன். தொண்டர்களுக்கு சேவை செய்யும் தொண்டை தன் தேசப் பணியாக எண்ணித் தன்னை அர்ப்பணித்துக்கொண்டிருந்த சிறுவன். எதுக்கெடுத்தாலும்

குள்ளப் பையனை விரட்டினால் போதும், வேலை நடந்துவிடும். நாவிதப் பிள்ளையானாலும் அவனுக்கு எல்லார் வீட்டிலும் அனுமதியுண்டு. அந்தக் காலத்தில் தேசத்தொண்டில் தன் பேரை தியாகம் செய்து ‘குள்ளன்’ ஆக மாறிப் போய்விட்டான். இதில் அவனுக்கு ரொம்பப் பெருமையுங்கூட. அவன் பேரைப் பற்றி யாராவது கேலி செய்து பேசினால்கூட, ‘மகாத்மா – வுன்னா பெரிய ஆத்மா இல்லியா, அதும் முன்னாலே, நானென்ன, நாம எல்லாருமே குள்ளந்தானே?’ என்று வியாக்கியானம் வேறு செய்வான்.

அவன் உண்மையில் ஒன்றும் அவ்வளவு குள்ளமில்லை. சாதாரண இந்தியனுடைய சராசரி உயரமான ஐந்தடி நாலங்குலத்துக்குக் குறையாது; மேலேயும் போகாது. தலையில் எப்போதும் அடங்காமல் படியாமல் முரண்டு ரெண்டங்குல உயரத்துக்கு முடிசிலுப்பி எழுந்து நின்றுகொண்டிருக்கும். கொஞ்சம் அதிகமாக வறுபட்ட காப்பிக்கொட்டை மாதிரி நிகுநிகுப்புடன் கூடிய கரும் பழுப்பு நிறம். முகம் உருண்டு தட்டையாக அகலமாக இருக்கும், லாரிகளுக்குப் பின் சக்கர இருசில் திருஷ்டி பரிகாரம் போலப் படம் போட்டிருக்குமே அந்த மாதிரி; கோரப் பல்லும் அரிவாள் மீசையுந்தான் கிடையாது. வில்லை வில்லையான பற்களை மூடி மறைக்கப் பிரயாசைப்பட்டுக்கொண்டிருக்கும் தடித்த உதடுகள். எப்பவும் முழங்கைக்குக் கீழே வரும் அரைக்கைச் சட்டை. தட்டுச் சுற்று வேஷ்டி, தோளில் ஒரு துண்டு. இதுதான் குள்ளனுடைய பிற்காலத்திய உருவம். அவன் குள்ளப் பையனாக இருந்தபோதிருந்த உருவம் எனக்கு இப்போது ஞாபகமில்லை. காலை வேளையில் பார்த்தால் குழைத்து இட்ட திருநீறு முப்பட்டையாகப் பளிச்சென்று இருக்கும். அந்த சமயங்களிலே அவன் உடம்பிலே அது ஒண்ணுதான் வெள்ளை வெளேரென்று துலங்கும், மற்ற சமயங்களிலே வில்லைப் பற்கள்தான் வெள்ளை. சட்டை, துணி வெளுப்பாக இருந்து நான் கண்டதில்லை.

திடீரென்று ஒரு நாள் தலையில் கதர்க் குல்லாயும் கையில் அடைப்பப் பெட்டியும் முகத்தில் சிரிப்புமாக என் முன்னால் வந்து நின்றான்.

“எப்போ சாமி வந்தெ?” என்றான்.

அது, நான் காலேஜில் படித்துக்கொண்டிருந்த காலம்; என் தலை அலங்காரத்தைப் பற்றி ரொம்ப ரொம்ப அக்கறை செலுத்தி வந்த காலம். ஹாஸ்டலிலும் சரி, காலேஜிலும் சரி, ஒவ்வொரு மாணவனும் அவனுடைய மதிப்பின் தராதரமும் அளவிடப்பட்டது – அவனுடைய முடி வெட்டு, சட்டைக் காலர், ட்ரௌசரின் பின்னம்புறம், ஷூக்களின் பளபளப்பு, கைக் கடிகாரத்தின் மினுமினுப்பு – இவைகளைப் பார்த்துதான்.

ஒவ்வொருத்தனும் ‘பட்டாபிஷேகம்’ செய்துகொண்ட மூணுநாள் தன் தலையைப் பற்றி அவமானப் பட்டுக்கொண்டு கிராப் நாகரிகத்தின் மேல் தற்காலிக வெறுப்புக் கொள்ளும் காலம்!

எனக்குக் குள்ளனின் அலங்காரத்தைப் பார்த்து ஆச்சரிய மாயிற்று. அப்போதுதான் அவன் முதல் தடவையாக என்னை ‘சாமீ’ என்று விளித்தது என்று நினைக்கிறேன்.

“என்ன குள்ளா, எங்கே இத்தனை நாளா காணோம்? இதெல்லாம் என்ன வேஷம்?”

அவன் தொண்டன் என்றாலும் அதுவரை அவன் குல்லா யணிந்து நான் கண்டதில்லை.

கேட்டதற்குப் பதில் உடனே கிடைக்கவில்லை. மாறாக, அகலமாகச் சிரித்துக்கொண்டு,

“ரெண்டு நாள் இருப்பியா?” என்று மறு கேள்வி கேட்டான்.

“ரெண்டு நாளென்ன, ஒண்ணரை மாசம் இருக்கப் போறேன், காலேஜு லீவு.”

“நாளைக் காலமே வரேன், தலையெல்லாம் காடா வளந்துட்டு இருக்குதே!” என்று தொழில் முறையில் குசலப் பிரச்சனம் விசாரித்துவிட்டுப் போய்விட்டான்.

மறுநாள் விஷயம் வெளியாச்சு. இப்போ குள்ளன் வெறும் தொண்டனில்லை – தியாகி!

அப்போ தனி நபர் சத்தியாக்ரகம் நடந்துகொண்டிருந்த காலம். சின்னூரிலிருந்து ஷாரப் நாராயணசாமியும் மிட்டாய்க்கார சேஷாசலமும் ஆகிய ரெண்டே பேர்கள் இந்த சத்தியாக்ரகத்தில் ஈடுபடுவதற்காக மேலிடத்தால் தேர்ந்தெடுக்கப்பட்டிருந்தார்கள். கடைத் தெருவின் நடு மத்தியில், முச்சந்தியில், காலை மணி ஒன்பதுக்கு தேசபக்தர் ஷராப் நாராயணசாமி சத்தியாக்ரகம் செய்யப் போகிறார் என்று அறிவிக்கப்பட்டிருந்தது. காலை ஏழு மணியிலிருந்தே ஜனங்கள் கூட ஆரம்பித்துவிட்டார்கள். கடைகளெல்லாம் ஒரு பலகை, ரெண்டு பலகைதான் திறந்து வைத்திருந்தார்கள். பல கடைகள் திறக்கவேயில்லை. கலாட்டா ஏதாவது நடக்குமோ என்ற பயம். சின்னூர் அமைதிக்குப் பேர் போனது என்றாலும், சித்திரை வெய்யிலிலே கார்த்திகைக் குளிரை எதிர்நோக்கி மஃப்ளர் கட்டும் முன்யோசனைக்கும் பேர்போனது. கடைத் தெருவின் இருபுறமும் ஜனக்கூட்டம் நெரிந்து வழிந்தது. முன்னால் நாதசுரம் முழங்க, கழுத்தில் கதர்மாலை அசைய, நெற்றியில் வேர்வையில் நனைந்த குங்கும திலகம் மின்ன, நாராயணசாமி மண்டித்தெரு வழியாக வந்து

முச்சந்தி நடுவில் நின்றார். அவருக்கு முப்பதடி தள்ளி ஒரு மூலையில் ஒரு போலீஸ் லாரி நிறையச் செந்தலைகள்.

கூட்டச் சந்தடி திடீரென நின்றது. என்ன நடக்கப் போகிறது என்ற ஆவலுடனும், வேடிக்கை பார்க்கும் எண்ணத்துடனும், சத்தியாக்ரகியை ஆதரிக்கும் நோக்கத்துடனும், இடையே முடிந்தால் ஜேப்படி செய்யும் கருத்துடனும், இதுகள் பற்றிய நினைப்பே இல்லாமல் சில்லறை வியாபாரத்துக்காகவும், விவகாரத்துக்காகவும் 'சும்மா'வும் ஊரிலிருந்தும் அக்கம்பக்கத்துக் கிராமங்களிலிருந்தும் அரசூரிலிருந்தும் மருதூரிலிருந்தும் வடுகப்பட்டியிலிருந்தும் உம்மணாம் பாளையத்திலிருந்தும் வந்தவர்களுமாக தங்களுக்குள் தாங்களே பேசி, விவாதித்து, வாழ்த்தி வைது வெற்றிலை போட்டுத் துப்பிக்கொண்டிருந்த கூட்டம் திடீரென அமைதியானது.

"போலோ, பாரத் மாதா கீ . . !"

". . . ஜே!"

"போலோ, மகாத்மா காந்தி கீ . . !"

". . . ஜே!"

ஆயிரம் உள்ளங்கள் தங்கள் ஆயிரம் சிறு எண்ணங்களை விட்டு, ஒரே முழக்கமாக, தட்டிவிட்ட வீணைத் தந்திகள் போல அதிர்ந்தன.

"வந்தே மாதரமென்போம் . . ." என்று ஆரம்பித்துத் தன் எடுப்பான குரலில் ஷராப் நாராயணசாமி நான்கு கண்ணிகளைப் பாடினார். யார் யாரோ வந்து அவருக்கு மலர் மாலைகளும், கதர்நூல் மாலைகளும் போட்டார்கள். 'கூப்பிய கையும் பனித்த கண்ணுமாக' அவைகளை ஏற்றுக் கொண்டார் நாராயணசாமி. புதுப் புடவை போல கூட்டம் சரசரக்க ஆரம்பித்தது. போலீஸ்காரர்கள் சும்மா வேடிக்கை பார்த்துக்கொண்டிருந்தார்கள்.

"சின்னூர் மகா ஜனங்களே! நம்மைக் கேட்காமல், நம்முடைய உயிரனைய சுதந்திரத்திற்காக நாம் பாடுபட்டுக்கொண்டிருக்கும் போது நம்முடைய சம்மதத்தைக் கேளாமல் வெள்ளைக்கார ராஜப் பிரதிநிதி லார்டு லின்லித்கோ துரை நம்மையும் அவர் களுடைய சண்டையில் இழுத்துவிட்டிருக்கிறார். இத்தனை நாள் நம்மை சுரண்டிப் பிழைத்தது போதாதென்று அவர்களுடைய ஏகாதிபத்தியத்தைக் காப்பாற்ற வேணுமென்று மேலும் நம்முடைய உயிரையும் ரத்தத்தையும் உடலையும் பொருளையும் நம்நாட்டு இளைஞர்களையும் பலி கேட்கிறார். இந்த அடாத செயலை, அக்கிரமத்தைக் கண்டிக்கும் வகையில், நம் மகாத்மா காந்தியவர்களின் ஆணைப்படி, உங்கள் அனைவரையும் இந்தப்

பாபயுத்தத்துக்கு உழைப்புதவியோ பொருளுதவியோ அல்லது ஆளுதவியோ செய்யாதீர்கள் என்று தாழ்மையுடன் வேண்டிக் கொள்கிறேன்."

போலீஸ் லாரியிலிருந்து சர்க்கிள் இன்ஸ்பெக்டர் பரமேசுவரம் பிள்ளையும் சில கான்ஸ்டபிள்களுமாக வந்தனர். சர்க்கிள் நாராயணசாமியின் காதில் என்னமோ சொன்னார். பிறகு, ஒரு போலீஸ்காரன் நாராயணசாமியின் கையில் தான் தயாராகக் கொண்டு வந்திருந்த விலங்கை மாட்டினான்.

"தேசபக்தர் கையில் விலங்கு மாட்டாதே!" என்று நரசிம்முலுவின் பெட்டிக் கடையிலிருந்து ஒரு குரல் எழுந்தது. கூட்டத்தின் சலசலப்பு தணிந்த உறுமலாகப் பெருகிற்று. நாராயணசாமி கையமர்த்த, சர்க்கிள் விலங்கை அவிழ்க்க, இருவரும் போலீஸ் லாரியில் ஏறிப் போயினர். சில அரை மனது 'ஜே'க்களுக்குப் பிறகு, கூட்டம் தண்ணீரில் விழுந்த எண்ணெய்த் துளி மாதிரி கலைந்து பறந்தது.

முச்சந்திக்கு நூறு கெஜம் தள்ளி ராவ்சாகிப் சுந்தரமூர்த்தி முதலியாரின் 'கடை' இருக்கிறது. சின்னூர் ராஜவிசுவாசிகளில் முதன்மையானவர் ராவ்சாகிப் முதலியார்; பெரும் பணக்காரர். கள்ளுக்கடை கான்ட்ராக்டு, லேவாதேவி, நிலம், நெல் மெஷின்கள், சினிமா தியேட்டர் இத்தியாதி ஸ்தாவர ஜங்கம சொத்துகளுக்கு அதிபதி. குள்ளனும் கூட்டத்தின் ஒரு பகுதியும் முதலியாரின் கடையைக் கடக்கும்போது மாதவராவ் கொஞ்சம் அதிகப்பிரசங்கித் தனமாகப் பேசிவிட்டான். மாதவராவ் முதலியாரின் காரியஸ்தன். அவன் இந்தமாதிரிப் பேசுவது ஒண்ணும் புதுசில்லை. தஞ்சாவூரைச் சரபோஜி ராஜா ஆண்ட காலத்தில் சின்னூர் ஜாகீரை மாதவராவின் முப்பாட்டனோ அல்லது முப்பாட்டனுக்கு முப்பாட்டனோ ஆண்டான் என்கிற பெருமையும், தான் ராவ்சாகிப் முதலியாரின் காரியஸ்தன் என்கிற கர்வமும், அவனை எப்போதும் கொஞ்சம் துள்ளிக்கொண்டே தான் இருக்கச் செய்யும். எல்லோரும் அந்தத் துள்ளலுக்கு ஒதுங்கித் தலைவணங்கிப் போய்விட்டுப் பின்னால் காறியுமிழ்வார்கள். ஆனால், இந்தமுறை ராவ் கொஞ்சம் அதிகமாகவே பேசிவிட்டான்.

"தட்டாரப் பயல் காப்பு மாட்டிக்கினு ஜெயிலுக்குப் போயி கம்பி எண்ணப்போறதை வேடிக்கை பார்க்க வந்துட்டாங்க மகா ஜனங்க! இவங்களுக்குப் பயந்துக்கினு கவர்மென்ட்டே கவுந்து பூடும்!" என்று தன் கோணற் பற்களைக் காட்டிச் சொல்லிவிட்டுத் தெருச் சாக்கடைக் குறட்டில் காறி உமிழ்ந்தபோது குள்ளனுக்குக் கோபம் கட்டுக்கடங்காமல் வந்துவிட்டது.

"டேய் ராவ்! என்னா சொன்னே?" என்று கூவி, குனிந்து தரையிலிருந்த சாணியை அள்ளி ராவின் முகத்தில் எறிய, அது

ராவின் மூக்கிலும், அதனடியில் வியாதி பிடித்த கம்பளிப் பூச்சி போல ஒண்டிக்கொண்டிருந்த மீசை மேலும் கீழுதட்டின் மேலும் அப்ப, கூட்டம் கைதட்டிச் சிரித்து குள்ளனை அப்படியே அலாக்காய்த் தூக்கிக்கொண்டு பவனி வர, வெகு சீக்கிரத்தில் போலீஸ்காரன் ஒருவன் வந்து குள்ளனை நெட்டித் தள்ளிக் கொண்டுபோய் லாக் அப்பில் . . . "எலும்பைப் பொறுக்கிட்டாங்க சாமீ!" என்று குள்ளன் குலுங்கக் குலுங்கச் சிரித்தான்.

"ஏய், ஏய், பாத்து வெட்டு, காதைக் கத்திரிச்சுடப் போறே!" என்று நானும் சிரித்தேன்.

அமைதியைக் குலைத்து 'அஸால்ட்' செய்த குற்றத்துக்காக ஆறுவாரம் ஜெயில் வாசம் செய்துவிட்டுச் சிறை சென்ற தியாகியாகத் திரும்பியதின் வரலாறு இது.

இதுவரை அவன் சொல்லிவிட்டு, முடிவெட்டுவதைச் சட்டென்று நிறுத்திவிட்டான்.

"என்ன அதுக்குள்ளே நிறுத்திட்டே?"

"மொதல் ரெண்டு நாளு தூக்கமே வரலை சாமீ, ஏந் தெரியுமா? அமைதியா, அன்பா, அகிம்சையா, நெஞ்சிலே வன்ம மில்லாதே இருந்து சர்க்காரை எதிர்க்க வேணுமின்னு காந்தி சொல்லியிருக்கும்போது நான் இப்பிடி செய்துட்டனேன்னு ரொம்ப மனசு கஷ்டமாயிடுச்சு. அவர் காதிலே விழுந்தா அவர் எவ்வளவு கஷ்டப்படுவாருன்னு தோணிச்சு. போலீஸ்காரனைக் கூப்பிட்டு, 'குள்ளன் செய்த தப்புக்கு இன்னும் ரெண்டு வேணுமானா அவன் முதுகிலே சாத்துங்கடா'ன்னு சொல்லத் தோணிச்சு" என்றான். மீண்டும் கத்திரி வேலை துவங்கியது.

சில நிமிஷங்களுக்குப் பின் அவன், "சாமீ, நான் ஏன் மாதவராவு மூஞ்சியிலே சாணியை விசிறினேன் தெரியுமா?" என்று கேட்டான்.

"நல்லாயிருக்கே நீ கேக்கிறது? நல்ல தேசபக்தர் அப்போதான் சர்க்காரை எதிர்த்து சத்தியாக்ரகம் செய்திருக்காரு; அந்த சமயத்திலே போய் அவன் அந்த மாதிரி மரியாதைக்குறைவா பேசினா யாருக்குத்தான் கோபம் வராது?"

"நீ சொல்றது நெஜந்தான் சாமீ. ஆனா, இன்னும் ஒரு காரணம்கூட இருக்குது. பெரிய தேச பக்தர், தியாகி நாராயண சாமி. அவரை 'தட்டாரப்பையன்'னு சொல்றவன், நாளைக்கு என்னைப் பார்த்து 'அம்பட்டப் பையா' என்பான். ஏன், காந்தியையே 'செட்டிப் பையன்' என்பான்.

"அப்பிடிப் பேசறவன் பழிபாவத்துக்கு அஞ்ச மாட்டான் சாமீ. ஜாதி ஒழியட்டும், இருக்கட்டும்; ஜாதித் திமிர் மாத்திரம்

கூடாது, இல்லியா? அதான் அவன் மூஞ்சியிலே சாணியை வீசினேன்” என்று விளக்கம் கொடுத்துவிட்டு, புருவத்தைச் சுளித்துக்கொண்டு கத்திரிக்கோலால் மாதவராவை என் தலைக்குள் தேடுபவன்போலச் செலுத்தி வெட்டித் தள்ளினான். அன்றைக்கு ரொம்பக் குப்பை!

அவன் கலியாணப் பத்திரிகை நீட்டியபின் அடுத்தமுறை அவனிடம் தலையைக் கொடுத்தபோது நான் அவன் வாயைக் கிளறினேன். அப்போது நான் மெடிக்கல் காலேஜில் படித்துக் கொண்டிருந்த சமயம்.

“ஏன் குள்ளா, குழந்தை இல்லேன்னு ரெண்டாந்தாரம் கட்டறியே, இப்போமாத்திரம் குழந்தை பிறக்கும்னு என்ன நிச்சயம்? தப்பு ஒன்னுடைய ஒடம்பிலே இருக்குதோ என்னமோ?”

“அதென்ன அப்பிடிச் சொல்லீட்டே சாமீ, நம்ம மேலே ஒரு மிஷ்டிக்கும் கிடையாது. மொத சம்சாரத்துக்கு என்னமோ நோய் வந்து அதனுடைய கெர்ப்பப்பையே அடைஞ்சு போச்சாம். அதும் மேலேதான் நான் ரெண்டாவது கட்டறதுன்னு முடிவு செய்தேன்.”

அவன் குரலில் தன் ஆண்மையைக் குறை கூறுவதா என்ற ஆத்திரப் பெருமிதமும், தான் செய்யவேண்டியவைகளையெல்லாம் செய்துமுடிக்கும் விஷயமறிந்தவன் என்ற இறுமாப்பும் தோன்றியதைப் பார்க்க எனக்குக் கொஞ்சம் ஆத்திரம் வந்தது. எந்தக் காரணமாக இருந்தாலும் அவன் ரெண்டாங் கலியாணம் செய்வது எனக்குப் பிடிக்கவில்லை.

“குழந்தை இருக்கிறவனெல்லாம் ஐயோ பொறந்துட்டுதேன்னு அவஸ்தைப்படறான். நீ என்னடான்னா, குழந்தையில்லேன்னு ரெண்டாவது கலியாணம் பண்ணிக்கறேன்னு சொல்லறே. ஏன், அப்பிடிக் குழந்தை வேணுமானா, யாராவது சொந்தக்காரங்க குழந்தையை தத்து எடுத்து வளர்க்கலாமே. அதுக்காக கலியாணமா செய்துக்கணும்?”

குள்ளன் விஷமச் சிரிப்புச் சிரித்தான்.

“சாமீ, ஒனக்கு இன்னும் கலியாணம் ஆவலே. ஆயிருந்தா, இப்பிடிப் பேசமாட்டே. தத்து எடுத்துக்கலாம். என்னதான் எடுத்து வளர்த்தாலும், நம்ம பிள்ளை மாதிரி ஆகுமா? நம்ம ரத்தத்துலே உருவாகறது நாமே மறு ஜென்மம் எடுக்கறமாதிரி. இன்னொருத்தன் குழந்தை இன்னொருத்தனதுதான். நாம என்ன சாமீ, இன்னிக்கி இருக்கோம், நாளைக்கு அம்போன்னு போயிடறோம். நம்மோட வித்து வளர்ந்துட்டா, நாம போனாலும் லட்சியமில்லே. ஆலம் விழுது தழைஞ்சு வளர்ந்து வேரு ஊனிட்டா, தாய் மரத்தை வெட்டினாலும் மரம் சாவுதா,

போயிடுதா? அதே மாதிரிதான்னு வெச்சுக் கோயேன். ஒனக்கு கலியாணம் ஆவட்டும், சாமீ. ஆயி, சாமி புண்ணியத்துலே குழந்தை பொறக்கட்டும். அப்போ புரியும். அதுவரைக்கும் வெறும் படிப்புத்தானே, அதனாலே வெறும் பகுத்தறிவாப் பேசும். அனுபவமானா வேறே அறிவு வரும்."

அப்போது எனக்கு புரியவில்லைதான். பின்னால் அவன் வாக்குப்படியே எனக்குக் குழந்தை பிறந்தபோது 'வேறே அறிவு' வந்தது. அது வேறு கதை; என் கதை, குள்ளன் கதையில்லை.

"இப்ப நம்ம ஊரு அரசியலெல்லாம் எப்படி இருக்குது?"

பேச்சை வேறு தடத்தில் திருப்பினேன். நாவிதன் ஆனாலும், எங்கள் ஊரிலிருந்து சிறைசென்ற தேசபக்தர்களில் ஒருவன், பள்ளிப் படிப்பற்றுப் போனாலும் உலக அறிவுடையவன், விழிப்பான ஆசாமி, நாலு பேர்கள் மத்தியில் பழகுபவன் என்றெல்லாம் குள்ளனைப் பற்றி நல்லெண்ணம் உண்டு எனக்கு.

"அதையேங் கேக்கறே போ, ஊரே கெட்டுக்கினு வருது."

"ஏம்பா அப்பிடிச் சொல்லறே, போன எலக்ஷன்லே கூட காங்கிரஸ்தானே ஜெயிச்சுது?"

"அ . . . ஆங்! அதுவும் ஒரு ஜெயிப்பா? கள்ளுக்கடை சுந்தர மூர்த்தி முதலியார் இருக்காரே, அவர் மச்சான் சுப்பிரமணிய முதலியார்தான் நகர காங்கிரஸ் கமிட்டி தலைவர்னா பாத்துக்கோயேன். ராமாஞ்ஜுலு நாயுடு, சுப்பையரு எல்லாம் ஒதுங்கிப் போயிட்டாங்க. நேத்து வரைக்கும் காங்கிரஸைத் திட்டிப்பிட்டு ஜார்ஜ் ராஜா படத்துக்கு மாலை போட்டுக் கற்பூரம் கொளுத்திக் கும்பிட்டவனெல்லாம் இன்னிக்கு காங்கிரஸ் தலைவரு. இவங்களுக்கெல்லாம் நாம 'ஜே' போட முடியுமா, நீயே சொல்லு. அப்பிடி முடியுமின்னாலும் அவுங்களுக்கு நாம தேவையேயில்லையே. ஆனாலும், பாரு முனிசிபாலிடி எலெக்ஷன் சமயத்துலே மாத்திரம் எல்லோருக்கும் குள்ளன் கவனம் வந்துடும். ஏழாம் வார்டுலே இன்னும் குள்ளன் பேச்சுக்குக் கொஞ்சம் மதிப்பு இருக்கே, போவலியே!" என்றான் குள்ளன், கத்தியைத் தீட்டிக்கொண்டே.

தொடர்ந்து, "அந்த மாதவராவு இருக்கானே, அவன்தான் இப்போ நகர காங்கிரஸ் செக்ரடரி. காலம் மாறிப் போச்சு. ரொம்ப நாள் நிக்காது சாமி. எத்தனை நாள் துட்டைக் கொடுத்து ஜெயிச்சுக்கினு இருக்க முடியும்? என்னிக்கு நம்ம ஜனங்க காந்தியைக் கொலை பண்ணினாங்களோ அன்னிக்கே எனக்குத் தெரிஞ்சு போச்சு, இவுங்களுக்குக் கதி மோட்சமே கிடையாதுன்னு. இப்போ நான் அரசியலிலே ரொம்ப தலையிட்டுக்கிறதில்லே. நம்ம பொழைப்பைக் கவனிக்கிறதே பெரிய பாடாயிருக்குதே."

கத்தி 'கர் கர்' என்று வழிக்க ஆரம்பித்தது.

"ஓம் பொழைப்புக்கென்ன? இப்பத்தான் எல்லாம் கிறாப்பு வெச்சுக்கிட்டு கிருதா வெட்டிக்கிறான். என்னதான் சாப்பாட்டுக்கு இல்லாமே போனாலும் வாரத்துக்கொரு சினிமா, மாசத்துக்கொரு கிறாப்பு இல்லாத மனுஷனே இல்லியே" என்று நான் சிரித்துக்கொண்டே சொன்னேன்.

"நீ ஒண்ணு சாமி, தமாஷ் பண்ணறே, இப்பல்லாம் பொழைப்பு கஷ்டந்தான். வீடு வீடா ஏறி எறங்கி, 'ஏண்டா நேத்து வரலே. ஏண்டா இன்னிக்கு லேட்டா வந்தே, நாளைக்கி வா'ன்னு பேச்சுக் கேட்டுக் காசு குறைச்சலா வாங்கி சம்பாத்தியம் பண்ணுறத்துக்குப் பேசாமே ஒரு ஸலூன் வெச்சுடலாம்னு பாக்கறேன். அதுக்கும் ஏகப்பட்ட பணம் தேவையாயிருக்குதே, நான் எங்கே போயித் திருடறது?" என்று சற்றே வருத்தம் கோடி காட்டும் குரலில் கேட்டு விட்டு, மௌனமாகத் தன் வேலையைத் தொடர்ந்தான்.

நான் விடவில்லை. "ஒனக்குத்தான் எத்தனையோ பெரிய மனுஷங்களைத் தெரியுமே, நாலஞ்சு பேர் ஆளுக்கு நூறு ரூபா குடுத்தாப் போறாதா?"

"நானூறு ஐநூறு இருந்தாப் போதும் சாமீ; எவன் தர்றாங்கேற? நான் முந்தா நாள் நடராஜ சாஸ்திரியார் கிட்ட ஜாடையாச் சொன்னேன். அவர் என்ன சொன்னாரு தெரியுமா? 'ஏண்டா பழி, அப்பறம் நீ இங்கே ஆத்துக்கு வந்து பண்ண மாட்டியே, ஸலூனுக்குன்னா வரச் சொல்லுவே'ன்னு சொல்லிச் சிரிச்சாரு. என்ன சிரிச்சா என்ன, பணம் என்னமோ பேரலை."

நடராஜ சாஸ்திரியார் சின்னூரின் பிரபல வக்கீல்களிலே முதன்மையானவர்.

நான் அம்மாவிடம் பேசிக்கொண்டிருந்தபோது குள்ளனைப் பற்றிப் பேச்செடுத்தேன். அம்மா சீறி விழுந்தாள்.

"அவன் கெட்டான், ரெண்டு பெண்டாட்டிக் கட்டாலே போறவன். திமிர் பிடிச்சு அலையறதுகள்" என்று அர்ச்சனை செய்தாள்.

"அவன் என்ன செய்வான், பாவம். மொதல் பொண்டாட்டிக்குக் கர்ப்பப்பை அடைஞ்சு போச்சாம்; தனக்கு குழந்தை வேணும்னு அவனுக்கும் ஆசை இருக்காதோ?" என்று நான் குள்ளனுக்காகப் பரிந்து பேச வேண்டியிருந்தது.

"ஆமாமா, நீ ரொம்பக் கண்டவன். அவன் ஒங்கிட்டே ஏதாவது ஒண்ணுக்கு நாலா புளுகியிருப்பான். அவதான் எங்கிட்டே வந்து ஒரு குரல் அழுதாளே" என்று சொல்லி

முகத்தை இடித்துக்கொண்டு, புடவைத் தலைப்பில் கையைத் துடைத்துக்கொண்டு உள்ளே போய்விட்டாள் அம்மா.

வெகு நாட்களுக்குப் பிறகு அடுத்த முறை குள்ளனைப் பார்த்தபோது, எனக்கு 'திக்'கென்றது. ஆள் அடையாளமே தெரியவில்லை. இளைத்துக் கருத்துப் போயிருந்தான். முகத்தில் கன்ன எலும்புகள் துருத்திக்கொண்டு மேடிட, தோலை இழுத்துக் கட்டியிருந்தது. தலையில் அங்குமிங்குமாக நரைகூட எட்டிப் பார்க்க ஆரம்பித்தாச்சு. வெறுங்கையோடு வந்திருந்தான்.

"என்ன குள்ளா, சௌக்கியமா? ரொம்ப நாளா ஆளையே காணோமே, ஒடம்பு சுகமில்லியா? என்னமோ போலே ஆயிட்டிருக்கியே?" என்று விசாரித்தேன்.

அசட்டுச் சிரிப்புத்தான் வந்தது. வேறு பதில் வரவில்லை.

"இத்தனை நாள் எங்கே மாமனார் வீட்டுக்குப் போயிருந்தா னான்னு கேளு; பண்டிதரோ இல்லியோ, பதில் சொல்லுவான்" என்று ஆக்ரோஷத்தோடு சமையலறையின் உள்ளேயிருந்து உரக்கச் சத்தமிட்டாள் அம்மா.

குள்ளன் மௌனமாகத் தலை குனிந்து, ஜன்னல் விளிம்பைக் கீறிக்கொண்டிருந்தான்.

என்னவோ விசேஷம் நடந்திருக்கிறது என்று உணர்ந்த நான் குரலைச் சற்றுத் தணித்துக்கொண்டு,

"என்ன நடந்தது?" என்றேன்.

"அம்மா என் மேலே இன்னும் கோவமாயிருக்காங்க; என் பேச்சை யாரும் நம்பறதில்லை" என்று அவன் சொன்னபோது, அவன் குரல் கம்மியிருந்தது; குனிந்த தலை நிமிரவில்லை.

தட்டாரப் பூச்சியொன்று எங்கிருந்தோ திடீரென்று உள்ளே நுழைந்துவிட்டு வெளிச் செல்ல வகையறியாமல் அங்குமிங்கும் தாறுமாறாகப் பறந்து 'பார் பார்' என்று சுவற்றிலும் படங்களிலும் மோதி மோதி, பின் ஜன்னல் கம்பிகளூடே தப்பிப் பறந்து போனது. அவனே மேலே சொல்லட்டும் என்று காத்துக்கொண்டிருந்தேன்.

நடந்த விஷயம் இதுதான்: ஒரு நாள் போலீஸ் கான்ஸ்டபிள் பெருமாள்சாமி குள்ளனிடம் தனக்குக் கிறாப்பு வெட்டச் சொன்னான். தனக்கு மாத்திரமல்ல – அவன் பையன் கோவிந்தசாமியோ ஜெயராமோ பேர் – அவனுக்கும் வெட்டச் சொன்னான். முதலில் பையனுக்கு முடிவெட்ட ஆரம்பித்த குள்ளன் பேச்சுவாக்கில் விலைவாசி உயர்வுகளையெல்லாம் குறிப்பிட்டுவிட்டு, அதன் விளைவாக பையனுக்கு முடிவெட்ட நாலணாவும், பெரிய ஆளுக்கு எட்டணாவும் என்று 'ரேட்' உயர்ந்திருப்பதைச் சொல்லிவைத்தான். பெருமாள்சாமி எங்கே

பழைய 'ரேட்'டிலேயே கூலி கொடுத்து விடுவானோ என்று குள்ளனுக்குப் பயம்.

"ரேட் ஏறட்டும் எறங்கட்டும்; அதைப்போயி எங்கிட்ட ஏன் நீ சொல்றே?" என்று சிறிது குரலை உயர்த்தினபடியே சிவந்த முகத்தோடு மறித்துக் கேட்டான் பெருமாள்சாமி. இவன் பழைய ரேட்டுக்கூட கொடுக்கப் போவதில்லை, ஓசிக்கிறாப்பு வெட்டிக் கொள்ளப் பார்க்கிறான் என்று புரிந்துகொண்ட குள்ளனுக்கு எரிச்சல் வந்தது; பேச்சு வளர்ந்தது.

"பின்னே, ஒங்கிட்டே சொல்லாதே குட்டிச் சொவர் கிட்டே சொல்லவா?"

"டேய், நாக்கை அடக்கிப் பேசு!"

"அடா புடாங்காதே. என்னமோ ரேட் ஒசந்து போச்சுன்னு சொன்னா, எங்கிட்ட ஏன் சொல்லறேன்னு நாயாட்டமா மேலே வுழறியே? ஒங்கிட்ட சொல்லாதே யார்கிட்டே சொல்லவாம்?"

"ரேட்டுப்படி காசு குடுக்கிறவங்ககிட்டே சொல்லு. சும்மா பேசிக்கினே, கழுதை கடிச்ச மாதிரி வெட்டிக்கினு போறியே, பாத்து நல்லா வெட்டு. வூட்டுலே வேலை தலை சொமையாக் கெடக்குது."

ஓசிக் கிறாப்புக் கேட்கும் அதிகாரத்தோடு, தன் தொழில் திறமையையும் பழித்துக் கூறினபோது குள்ளனுக்கு மகா கோபம் வந்துவிட்டது.

பெருமாள்சாமி ஒண்ணும் அப்படிக் குபேரனில்லை. சாதா பி.சி.தான். அவன் வீட்டிலேயும் அஞ்சாறு குழந்தைகளின் பிச்சுப் பிடுங்கல். அதில் குறைந்தது நாலு பெண்களாவது உண்டு. கிழத்தாய், உதவாக்கரை மச்சான், சோகை பிடித்த மனைவி, காக்காய் வலிப்பினால் 'ஒண்ணுக்கும் உதவாத' தங்கை – இன்னோரன்ன ஐசுவரியங்களுக்கும் குறைவில்லை; ஆபீசில் மூலக்கடுப்போடு சிடுசிடுக்கும் புது சர்க்கிள். இதெல்லாம் குள்ளனுக்கும் தெரியும்.

"இருந்தாலும் என்ன சாமீ, கொஞ்சம் பணிவோடே 'இந்த வாட்டி கடனா வெச்சுக்கோ குள்ளா'ன்னு கேட்டா நான் என்ன மாட்டேன்னு சொல்லீடுவேனா; இல்லை பத்திரம் எழுதி வாங்கிக்கப் போறேனா, நீயே சொல்லு. எல்லாருக்குந்தான் கஷ்டம் இருக்குது. அவன் போலீசானா அவனோடே. நானே அவனோடே வேலைக்காரன் மாதிரியில்ல அதிகாரம் பண்ணினான். 'போய்யா போ, வேறே எவன்கிட்டயாவது போயி ஒன் பையன் தலையிலே சொச்சத்தை வெட்டிக்கோ'ன்னு சொல்லிப் பாதிக் கிறாப்போடே நிறுத்தி வெச்சுட்டுக் கையைக் கட்டிக்கினு உக்காந்துட்டேன். அவன் 'ஆய் ஊய் தாட் பூட்'டுன்னு

குதிச்சான். 'நான் வெள்ளைக்காரனுக்கே அஞ்சினவன் இல்லை, ஒன்னைப் போல முட்டிக்கால் தட்டற போலீசுக்காரனுக்கா பயப்படுவேன்? கடையைக் கட்டு'ன்னு சொல்லிட்டேன். குருவிக்காரனாட்டமா கூச்சல் போட்டுக்கினே போயிட்டான்."

இதுவரை சொல்லி நிறுத்தினான் குள்ளன். அவன் முகத்தில் புன்னகை படர்ந்தது. மானசீகமாக அவன் மீண்டும் பெருமாள் சாமி 'குருவிக்காரனாட்டமா கூச்சப் போட்டுக்கினே' போன காட்சியை ரசிக்க ஆரம்பித்திருக்க வேண்டும்.

"அப்புறம் என்ன ஆச்சு?" என்று நான் தூண்டினேன். கதை மேலே தொடர்ந்தது.

இது நடந்து சுமார் ஒரு வாரம், பத்து நாள் கழித்து ஒரு நாள் சாயங்காலம் திடீரென்று ஒரு போலீஸ் படை குள்ளன் வீட்டில் புகுந்தது. தட்டுமுட்டுச் சாமான்களையெல்லாம் தூக்கி வெளியே எறிந்தார்கள். பழஞ்சோற்றுப் பானையைக் கைப்பற்றிக்கொண்டு குள்ளனையும் போலீஸ் ஸ்டேஷனுக்கு இழுத்துக்கொண்டு போனார்கள். கோர்ட்டில், 'கள்ளுப்பானை வைத்திருந்தான்' என்று குற்றப்பத்திரிகை வாசித்தார்கள். விசாரணையின்போது, நாற்றமெடுத்துக் கொண்டிருந்த கள்ளுப்பானையொன்றும், படையெடுத்த போலீஸ்காரர்களும். அவர்களில் பெருமாள்சாமியும் ஒருவன், சாட்சி.

"நமக்கென்ன பெரிய வக்கீல் வைக்க முடியுதா? அம்மூர் சுந்தரேசய்யர்தான் வைக்க முடிஞ்சுது. அவரு பொணச்செவிடு தான். என்னா செய்ய? மேஸ்திரட்டு சொல்லறதை காதிலே வாங்காமே தான் பாட்டுக்கு 'எங் கட்சிக்காரன் பழைய தேசபக்தன், காந்தி தொண்டன்; அவன் போயி சாராயம் காச்சுவானா?'ன்னு வாதிச்சாரு. அதெல்லாம் ஒரு வாதமா சாமி? பழைய தேசபக்தன் புதுசா தப்பு பண்ணறதில்லியா, எவ்வளவோ பண்றான். மேஸ்திரட்டு அந்தக் காலத்திலே காந்தி பக்தரா இருந்திருப்பார் போல இருக்கு. 'காந்தி பேரைச் சொல்லி ஊரை ஏமாத்திட்டு, வூட்டுலே கள்ளச் சாராயம் காச்சறியா, ஒனக்கு எவ்வளவு கபடு இருக்கணும்'னு சொல்லி, ஆறு மாசம் தீட்டிட்டாரு. போன வாரம் தான் வெளியே வந்தேன்' என்று சொல்லி முடித்து, தலையை மீண்டும் தொங்கப் போட்டுக் கொண்டான். வற்றிக் கருத்துக் குழிவிழுந்துபோன அவனது கன்னங்கள் இன்னும் வற்றி, இன்னும் குழிந்து சிவந்து கிடந்தன.

"அடப்பாவி!" என்று சொல்வதைத் தவிர வேறு ஒன்றும் என்னால் சொல்ல முடியவில்லை.

பாவி என்று பெருமாள்சாமியைச் சொன்னேனா, மாஜிஸ்டிரேட்டைச் சொன்னேனா, அல்லது குள்ளனைத்தான்

சொன்னேனா என்று யோசித்துப் பார்க்கிறேன். யாரைச் சொன்னேன் என்று இன்றுவரை எனக்கு விளங்கவில்லை.

மறுநாளும் அவனே வந்து என்னிடம் ஒரு சொல் சொல்லி விட்டு அழுதான்.

"திருடினான், ஜேப்படிச்சான், இல்லை நடு ரோட்டிலே ஒண்ணுக்கு இருந்தான், நியூசென்ஸ் பண்ணினான்னு சொல்லி உள்ளே போட்டிருந்தாக்கூடப் பரவாயில்லை சாமீ. திருட்டுச் சாராயம் காச்சறான்னு சொல்லியில்லை உள்ளே தள்ளினாங்க" என்று சொல்லி அழுதான். வாய்விட்டு அழவில்லைதான்; ஆனாலும், கண் கலங்கிவிட்டது.

"காந்தி சாட்சியாச் சொல்றேன் சாமீ; எனக்குப் படிப்புக் கிடையாது; நானும் எவ்வளவோ தப்புப் பண்றவன்தான். ஆனா, இது மாத்திரம் கிடையாது. ஒனக்காவது எம்பேச்சிலே நம்பிக்கை இருக்கிறதனாலே ஒங்கிட்டே சொல்றேன்" என்று சொல்லிவிட்டு, நில்லாமல் போய்விட்டான். எனக்கு அவன் பேச்சில் நம்பிக்கை தான். ஆனால், அம்மாவுக்கு என்னவோ அவன் பேச்சில் துளிகூட நம்பிக்கையில்லை.

குள்ளனுக்குப் படிப்பில்லை என்று நிஜந்தான். தமிழ்ப் பேப்பரைத் தட்டித் தடவிப் படிப்பான். அந்த அளவுக்கு மேல் அவனுக்கு எழுத்தறிவோ பள்ளிப் படிப்போ கிடையாது.

"குள்ளா, நீ மாத்திரம் படிச்சிருந்தே, நம்ம ஊருக்கு எம்.எல்.ஏ.யா வந்திருக்கலாம்" என்று ஒரு தடவை சொன்னேன்.

அவனுக்கு ரொம்ப சந்தோஷமாகி விட்டது. கண்கள் இடுங்கி கோணங்கி காண்பித்தன.

"நீ கேலி பண்றே சாமி. ஆனாலும், நீ சொல்லறதுலே ஒரு நியாயம் இருக்குது. நான் மட்டும் படிச்சிருந்தா இந்த ஊர்ப் பெரிய மனுஷன் கண்ணிலேயெல்லாம் விரலை விட்டு ஆட்டியிருக்க மாட்டேனா? எம்.எல்.ஏ.யில்லாத போனாலும் கவுன்சிலராவது ஆயி, இந்த நாத்தம் பிடிச்ச ஊரை துப்புரவாக்கியிருப்பேன்" என்று சொல்லித் தன்னை மறந்து தன் கனவின் லயிப்பில் சொக்கிச் சில விநாடிகள் நின்றுவிட்டுப் பிறகு 'சூள்' கொட்டி,

"அம்பட்டப் பயலுக்கு அவ்வளவு ஆசை கூடாது சாமி" என்று யதார்த்தமாகச் சொல்லித் தன்னையே மட்டந்தட்டிக் கொண்டான்.

"நான் மாத்திரம் இந்த ஜாதியிலே பொறக்காமே, கொஞ்சம் சொத்து சுகத்தோடே பொறந்திருந்தா, என்னெல்லாமோ செய்திருப்பேன்... ஆனாலும், நான் குறைபட்டுக்கக் கூடாது. படிப்பில்லாத போனாலும் ஆண்டவன் மூளையைக்

கொடுத்திருக்கான். வெறும் ஏட்டுச் சுரைக்காயா இருந்தா என்ன பிரயோஜனம் சாமீ. ஞானம் புஸ்தகத்திலேயிருந்துதான் வரணுமாயென்ன .. ?"

அவன் பேச்சு நீண்டுகொண்டே போனது.

குள்ளனுடைய தாய்க்கு தன் மகன் படித்துப் பெரிய மனுஷன் ஆகவேணுமென்று ஆசை. தகப்பனோ, 'அ . . . ஆங், அம்பட்டப் பையன் பி.ஏ. படிச்ச ராஜாங்கம் பண்ணப் போறானாக்கும்' என்று அசுவாரசியமாக இருந்துவிட்டான். பையனுக்கும் சின்ன வயசிலே படிப்பில் நாட்டம் செல்லவில்லை. ரெண்டு மூணு வருஷம் 'படித்துப்' பார்த்துவிட்டு, 'நான் படிக்க மாட்டேன்' என்று அழுத்தந்திருத்தமாகச் சொல்லிவிட்டான்.

"பள்ளிக்கூட நேரத்திலே ஆத்தங்கரைக்கோ கன்னி குளத்துக்கோ போயி மடுவிலே நீச்சலடிச்சிட்டு, வழியிலே ரெண்டு மாங்காப் பிஞ்சோ புளியங்காயோ கொடுக்காப் புளியோ அடிச்சுத் தின்னுட்டு வீட்டுக்குப் போயி, 'ஏண்டா ஒழுங்காப் பள்ளிக்கூடம் போவலே'ன்னு அம்மாகிட்டே அடி வாங்குறதே வழக்கமாய்ப் போச்சு. ரெண்டு வருஷத்துக்கப்புறம், 'சீ, என்னா பிழைப்புடா இது'ன்னு தோணிப்போச்சு. பள்ளிக்கூடத்துக்குப் போனா, வாத்தியாரு நாய் கணக்கா சீறிவிழறான். வீட்டுக்கு வந்தா, ஆத்தா புலியாட்டமா பாஞ்சு புடுங்கறா. இவங்க ரெண்டு பேருகிட்டேயும் அடி வாங்கி வாங்கி கையும் முதுகும் காய் காச்சுப் போச்சு. 'என்னைக் கொன்னு வாணாலும் போட்டுடு, பள்ளிக்கூடம் மாத்தரம் போவச் சொல்லாத ஆத்தா'ன்னு ஒருநாள் முடிவாச் சொல்லிட்டேன். அவளுக்கு என்ன தோணிச்சோ என்னவோ, என்னைக் கட்டிப்புடிச்சுட்டு, 'போடா போக்கத்த முட்டாப் பய மவனே, ஒந் தலையெழுத்து எப்படியோ அப்படியே போ'ன்னு சொல்லிட்டா. அத்தோடே என் பள்ளிக்கூடம் தீர்ந்தது. படிப்பும் முடிஞ்சுது. அதுக்கப்பறம் அப்பன்கிட்ட தொழில் கத்துக்கினேன் . . . அதுவும் ஒரு விதத்துலே நல்லதாத்தான் போச்சுன்னு வெச்சுக்கோயேன், இல்லாதபோனா, எங்கப்பா காலராவிலே போனப்பறம் நான் தொழில் செய்யாம போயிருந்தா, எங்க குடும்பமே சந்தியிலே நின்னு சாம்பலாப் போயிருக்கும். எல்லாம் ஒரு நன்மைக்கேன்னு சும்மாவாச் சொன்னாங்க . . ." இதுதான் குள்ளன் படித்த படிப்பு.

அவனுக்கு உள்ளூற தான் படிக்கவில்லையே என்று ஒரு 'மாபெருங் குறை' இருந்திருக்க வேண்டும். அதைச் சரி செய்து கொள்ளும் வகையில்தானோ என்னவோ அடிக்கடி என்னிடம்,

"கல்வி முறை சரியில்லை சாமீ, நாலெழுத்து படிச்சவனெல்லாம் பியூன் வேலை பாக்கணும், குமாஸ்தாவாகணும்னு பாக்கறான். எனக்குப் பிள்ளையிருந்து, அவனும் படிச்சான்னா, என் மாதிரி

கத்திரியெடுத்துத் தலை வெட்ட வருவானா? அச்சப்படுவான். நான் சும்மாச் சொல்லலை சாமீ. தொரைசாமி தெரியுமா, அதான் பிடாரி மாதிரி முடி வளர்த்துக்கினு இருப்பானே, செவத்தவன், அவன்தான். அவன் மகன் ஆறுமுகம் பத்தாவது படிச்சிருக்கான். அப்பன்காரனுக்கு ஒதவியா அவனைக் கொஞ்சம் பொட்டி தூக்கச் சொல்லு. ஊஹூம், மாட்டாராம், வெக்கமாயிருக்குதாம். அப்பன் பேருதான் தொரைசாமி, இவரு ஐயாவே தொரை, சாமி. எங்க ஜாதிக்கும் தொழிலுக்கும் என்ன ஈனம், நீதான் சொல்லேன். பண்டிதருன்னு சும்மாவா பட்டம் கொடுத்திருக்காங்க? வணங்காமுடி மன்னனே நம்மைக் கண்டாலும் தலை வணங்கித்தானே ஆகணும்" என்று சொன்னாலும், அதே மூச்சில்,

"அந்த நாளிலே கொஞ்சம் மனசு வெச்சு, உடல் வணங்கிப் படிக்கிறதுக்குப் புத்தியில்லாமப் போச்சு. அப்போ என்னோடே கூட படிச்ச பாப்பாரப் பசங்கள்ளாம் இப்பப் பாரு, பெரிய பெரிய உத்தியோகம் பண்ணறாங்க. சுப்பையர் மவன் ராஜு இருக்குதே. டில்லியிலே இப்போ ஆயிரமோ ஐநூறோ சம்பாதிக்குது. பார்த்த சாரதி ஐயங்கார் பெரிய பிள்ளை வீரராகவன் பம்பாயிலே என்னமோ பெரிய வேலை. ஆறு நூறோ எண்ணூறோ சம்பளம். ஆனா, நடேச பண்டிதர் மகன் குள்ள பண்டிதர் சின்னூர்லே சவரம் பண்ணிக்கினு சோத்துக்கு லாட்டிரி அடிக்கிறாரு!" என்று சொல்லிச் சிரிப்பான். அந்தச் சிரிப்பிலே பொறாமையையோ பொச்சரிப்பையோ நான் கண்டதில்லை. ஆதங்கத்தைக்கூட நான் கண்டதில்லை. தன்னையே பார்த்துத் தானே சிரித்துக்கொள்ளும் விநோத சுபாவம்.

குள்ளனுக்கு படிப்பு இல்லாததனால்தானோ என்னவோ பொதுக் காரியங்களிலும், அதிலும் குறிப்பாக அரசியலிலும் கொஞ்சம் ஈடுபாடு அதிகந்தான். அவனுக்குக் குஷியைக் கிளப்பி விட வேண்டுமென்றால் அரசியலைப் பற்றிக் கேட்டால் போதும். அப்புறம் அவன் வாயை அடைக்க முடியாது. அரசியல் என்றால் சர்வதேச அரசியலல்ல; அது அவனுக்குப் பிடிபடாத விஷயம். தேச அரசியலுமல்ல; அதுகூட அவ்வளவு தெரியாது. உள்ளூர் அரசியல், மிஞ்சிப் போனால் ஜில்லா விவகாரங்கள் அவனுக்கு லட்டு மாதிரி. என்னுடைய உள்ளூர் அரசியல் ஞானம் எல்லாம் குள்ளன் வாயில் போட்டு வேகவைத்து எடுத்ததுதான்.

நான் வாலிபத் துடிப்பில் இடதுசாரிக் கட்சிகள் பக்கமாகச் சாய்ந்துகொண்டிருந்த காலத்தில், "குள்ளா, நம்ம ஊரில் கம்யூனிஸ்டுகள் யாராவது இருக்காங்களா?" என்று கேட்டேன். இருந்தால் பழகிக்கொள்ளலாம் என்ற ஆசை.

"ஓ, ஒரே ஒரு ஆளு இருக்கான். சாயக்காரத் தெரு சிவாநந்தம் இருக்காரு தெரியுமா – அதான், எஸென்ஸ் வியாபாரம்

செய்யறாரே அந்த ஆளு – அவருடைய மச்சான் தேவராஜின்னு ஒரு ஆளு இருக்கான். முனியூரான். அவன்தான் நம்ம ஊரிலே இருக்கிற ஒத்தைக் கம்யூனிஸ்டு. வேஷ்டியை மடிச்சுக் கட்டிக்கினு பீடித் தொழிலாளர், நெசவுத் தொழிலாளர், ஓட்டல் தொழிலாளர் அது இதுன்னு சொல்லிக்கிட்டு எப்பப் பாத்தாலும் கொள்ளு திங்கப்போற குதிரை மாதிரி ஓடிக்கினே இருப்பான். ஆளு நல்லவன்; ஆனா, அவனுக்கு நம்ம ஊர் சமாசாரம் தெரியாது. நானே அவங்கிட்ட நிறைய வாட்டி சொல்லியிருக்கேன், ‘சின்னூர் சமாசாரம் ஒனக்குத் தெரியாது. இந்த ஊரிலே எந்தக் கட்சியும் உருப்பட்டதில்லை. அதுவும் ஒங் கட்சிக்கு நீதான் கொடி தூக்கணும், கோல்நடணும், ஓடணும், நிக்கணும், நடக்கணும், கோஷம் போடணும்; எவனும் வரமாட்டான், எல்லாம் சோத்தமுக்கிங்க. நீ வேறே, சாமியாவது பூதமாவதுன்னு சொல்றது மாத்திரம் இல்லை. அதை நம்பற கட்சி. எல்லாரும் ஒன் பக்கம் தலையாட்டிட்டு, எவன் வெங்கடாஜலபதி படத்தைக் காமிச்சுட்டு ஒரு ரூபா குடுக்கறானோ அவனுக்குத்தான் ஓட்டுப் போடுவாங்க’ன்னு சொல்லிட்டேன். நம்ம ஊரிலே கம்யூனிஸ்டாவது காந்தியாவது, எல்லாம் அவனவன் கட்சி. பணக்காரன் பின்னாலே பத்துப் பேர், பைத்தியக்காரன் பின்னாலே பத்துப் பேருன்னு சொல்றதில்லையா? அது மாதிரி புதுசா எவனாவது நம்ம ஊரிலே ஏதாவது ஆரம்பிச்சா கொஞ்ச நாள் அவன் பின்னாலே ஓடற கும்பலாச்சே. அவன் பழசாப் போனான், இல்லை அவன் கிட்டேயிருந்து பணம் ஒண்ணும் பேரலை – அப்பிடியே அம்போன்னு விட்டுடுவாங்களே. இது சுத்தப் பேமானி ஊரு சாமீ; ஒனக்குத் தெரியாது நம்ம ஊர் சங்கதி. நீ வந்து வந்து போற ஆளு, நான்தான் எல்லாத்தையும் பாத்துக்கிட்டே இருக்கிறவனாச்சே” என்று ஊரைப் பற்றியே விமர்சனம் வந்தது!

“என்னப்பா அப்பிடிச் சொல்லிட்டே; சிறை சென்ற தியாகி, நீயே இப்பிடிச் சொல்லலாமா? நம்ம ஊரிலேயுந்தான் சத்தியாக்கிரகம் பண்ணினாங்க, கூட்டம் போட்டாங்க. சின்னூரு நீ சொல்றது மாதிரி அவ்வளவு மோசமில்லை” என்றேன்.

“ஆமாமா, நான் சொல்லட்டுமா நம்ம ஊரு யோக்கியதை? ஷராப் நாராயணசாமி கடை கண்ணியை விட்டுட்டு, பொண்டாட்டி புள்ளையை விட்டுட்டு சத்தியாக்ரகம் பண்ணி ஜெயிலுக்குப் போனாரு. போறப்போ மாலை, மேளம், குங்குமம் எல்லாம் வெச்சு அனுப்பினாங்களே சின்னூர் ஜனங்க. அவரு விடுதலை ஆயி வெளியே வந்தப்போ எவனாவது வந்து, ‘ஏண்டா பாவீன்னு’ கேட்டிருப்பானா? எவன் கேப்பான், சின்னூர் ஜாதியாச்சே! எனக்குத் தெரியும்; நான்தானே வேலூர் ஜெயில் வாசலிலே காத்துக் கெடந்து நின்னு, இட்டு வந்தேன். எனக்குப்

போறாத காலம் பாரு, அப்போ கையிலே தம்பிடிக் காசில்லே. அவரு வெளிய வந்து நின்னப்போ எவ்வளவு கண்றாவியா இருந்திச்சு தெரியுமா? 'நீ இங்கேயே இரு'ன்னு சொல்லி ஜெயிலுக்கு வெளியே புளியமரத்தடியிலே குந்தவைச்சுட்டு, ஊருக்குள்ளே ஓடிப்போயி, எங்க மனுஷாள் இருக்காங்க – சகலபாடி முறையாகணும், அவன் கிட்ட என்னமோ புளுகி அஞ்சு ரூபாயை கடனா வாங்கிக்கிட்டு ஓடியாந்தேன். இவுரு புளியமரத்தடியிலேயே பரதேசியாட்டமா கதர்த்துண்டை விரிச்சுப் போட்டுத் தூங்கறாரு. அவரைச் சீந்த ஆளில்லை. எழுப்பி 'சண்முகா கேப்'புக்குக் கூட்டிப் போயி, தோசை காப்பி வாங்கிக் குடுத்து ஊருக்கு இட்டு வந்தேன். அப்பவாவது எவனாவது தலையைத் தூக்கி 'ஏன்'னு கேப்பானா? மொதல் சுதந்திர தினம் வந்துதே, அப்போ யாரு தேசியக் கொடி ஏத்தினது – தாசில்தாரு; யாரு சலாம் போட்டது – சுந்தரமூர்த்தி முதலியாரு; யாரு தரையிலே விழுந்து கும்பிட்டது – மாதவராவு. எவனாவது நாராயணசாமி எங்கேன்னு கேட்டானா? எப்படிக் கேப்பான்; சின்னூரு ஜாதியாச்சே, சும்மாவா?"

"அவர் எங்கே போயிருந்தார்?"

"வீட்டில் உபவாசமிருந்து நூல் நூற்றுக்கொண்டு, கண்ணால் தண்ணி விட்டபடி காந்திஜி படத்தின் முன்னால் பிரார்த்தனை செய்துகொண்டிருந்தார், 'பாரத மாதாவை சூர்ப்பனகை போலப் பங்கம் செய்துவிட்டார்களே' என்று அழுதுகொண்டிருந்தார்.

"அது கிடக்கட்டும், அவர் ஒருவேளைச் சாப்பாட்டுக்கும் வழியில்லாமே பொண்டாட்டி பிள்ளையோடு நடுத்தெருவிலே நிக்கிற நிலைமை வந்தப்போ, யாரு என்ன செய்தாங்க? நான்தான் சொன்னேன்: 'தியாகிகளுக்கு நிலம் கொடுக்கறாங்களே, நீங்களும் கேளுங்க, ஒரு அஞ்சு ஏக்கரா கிடைச்சா இன்னொருத்தனைப் போயி கையேந்தி நிக்க வேண்டியதில்லை'ன்னு சொன்னேன். அப்பறந்தான் அவரு எழுதிப்போட்டு, 'சிபாரிசுக்காக அவனுக்கும் இவனுக்கும் ஓடி . . . கடைசியிலே என்ன கிடைச்சுது தெரியுமா? ஆத்துக்கு அந்தண்டை சுடுகாடு இருக்குதே, அதுக்குப் பக்கத்திலே கல்லுப் பூமியிருக்குதே, அதைத் தாராளமாகக் கொடுத்துட்டாங்க. அந்த நிலத்துலே பாடுபடறதை சுடுகாட்டுச் சாம்பலைத் துண்ணு செத்துப் போலாம் சாமீ. அதுலே இருக்கிற கல்லை வெச்சு இந்த ஊரிலே இருக்கிற பெரிய மனுஷனுக்கெல்லாம் கோரி கட்டிடலாம். அதை அவர் வெச்சுக்கினு என்ன செய்வாரு? மாடு வாங்குவாரா, கெணறு வெட்டுவாரா, கல்லுப் பொறுக்குவாரா? கடைசியிலே, சுந்தரமூர்த்தி முதலியாருக்கே அரை விலைக்கு, கால் விலைக்கு வித்தாரு. அவன் அதிலே ரைஸ் மில்லு கட்டிட்டான்; பெட்ரோல் பங்க் வெச்சுட்டான்; மர தொட்டி வெச்சுட்டான். ஹூம், இந்த ஊரைச் சொல்லு!"

நாராயணசாமி சமாசாரம் இப்படியாயிற்றென்று அன்று வரை எனக்குத் தெரியாது. உண்மையில் நான் அவரை மறந்து விட்டிருந்தேன். அந்த நாளில் அவரைப் பற்றி நிறையக் கேள்விப் பட்டதுண்டு. மகாத்மா காந்தியை முழுக்க முழுக்க நம்பித் தேசத் தொண்டில் தன்னை அர்ப்பணித்துக்கொண்ட மனிதன். அவரால் முடிந்த அளவுவரை செய்யும் ஆளல்ல. தன்னாலே முடியாத அளவு செய்ய முயலும் மனிதன். அப்படிப்பட்டவர் இவ்வாறு புறக்கணிக்கப்பட்டார் என்பதைக் கேட்கக் கஷ்டமாயிருந்தது; ஆச்சரியமாயிருந்தது.

"இப்போ எப்படி இருக்காரு, நிலமை பரவாயில்லியா?" என்று கேட்டேன்.

"அந்த மனுஷன் போயி இப்போ ஒரு வருஷம் ஆகப்போகுதே. பரவாயில்லையா, இப்போ அவருக்குக் கஷ்டமே கிடையாது! காந்தி நம்ம தலைமேலே சுமையெல்லாம் ஏத்தி வெச்சுட்டுத் தான் போன மாதிரி, இவரும் அவர் சுமையெல்லாம் பொண்டாட்டி பிள்ளை மேலே ஏத்தி வெச்சுட்டுப் போய்ச் சேர்ந்தாச்சு. இருமி இருமிச் செத்தாரு மனுஷன். என்னமோ புது ஊசி வந்திருக்குது, போட்டாப் பொழைச்சிடுவார்னு மிஷன் ஆஸ்பத்திரியிலே சொன்னாங்க. ஊசிக்குத் துட்டுக்கு எங்கே போக? ஊசியும் வாணாம் காசியும் வாணாம்னு சொல்லிட்டாரு. அவரோட தியாகி நிலத்துக்குப் பக்கத்திலேயேதான் அவரைச் சுட்டுப் பொசுக்கி சாம்பலாக்கினோம்" என்று ஆத்திரத்தோடு பதிலிறுத்தான். இந்தச் செய்தி எனக்கே அதிர்ச்சியாயிருந்தபோது, அவனுக்கு வெறுப்பாகவும், கசப்பாகவும் கோபமாகவும் இருந்ததில் ஆச்சரியமில்லை.

குள்ளனுக்கு தியாகி நிலம் கிடைக்கவில்லையா என்று கேட்டேன். அவன் கேட்கவில்லையாம். ஏனென்று கேட்டதற்கு, விநோதக் காரணம் சொன்னான்:

"நமக்கெதுக்கு அதுவெல்லாம்? அப்போ, நம்ப தேச பக்திக்கும் தியாகத்துக்கும் விலை வெச்ச மாதிரியில்லை இருக்கும். அதெல்லாம் புனிதமான விஷயங்களாச்சே, அதுக்குப் போயி விலை போடலாமா?" என்று ஆரம்பித்து,

"எனக்கு வெட்டி வெட்டித்தான் பழக்கமே ஒழிய, உழுது விதைச்சு, தண்ணி பாய்ச்சி, ஆகாசத்தைப் பார்த்துக் காத்திருந்து, அப்பாலே அறுக்கற பழக்கமில்லை. நிலத்தை வெச்சு நான் எண்ண பண்ணுவேன்; படா தொந்தரவு சாமி. அங்கேயே உக்காந்து, மண்ணோடேயும் கல்லோடேயும் மன்னாடணும். மழையைப் பார்த்துக் கிடக்கணும். எனக்குச் சரிப்பட்டு வராது. என் கையையே நம்பி இத்தனை நாள் பிழைப்பை நடத்திவிட்டு, திடீருன்னு மண்ணையும் கல்லையும் மாட்டையும் சாணியையும்

நம்புடான்னா முடியுமா? அக்குள்ளே பெட்டியை வெச்சிக்கினு ஹாய்யா இஷ்டம் போல இருக்கிற மாதிரி ஆகுமா? விவசாயிப் பிழைப்பு நமக்கு ஒத்து வராது" என்று, தொடர்ந்து,

"மகா நிலம் கொடுத்துட்டாங்க, புல்லுகூட மொளைக்காத கரம்புமேட்டைக் கொடுப்பாங்க. நாராயணசாமிக்குக் கொடுத்தது தான் பார்த்தேனே. எங்கியோ ஒரு தேசத்துலே ராஜாவுக்கு ஆகாதவன்னா, அவனுக்கு வெள்ளை யானையைப் பரிசாக் கொடுத்திடுவாங்களாம். அதைக் காப்பாத்தித் தீனிபோட்டு வளர்க்கிறதுக்குள்ளே தாவு தீர்ந்து போயிடுமாம். இந்தத் தியாகி நிலமும் அதே கதைதான். அதுக்குக் கிணறு வெட்டணும், கல்லு பொறுக்கணும், மண் அடிக்கணும், மருந்து தெளிக்கணும், இத்தனையும் செய்தாத்தான் அது விவசாயத்துக்கு ஏத்தபடியா வரும். அப்போ கடன்காரன் வந்து, கௌவிக்கினு போயிடுவான்" என்று புளித்த பழங்கதை மாதிரி முடித்தான்!

இதுபற்றி அம்மாவிடம் நான் பிரஸ்தாபித்தபோது, அம்மா வுக்குச் சிரிப்பை அடக்க முடியவில்லை.

"நல்ல பிள்ளைடா நீ, குள்ளன் சொல்றதையெல்லாம் வேதவாக்கா நம்பிடறயே. அவன் சொல்றது அத்தனையும் புளுகு. அவனா நிலம் குடுத்தா வேண்டாமென்கிறவன்? தியாகி நிலம் வேணுமின்னு ஒத்தைக் காலாலே நின்னு என்னமா பாடுபட்டான். மனுவெழுதிக் குடுத்துப்புட்டு, சிபார்சுக்கு யார் யாரையோ பிடிச்சுப் பார்த்தானே! அவனுக்குக் கிடைச்சுடும் போல இருந்துதாம். ஆனா, கடைசி நேரத்துலே, 'அவன் தியாகி யில்லை, காமன் அஸால்ட் கேஸிலே ஜெயிலுக்குப் போனவன்'னு தள்ளுபடியாய்ப் போச்சாம். அதிலே அவனுக்குக் கொள்ளை வருத்தம். இப்போ ஒங்கிட்ட வந்து, 'சீசீ, யாருக்கு வேணும் இந்த நிலம்'னு பேசறானாக்கும்!" என்று விளக்கம் வேறு கொடுத்தாள்.

எனக்குத் தலை சுற்றியது. நாலு நாளுக்கப்புறம் குள்ளனைக் கடைத்தெருவில் சந்தித்தபோது, சுற்றி வளைக்காமல் நேரடியாகவே அவனிடம் இதுபற்றிக் கேட்டு விட்டேன்.

"என்ன குள்ளா, என் கிட்டவே ஒன் கைவரிசையைக் காட்டிட்டயே? 'தியாகி நிலம் யாருக்கு வேணும், என்னாலே யெல்லாம் சவரட்சணை பண்ண முடியுமா'ன்னு சொன்ன தெல்லாம் கதை தானே? நிலம் வேணுமின்னு ஒத்தைக் காலிலே நின்னு முயற்சி பண்ணினயாமே?" என்று கேட்டு விட்டேன்.

"யாரு சாமீ சொன்னது அப்படியெல்லாம். ஒங்கிட்ட பொய் சொல்லி எனக்கு என்னா வந்துடப் போவுது?" என்று அவன் சத்தியக் கோபத்தோடு என்னைத் திருப்பிக் கேட்டான்.

“எல்லாம் அம்மாதான் சொன்னாங்க; வேறே யாரும் சொல்லலே” என்றதும் அவன் முகத்தில் கோபம் அடங்கிச் சிரிப்பு விரிந்தது.

“அப்படி சொல்லு, இப்ப விளங்குது சங்கதி! என் சம்சாரம் அம்மாகிட்டப்போயி என்னமாவது சொல்லியிருக்கும். அது பேச்சைப் போயி நம்பிடலாமா? நான் சொன்னது அத்தனையும் நிஜம் சாமி. என் சம்சாரத்துக்குத்தான் தியாகி நிலம் வேணுமின்னு ஆசை. என்னைத் துருவி எடுத்துடுச்சு. பொம்பிளைதானே; ‘நிலம் கிடைக்கும் ஒம் புருசனுக்கு, அவருதான் தியாகியாச்சே’ன்னு யாரோ போதனை பண்ணினதைக் கேட்டுட்டிருக்குது. அதுக்கு மேல்கொண்டு யோசனை போகுமா? ‘சீ, போ, பொம்பளே! ஒனக்கு வேறே வேலை கிடையாதுன்னா நாலு காசு சம்பாரிக்கிற வழியைப் பாரு’ன்னு சொன்னேன். அதுக்குக் கோவம் வந்துதே பாக்கணும்! வீட்டுப் பொம்பிளைக்கு மாத்திரம் கோவம் வர மாதிரிச் செய்யக்கூடாது சாமி. கன்னாபின்னான்னு பேச ஆரம்பிச்சுட்டுது. ‘கையிலே வைச்சிருக்கான் கத்தியும் கப்டாவும்— மகா வெண்ணை வெட்டி சிப்பாய் மாதிரி! பொம்பிளையைச் சம்பாரிச்சுக்கினு வான்னு சொல்றவனுக்கு வெக்கமில்லை? ரோஷமில்லை?’ இப்பிடியெல்லாம் ஏச ஆரம்பிச்சுட்டுது. இந்த வம்பெல்லாம் நமக்கென்னாத்துக்குன்னு அடுத்த நாளே அதுங்கிட்ட, ‘நான் தியாகி நிலத்துக்கு மனுக் கொடுத்தாச்சு’ன்னு சொல்லி சமாதானப்படுத்தினேன். அத்தோட விடுதா? அப்போ சொன்ன ஒரு பொய்யைக் காப்பாத்தறத்துக்கு இன்னும் வேறே ஓம்பது பொய் சொல்லி முட்டுக்குடுக்க வேண்டியதாய்ப் போச்சு. கடைசியிலே, ‘நான் தியாகியில்லேன்னு சொல்லிட்டாங்க; மாதவராவை அடிச்ச வெறும் சாதா கிரிமினல் கேசு; அதாவது கேடின்னு சொல்லிட்டாங்க; நிலமும் கிடையாது நீரும் கிடையாது; ஒழுங்கா முடிவெட்டிப் பொழைச்சுப் போடா போக்கத்தவனேன்னு சொல்லிட்டாங்க’ இப்பிடியெல்லாம் சொல்லி நம்ம சம்சாரத்தின் வாயை அடக்க வேண்டியதாப் போச்சு” என்று சொல்லிச் சிரித்தான்.

அந்தச் சிரிப்பில் துளிகூட பொய்யோ அல்லது பொய்யைக் கண்டுபிடித்துவிட்டார்களே என்ற அச்சமோ எனக்குத் தென்பட வில்லை.

குள்ளன் சொன்னதில் எவ்வளவு பொய், எவ்வளவு நிஜம், எவ்வளவு கற்பனை, எவ்வளவு உண்மையாக நடந்தது என்று நான் கணிக்க முயலவில்லை. அப்படி நான் செய்ய முயற்சி செய்வதும் வீண். அதுமாதிரிக் கண்டுபிடிக்க வேணுமென்றால், அதற்கென்று தனியாக ஒரு விசாரணைக் கமிஷன் வைத்தால்தான் முடியும்! குள்ளன் ஒண்ணும் சத்திய சந்தனில்லைதான்.

அல்லது அவனே சொல்வதுபோல 'அரிச்சந்திரன் வீட்டுக்குப் பக்கத்து வீட்டுக்காரனும்' இல்லை. ஆனாலும், அவன் பொய் பேசுவதில் மன்னன் என்று அம்மா சொல்வதையும் நான் ஏற்றுக்கொள்ள மாட்டேன். மற்றவர் சொல்லும் பொய்க்கும், அவன் 'கற்பனை'களுக்கும் வித்தியாசம் உண்டு. பொய்யைப் பொய்யென்று தெரிந்து சொன்னால்தான் பொய் பொய்யாகும். தான் சொல்வதைப் பரிபூரணமாகத் தானே நம்புகிறவனை எப்படிப் பொய்யன் என்று சொல்வது? குள்ளன் பேசுகிற 'பொய்கள்' இந்த ரகத்தைச் சேர்ந்தவையே. நான் அவனைக் கடைத்தெருவில் வழி மறித்துக் கேட்டபோது அவன் தான் சொன்னதெல்லாம் நிஜம் என்று சுவாமி சந்நிதியில் கற்பூரத்தை அணைத்துச் சத்தியங்கூடச் செய்திருப்பான். அவன் பேச்சை அவனைப்போல முழுதும் நம்பினவர்கள் இந்த உலகத்தில் அவனைத் தவிர வேறே யாரும் இருக்கமாட்டார்கள். இதற்கு உதாரணமாக அவன் தம்பி விவகாரத்தைச் சொல்லலாம்.

ஒருமுறை குள்ளன் தன் தம்பியைப் பற்றிச் சொல்லிக் குறைபட்டுக் கொண்டான்:

"என்ன சாமீ, வீட்டுக்குப் போனாலே, ஏண்டா போவறோமின்னு இருக்குது. தங்கராசு பண்ணற அட்டகாசம் சகிக்க முடியலே."

"அது யாரு அவன், தங்கராசு?"

"அட, ஒனக்குத் தெரியாதா? – நம்ம தம்பி சாமீ, அவனாலே ரொம்பத் தொந்தரவு எனக்கு. படிப்பும் ஏறலே, தொழிலும் கத்துக்கலே. சரியான சோம்பேறிப் பையன். புத்தி இருக்கு சாமீ; ஆனா அதை நல்ல வழியிலே செலுத்தத் தெரியலே. தனக்காவும் தெரியலே, சொன்னாலும் கேட்டுக்க மாட்டேங்கறான். அவனையும் ரொம்பச் சொல்லக்கூடாது, கலைஞன் பாரு. கலையென்னமோ அவனண்டை இருக்குது அதை வளர்த்துக்கோடான்னா . . ."

"கலையா? என்ன கலை?"

குள்ளன் குடும்பத்தில் கலை இருக்கிறது என்றதைக் கேட்டு என்னால் அதிர்ச்சியடையாமல் இருக்க முடியவில்லை. ஆகவே மறித்துக் கேட்காமல் இருக்க முடியவில்லை.

"ஆமா சாமீ. அவனுக்கு சங்கீதம் வரும். நாயனம் மாத்திரம் குறியாப் பழகினான் – பொறையூர் சுப்ரமண்யத்துக்குச் சமானமா வரக்கூடிய திறமை அவன்கிட்ட இருக்குது. ஆனா, அவனுக்குப் பொறுமையில்லை. திரேகத்துலேயும் வலுவில்லை. பழகுடான்னா மூச்சுப்புடிக்க முடியாது; விரலு வளைய மாட்டேங்குதே எங்கிறான். அப்பிடீன்னா தவிலாவது அடிக்கலாமா, ஊஹூம்,

அதுவும் மாட்டானாம். விரலெல்லாம் வுட்டுப்போவற மாதிரி நோவுமாம். 'ஒத்துதான் எனக்குச் சரி'ங்கறான். எவனாவது தொழிலும் செய்யாமே ஒத்தூதியே பிழைப்பை நடத்திட முடியுமா? வாழ்க்கை என்னா சாமீ அரசியலா, அப்பிடியே ஒத்தூதிக் காலத்தைத் தள்ளிட்டுப் போவ? இப்போ, அவனுக்கு கலியாணம் செய்து வைக்கணுமாம், வீட்டிலே சொமை சண்டை போடறான். எப்பிடி இருக்குது? அவனுக்கு கலியாணத்தைச் செய்து வெச்சு, அப்பறம் பிள்ளைகுட்டின்னு பெருகி அதுங்களுக்கு சோறு துணி வீடு வாசல் பள்ளிக்கூடம் – இதெல்லாம் என்ன விளையாட்டா? நான்தானே எல்லாம் செய்யணும். நான் எங்கே போய்த் திருடறது, நீயே சொல்லு. அதனாலே முந்தா நாள், 'போடா போ, மொதல்லே நாலு காசு சம்பாதிச்சு சோத்துக்கும் துணிக்கும் வழி பண்ணிக்க; அதுக்கப்பறந்தான் கலியாணத்தைப் பத்தி யோசனை பண்ணலாம்'னு கண்டிஷனாச் சொல்லிட்டேன். இப்போ மூணு நாளாச்சு அவன் என்னோட பேசி" என்று முறையிட்டான்.

குள்ளன் தம்பி தங்கராசுக்கு வயது முப்பதை நெருங்கிக் கொண்டிருக்க வேண்டும். ஆள் வாட்டசாட்டமாயிருப்பான். தலையில் நாடகமேடை நடிகன் மாதிரி பிடரிவரை தொங்கும் முடி. முகம் குள்ளன் மாதிரி இருக்காது; நீண்டிருக்கும். அவனை எப்பவோ ஓரிரு முறைகள் பார்த்திருக்கிறேன். அவனுள் ஒரு சங்கீத மேதை ஒளிந்துகொண்டிருக்கிறது என்பது நான் கொஞ் சமும் எதிர்பாராத விஷயம். உண்மையில், என்னைத் தூக்கிவாரிப் போடச் செய்த விஷயம்.

தங்கராசுவையும் அவனுடைய சங்கீத ஞானத்தையும் அறிமுகம் செய்துகொள்ளும் பாக்கியம் சீக்கிரமே கிடைத்தது. அன்று தீபாவளிக் காலை. அருணோதயத்துக்கு முன்னாலேயே எழுந்து, சுடச்சுட வெந்நீரில் குளித்துவிட்டு, தம்பி, தங்கைகளுக் காகப் பட்டாசு கொளுத்தி விளையாடிவிட்டு, கடைசியில் ஆறரை ஏழு மணி சுமாருக்கு ரேடியோவைத் திருப்பினேன். அப்போது திடீரென்று ஒரு விசித்திர சப்தம் கேட்டது. அதுவரை என் ஆயுளில் அந்த மாதிரியான கர்ணகொடூரமான சப்தத்தை நான் கேட்டதேயில்லை. ஒரு விநாடி, ரேடியோவுக்குத்தான் கெடுதல் நேர்ந்துவிட்டதோ என்று நினைத்தேன், மறு விநாடி செவ்வாய் கிரகத்திலிருந்து யாராவது ராட்சசர்கள் படையெடுத்துவிட்டார்களோ என்றுகூட நினைத்தேன்! முதல் நாள் ராத்திரி எச்.ஜி. வெல்ஸ் படித்ததன் விளைவு. பிறகுதான், சப்தம் வீட்டு ரேழியிலிருந்து வருகிறது என்று புரிந்தது. என்னைச் சுதாரித்துக்கொண்டு ரேழிக்கு ஓடினேன். கம்பிக் கதவின் பின்னால் ஒரு ஆள் நின்றுகொண்டு நான் கேட்ட விசித்திர சப்தத்தை உண்டாக்கிக்கொண்டிருந்தான்.

ஒரு நாயனத்தை வாயில் வைத்துக்கொண்டு, அதில் ஒரே சமயத்தில் அடிவயிற்றிலிருந்தும் தொண்டையிலிருந்தும் முக்கிக் கொண்டிருந்தான். என்னைப் பார்த்ததும் முக்குவதை நிறுத்தி, 'குட்மார்னிங் சார்!' என்றான் தங்கராசு! மீண்டும் தன் ஹடயோக சங்கீதத்தை ஆரம்பித்தான்!

"ஏய், நிறுத்து நிறுத்து!" என்று நான் கூச்சலிட்ட பின் வாசிப்பை நிறுத்தி, நாயனத்தின் தக்கையை திருவாவடுதுறை ராஜரத்தினம் துடைக்கிற பாவனையாகத் துடைக்க ஆரம்பித்தான்! தீபாவளி இனாம் கொடுத்து, அவனை வீட்டை விட்டு வெளியேற்றின பிறகுதான் என் மனசு நிம்மதியாயிற்று!

அன்று சாயங்காலமே குள்ளனின் தரிசனப் பிராப்தி கிடைத்தது.

"குள்ளா, தங்கராசு காலையிலே வந்திருந்தான்!" என்றேன் நான் சிரித்துக்கொண்டே.

"வந்தானா சாமீ, பரவாயில்லியே! நான்தான் அவனை எழுப்பி, ஐயா வீட்டிலே போயி ஊதிக் காமிடான்னு விரட்டி னேன்" என்று பரம திருப்தியுடனும் உவகையுடனும் குள்ளன் பதிலளித்தான்.

"வந்தான், வந்தான்! அவன் ஊதினதைக் கேட்டப்பறம் ஒடனே இனாம் கொடுத்து அனுப்பத் தோணிடுத்து!" என நான் விஷமச் சிரிப்போடு சொன்னேன்.

குள்ளனுக்கு விஷயம் வாங்கி விட்டிருக்க வேணும். ஆனால், அவன் முகத்தைப் பார்த்த யாரும் என் பேச்சிலிருந்த கேலிக் குறிப்பை அவன் தெரிந்துகொண்டான் என்று சொல்ல மாட்டார்கள். நிச்சலமான முகத்தோடு–

"கொஞ்சம் சுதி தட்டும், பழகினாத்தானே. விடிகாலமே எழுந்து பழகுடான்னா கேக்க மாட்டேங்கறான். பயமாயிருக்குதாம்; இருட்டிலே ரத்தக் காட்டேரி வந்து அடிச்சுடுமாம்" என்று சொல்லிவிட்டு நழுவிவிட்டான்.

"ஆமாமா, தங்கராசு சொல்றதும் நிஜந்தான்!" என்று நான் சொன்னது காதில் விழுந்தும், விழாத மாதிரிப் போய்விட்டான்.

தன் தம்பியின் சங்கீத ஞானம் குள்ளனுக்குத் தெரியாது என்று சொல்லமுடியாது. அதே சமயம் என்னிடமோ, அல்லது வேறு யாரிடமோ அதைப் பற்றிச் சிலாகித்துப் பேசும்போது அவனே தான் சொல்வதை நம்பித்தான் சொல்கிறான் என்று நான் நினைக்கிறேன். நான் நினைப்பது சரிதான் என்பதை தன் தம்பிக்காக அவன் எடுத்துக்கொண்ட பற்பல முயற்சிகளி லிருந்து தெரிந்துகொள்ளலாம். ஆல் இந்தியா ரேடியோவில்

'நிலைய வித்துவான்' ஆக்க பிரம்மப் பிரயத்தனம் செய்தான். பலமான சிபாரிசுகளின் உதவியினால், கடைசியில் வாத்தியப் பரீட்சைக்கும் ஏற்பாடு செய்துவிட்டான். வாத்தியப் பரீட்சைக்குத் தம்பியைக் கூட்டிக்கொண்டு போனபோது, குள்ளன் எதிர்பாராத சங்கடம் ஒன்று முளைத்தது. தங்கராசு அங்கே ஒரு கக்கூசுக்குள் புகுந்து கொண்டு விட்டானாம்! வெளியே வரச் சொன்னால், சங்கீதத்தையும் கலையையும் வயிற்றுப் பிழைப்புக்காக விற்பதானால் வரமுடியாது என்று சொல்லி மறுத்துவிட்டானாம்! வெகுநேரம் அவனோடு மன்றாடிக் கடைசியில், 'கலையை விற்பனை செய்வதில்லை' என்று வாக்குறுதி கொடுத்த பின்தான் வெளியே வந்தானாம்! 'கலை சரஸ்வதியாச்சே, அதை வியாபாரம் செய்து பிழைக்கிறதா?' என்று வழிநெடுக திரும்பி வரும்போது வாக்குவாதம் வேறே!

"பையன் நல்ல பையன், சாமீ. உயர்ந்த எண்ணம் இருக்குது அவன் கிட்ட. ஆனா, பிழைக்கத் தெரியல்லே" என்று குள்ளன் அங்கலாய்த்துக்கொண்டான். ரேடியோவில் பரீட்சையும் நடக்கவில்லை, வேலையும் கிடைக்கவில்லை என்று சொல்லத் தேவையில்லை.

பிறகு, பல கோவில்களில் முயற்சி செய்தான். உள்ளூர்ச் சிவன் கோவில், பெருமாள் கோவில், ராமர் கோவில், சுப்பிரமணிய சுவாமி கோவில், அனுமார் கோவில், துரோபதியம்மன் கோவில்– எல்லாக் கோவில்களிலும் பார்த்தான். எங்கேயும் நாயனமோ ஒத்தோ தேவையில்லை என்று சொல்லிவிட்டார்கள். அனுமார் கோவிலில் அதற்குமேல் ஒருபடி தாண்டி, "தங்கராசு என் கோவிலுக்கு ஊத வந்தா, நானே வந்து ஒன் கொரவளையைப் புடிச்சு ரத்தம் கக்கவைப்பேன்னு அனுமாரே கனவிலே வந்து சொன்னாரு" என்று பூஜாரி சொல்லிவிட்டான்.

"கொரங்குப் புத்திதானே!" என்று சமாதானம் சொல்லிக் கொண்டு, தம்பிக்கு வேறு இடத்தில் வேலைதேடப் போய் விட்டான் குள்ளன்.

"சங்கீதத்தையும் வயிற்றுப் பிழைப்புக்கு உபயோகப்படுத்த மாட்டான்; பியூன் வேலை பாக்கணுன்னா ஓடியாட முடியாது; வாச்மேன் வேலை செய்யணுமானா கண் விழிக்க முடியாது; குமாஸ்தா வேலை பாக்கலாம்னா படிப்புக் கிடையாது; தொழிலும் செய்யமாட்டான். அப்படியானா, என்ன வேலைதான் செய்வான் ஒன் தம்பி?" என்று நான் குள்ளனைக் கேட்டேன்.

"அதான் எனக்கும் தெரியலே. பையன் நல்லவன்தான், கள்ளங்கவடு கிடையாது. சூதுவாது கிடையாது, வித்தை இருக்குது. ஆனா, இப்பிடி இருக்கான். நானே ஒரு வாட்டி அவனைக் கேட்டேன் சாமீ, 'நீ என்னதான் செய்யணும்னு

ஒனக்கு ஆசை?'ன்னு. அவன் என்னா சொல்றான் தெரியுமா? தாமோதர நாயுடு மாதிரி ஒரு பெரிய ஷாப்புக்கடை வெச்சு, கல்லாப் பெட்டியிலே ஒக்காந்து, கடைப் பையன்களை அதிகாரம் பண்ணி வேலை வாங்கணுமாம்! எப்பிடி இருக்குது ஆசை? 'டேய், நீ ராஜா வயித்துலே பொறந்திருக்கணும்'னு சொன்னேன். 'ஆமாண்ணா'ங்கறான்! 'அம்பட்ட ஜாதியிலே பொறந்தது தப்பு'ன்னு சொன்னேன். 'ஆமாண்ணா, நீ சொல்றது ரொம்ப சரி'ங்கறான். நான்ன என்னாதான் செய்வேன்" என்று தலையிலடித்துக்கொண்டான்.

குள்ளனுக்குத் தன் தம்பி விளங்காமல் போகிறானே என்பதை விட, தன் வம்சம் இப்படியாகிறதே என்னும் குறைதான் அதிகம். ஒருமுறை எனக்குப் பொறுக்கவில்லை.

"அந்தக் காலத்திலே ராஜாக்களும் மந்திரிகளும்தான் வம்சம் சுத்தமாயிருக்கணும், வம்சம் விருத்தியாகணும் வம்சம் விளங்கணும், அப்பிடி இப்பிடீன்னு உயிரை விடுவாங்க. இந்தக் காலத்திலே போயி நீ என்னடான்னா வம்சம் வம்சம்னு பேசறியே? சுத்த பத்தாம் பசலி ஆளாயிருக்கே. 'எல்லோரும் ஓர் குலம்'னு பாட்டுப் பாடின ஆசாமியில்லே நீ; அப்பேர்க்கொத்த ஆளு இப்பிடியெல்லாம் பேசலாமா?" என்று அவனைக் கடிந்து கொண்டேன். தங்கராசுவை நினைத்துப் பார்த்தபோது, அந்த வம்சம் இல்லாமல் போனாலே தேசத்துக்கு க்ஷேமமாயிருக்கும் என்றுகூட எனக்குப் பட்டது.

"நீ சொல்றது ரொம்ப நிஜம் சாமீ; நான் என்ன சூரிய குலமா, சந்திர குலமா, அதெல்லாம் கிடையாது. வெறும் அடைப்பம் தூக்கற அம்பட்டன் – நாவிதன் – பெருமையாச் சொல்லிக்கிடணுமானா பண்டிதரு; பள்ளிக்கூடம் போவாத போனாலும் பண்டிதரு, அவ்வளவுதான். நான் இந்தக் குலத்தைச் சொல்லலை சாமீ. நான் சொல்றது வேறே விஷயம். நாமெல்லாரும் மனுஷரு இல்லியா; நமக்கும் மரம் மட்டை நாயி பூனை ஆடு மாட்டுக்கும் வித்தியாசம் இருக்குது இல்லியா; என்ன நான் சொல்றது சரிதானே?"

"யாரு இல்லேன்னு சொன்னது, நீ மனுஷன் இல்லேன்னு சொன்னது? விஷயத்தைச் சொல்லாமே சுத்தி வளைச்சு, நெல்லுக்குள்ளே அரிசியிருக்குங்கிற மாதிரி பேசறியே?"

"அவசரப்படாதே சாமீ, விஷயத்துக்குத்தான் வரேன். ஒனக்கு ஒன் முப்பாட்டனார் பேர் தெரியாது. அப்பிடித் தெரிஞ்சாலும் அவருக்குப் பாட்டன் பேர் தெரியாது. அப்பிடியே அவுங்களுக்கு முன்னாலே நூத்துக்கணக்கான ஆயிரக்கணக்கான வருஷமா இருந்தவங்க யாரையும் தெரியாது. எனக்கு என் பாட்டனார் பேரே தெரியாது. அவுங்களும் மனுஷங்கதான். என்னையும்

ஒன்னையும் தவிர அவுங்க இருந்தாங்க, வாழ்ந்தாங்கன்னு சொல்லறத்துக்கு என்ன அடையாளம் இருக்குது? என்னவோ யாரையும் கேக்காமே வந்துட்டோம்; எல்லாரையும் கேட்டுக் கேட்டு வாழ்ந்தோம்; அப்புறம் ஒரு நாளைக்கு, யாரையும் கேக்காமே யாரு கிட்டேயும் சொல்லிக்காமே காலை நீட்டிட்டுப் போயிட்டோம், அப்பிடித்தானே வாழ்ந்தாங்க? அப்போ அது என்னா மனுஷ வாழ்க்கையின்னு கேக்கறேன். அந்த வாழ்க்கைக்கும், காட்டு ஜென்மத்துக்கும் வண்ணான் வீட்டுக் கழுதைக்கும், ரோடு ஓரத்திலே முளைச்சு வளர்ந்து பட்டுப்போயிப் பாழாகிற மரத்துக்கும் என்ன வித்தியாசம்? நீயே சொல்லு. அதுங்களுந்தான் பொறக்குது, வளருது, குட்டி போடுது? வயசானா சாவுது. நானும் பண்டிதனோ பறையனோ, இல்லை என்ன ஜாதியோ; ஆனாலும், முதல்லே மனுஷன்தானே. மத்த மிருகத்தையெல்லாம்விட அறிவுள்ளவனாச்சே. நானும் ஒரு மனுஷன்னு காட்டவாணாம்? சும்மா பொழுது விடிஞ்சா பொழுது போனா முடிவெட்டி முடிவெட்டி ஒரு நாளைக்கு மசிர்க்குப்பை மாதிரி குப்பை மேட்டுலே ஒதுங்கறதுதானா மனுஷ ஜென்மத்தின் வாழ்க்கை? அவ்வளவு தாண்டா ஒன் வாழ்க்கைன்னா, மனசு கேக்கமாட்டேங்குது சாமி . . . பணம், பதவியெல்லாம் இருந்திருந்தால், நான் மனுஷன், அதுலேயும் எப்பேர்ப்பட்ட மனுஷன்னு காமிக்கலாம். அதெல்லாம் இல்லாதே நான் என்னதான் செய்யறதுன்னு பார்க்கறேன், ஒண்ணும் தெரியலே . . . அந்தக் காலம் மாதிரியா இப்பல்லாம்? சந்தனத்தேவன் மாதிரி வழிப்பறிக் கொள்ளைகூடச் செய்ய முடியாதே. இப்போ கொள்ளையடிக்கிறதுக்குக்கூட மொதல் வட்டியோடே மோட்டார், ரேடியோ, எல்லாம் வேண்டியிருக்குது! நம்மாலெ ஒண்ணும் முடியலேன்னா நம்ம ரத்தத்துலே ஊறின வித்தையாவது ஆளாக்கி, நம்மாலே செய்ய முடியாததை அவனை விட்டாவது செய்யப்பார்க்கலாம், அதுக்குக்கூட . . .”

அவன் குரல் தேய்ந்து மங்கியது. பேச்சின் ஆரம்பத்தில் இருந்த உற்சாகத்தைக் காண முடியவில்லை. மாறாக, அந்தி மாலை இருள் அவன் கண்களில் படர்ந்தது. அவன் மனமும் கவனமும் இந்த உலகிலேயே இல்லை என்பதை அவன் முகமும் கண்களும் துல்லியமாகக் காட்டின. மனித உள்ளத்தின் உள்ளுக்குள் உள்ளாக இருக்கும் ஒரு புனிதமான அந்தரங்கப் புதிரின் சிக்கலின் வெளியீடை நான் நின்று பார்த்துப் பிரமித்துக்கொண்டிருந்தேன். அவன் கனவைக் குலைக்க நான் விரும்பவில்லை.

சம்பவங்களே நடக்காமல் கட்டைவண்டி வேகத்தில் வாழ்க்கை நிகழும் சின்னூரில் கலியுகத்தின் குட்டி அதிசயம் ஒன்று நடந்துவிட்டது. ஊரையே ஒரு கலக்குக் கலக்கி விட்டது. மூணு வாரங்களுக்கு ஊரில் பரபரப்பும் குதூகலமும் பரவியிருந்தது

– இந்தக் குட்டி அதிசயத்தின் விளைவாகப் பிறந்த பெரிய அதிசயம்!

ஒரு நாள் சாயங்காலம் ஆற்றங்கரைக்குப் போகும் பாதையில் முனியக்கோனான் போய்க்கொண்டிருந்தான். வழியிலே ஒரு பாழுங்குளம் – கன்னிகுளம் என்று பேர் – இருக்கிறது. உலகத்தை, அதாவது சின்னூரை, வெறுத்து அதிலிருந்து விடுதலை பெற விரும்பும் சின்னூர்க் கன்னித் தாய்களும், இளம் விதவைகளும், தீராத வயிற்றுவலிக்காரர்களும் அடைக்கலம் புகும் குளம் அது. காணாமல் போய்விட்ட பசுவொன்றை, ரெட்டியாரின் செவலை, தேடி அலைந்து கொண்டிருந்த முனியன் அந்தக் குளத்தோரம் செழித்து வளர்ந்திருந்த தூங்குமூஞ்சி மரத்தைக் கடக்கும்போது –

"யாருடா, அவன்! கோபிகா ஸ்திரீகள் குளிக்கிற இடத்திலே வருகிறது?" என்று ஒரு அமானுஷ்யமான கீச்சுக்குரல் ஆகாயத்திலிருந்து அவனைத் தாக்கியது.

முனியனுக்கு ஒரு கணம் மூச்சடைத்து நின்றுவிட, நாக்கு வீங்கி விரிந்து, வாய் பூராவும் வியாபித்து, அண்ணத்தோடு ஒட்டிக் கொண்டுவிட, உடலெங்கும் மின்னல் வீச்சுப் போல் திகில் கிளை விட்டுப் பாய, கால்கள் தன்வசமிழந்து நின்றுவிட்டான். எதாவது எட்சிணியோ, அல்லது 'கன்னி'யோ என்ற பயங்கர எண்ணத்தினால் உடல் 'குப்'பென்று வேர்த்து வழிந்தது. மிகவும் பிரயாசைப்பட்டுத் தலையை நிமிர்த்தி மேலே பார்த்தான்.

மரத்தின்மேல் ஒரு பருத்த கிளைமேலே ஒரு பையன் ஒருக்களித்தவாக்கில், ஒரு காலைக் குத்திட்டு, இன்னொரு காலைத் தொங்கவிட்டபடி உட்கார்ந்திருந்தான். அவனுடைய கருத்த உடம்பில் சட்டையில்லை. கழுத்தில் முத்துமாலை போல என்னவோ பளபளத்தது. அவன் தலைமேலே மயிலிறகுபோல எதுவோ அசைந்தாடியது.

"யாரது?" என்று முனியன் ஈனசுரத்தில் கேட்டான். அவன் குரலே அவனுக்கு அடையாளம் தெரியவில்லை.

"நான்தாண்டா பாலகிருஷ்ணன், ஏன் கோபிகா ஸ்திரீகள் குளிக்கிற இடத்துக்கு வந்தே? உடனே போறயா, இல்லை ஒன்னை . . ."

பாலகிருஷ்ணன் பேசி முடிப்பதற்குள், 'அடி ஆத்தே!' என்று கூவினபடியே முனியக்கோனான் நெடுஞ்சாங்கிடையாகக் கீழே விழுந்து 'பளார் பளார்' என்று கன்னத்தில் அறைந்துகொண்டான். தன்னை 'டா' போட்டுப் பேச தன்குல தெய்வமான கிருஷ்ண பகவானுக்குத் தவிர வேறு யாருக்கும் தைரியம் வராது என்று முனியனுக்குத் திடமான நம்பிக்கை.

“கிருஷ்ண சாமீ! தெரியாம வந்துட்டேன் . . . கொம்புச் செவலையைத் தேடிக்கினு வந்தேன் . . . தெரியாமே வந்துட்டேன், சாமீ, மன்னிச்சுக்கோ எங்கப்பனே” என்று அரற்றியபடி மெஷின் மாதிரி விடாமல் கன்னத்தில் அடித்துக்கொண்டேயிருந்தான்.

“கொம்புச் செவலையா . . . அதோ இருக்கு பாரு புடிச்சுக் கிட்டுப் போ. ஓடிப்போ, நிக்காதே” என்று பாலகிருஷ்ணன் மறுபடி கூச்சலிட்டான்.

முனியக் கோனான் ரப்பர் பந்துபோலத் துள்ளியெழுந்து, தலையைக்கூட நிமிராமல் கண்ணை மூடிக்கொண்டு கால் காண்பித்த வழியே பறந்தான். சுமார் அரை மைல் தூரம் விழுந்து எழுந்து ஓடின பின்னர்தான், அவனுக்கு மூச்சுமுட்ட, ஓடுவதை நிறுத்தி, தான் எங்கே இருக்கிறோம் என்று சுற்றும் முற்றும் பார்த்தான். அவனுக்கு முன்னால் நூறு கெஜ தூரத்தில் கொம்புச் செவலை சாவதானமாக மேய்ந்துகொண்டிருந்தது!

முனியனுக்குத் தான் பார்த்தது கிருஷ்ண பகவான்தான் என்று உறுதியாயிற்று. கொம்புச் செவலையை இழுத்துக்கொண்டு ஊருக்குள் நடந்தான். ஊருக்குள் நுழைந்தபின், எதிர்ப்பட்டவர் களையெல்லாம் இழுத்து நிறுத்தி, தான் ‘கிருஷ்ண சாமீ’யைப் பார்த்த கதையைச் சொன்னான்.

“அவரண்டை, ‘சாமீ நீதான் காப்பாத்தணும்’னு சொல்லி, அவர் காலைக் கெட்டியாகப் புடிச்சுக்கினு வுழுந்து கெடந்தேனோ . . . ஒடனே அவரு ‘டே முனீயா, நீ கவலைப்படாதே, ரெட்டியார் கோவிச்சுப்பாரேன்னு கஷ்டப்படாதே, நான் கண்டுபுடிச்சுத் தரேன் ஒன் கொம்புச் செவலையை’யின்னு புல்லாங்குழலை எடுத்து ஊதினாரு பாரு! அதிசயம் பாரு! எங்கேருந்தோ கொம்புச்செவலை பூனைக்குட்டி மாதிரி வந்து உராஞ்சிக்கினு நிக்கிது! ‘நேரமாச்சு வூட்டுக்குப் போடா’ன்னு சொல்லிட்டு, ஜெகஜ்ஜோதியா, அப்பிடியே சினிமா மாதிரி மறைஞ்சு பூட்டாரு!”

அவன் சொன்ன சமாசாரத்தையும், அதை அவன் உளறிக் குழறிச் சொன்ன விதத்தினையும், புழுதியேறிச் சிராய்த்துக்கிடந்த அவன் உடம்பையும், சிவந்து கிடந்த கன்னங்களையும் பார்த்தவர்கள், ‘முனியனா பேசறான், எல்லாம் ‘சரக்கு’ செய்யற வேலை! இன்னிக்கு நாலு திராம் அதிகமாகவே போட்டுட் டிருக்கான் போலிருக்கு!’ என்று சொல்லி, விஷயமறிந்த நமிட்டுச் சிரிப்புச் சிரித்துவிட்டு, தங்கள் தங்கள் வேலையைப் பார்க்கப் போய்விட்டார்கள்.

முனியக்கோனானிடம் முக்கால்வாசி நேரம் சரக்கு வேலை செய்துகொண்டிருக்கும் என்பது ஊரறிந்த உண்மை. ஆனால்,

இந்த முறை முனியக்கோனான் தனக்கு நேர்ந்த அதிசயச் சம்பவத்தை எடுத்துரைத்தபோது, குள்ளனால் ‘சரக்கு செய்யும் வேலை’ என்று தட்டிக்கழிக்க முடியவில்லை. முதலாவதாக, முனியனிடம் வழக்கத்தைவிட சாராய வீச்சம் கம்மியாகவே இருந்தது. இரண்டாவதாக, சாதாரணமாக முனியன் சாராயத்தில் மிதக்கும்போது இந்த மாதிரிக் கதைகள் வராது. ஊர்ப் பெரிய மனிதர்களின் வண்டவாளங்கள், முனியனுடைய தேக வலிமை, வீர்யப் பிரதாபங்கள் – இம்மாதிரி விஷயங்களே வரும். மூன்றாவதாக, முனியனின் கன்னங்கள் சிவந்திருந்தாலும் கண்கள் சிவக்கவில்லை. மாறாக அவைகளை அவன் உருட்டி விழித்த விதம், அவன் உண்மையிலேயே ஒரு சம்பவத்துக்காளாயிருந்தான் எனக் காட்டியது. கன்னி குளத்தின் அருகில் ஏதோ ஓர் அசாதாரணச் சம்பவம் நடந்திருக்கிறது என்பதைத் தவிர குள்ளனால் முனியனிடமிருந்து உருப்படியாக வேறொன்றும் கிரகிக்க முடியவில்லை. கோனான் ‘கிருஷ்ணசாமி’யைப் பற்றி சொன்ன மயிர்க்கூச்செறியும்படியான பயமுறுத்தல்களையும் காதில் வாங்காமல் குள்ளன் கன்னி குளத்துக்கு நடந்தான்.

குள்ளன் குளத்தை அடைந்தபோது இருட்ட ஆரம்பித்து விட்டது. குளக்கரையில் ஒரு சிறுவன் – பத்து பனிரெண்டு வயசிருக்கும் – அழுதுகொண்டிருந்தான். அவன் சின்னூர்ப் பையனாகத் தோன்றவில்லை.

“யாரு தம்பி நீ? ஏன் அழுவறே?”

அழுதுகொண்டிருந்த பையன் கேவிக்கொண்டே, “பசிக்குது, பயமாயிருக்குது” என்று திக்கினான்.

“பயப்படாதேடா, யாரு நீ? ஒம் பேரென்ன சொல்லு. ஒங்க வீட்டுக்கு இட்டுக்கினு போறேன்.”

“நானு . . . பாலகிருஷ்ணன், பக்கத்தூரு” என்று சொல்லி கையை ஏகதேசமாக ஏதோ ஒரு திசையை நோக்கி ஆட்டிக் காண்பித்துவிட்டு, “பசிக்குது” என்று மீண்டும் தன் அழுகையை ஆரம்பித்தான்.

“எந்தூரு?”

“பசிக்குது . . .”

“ஒங்க ஐயா பேரென்ன?”

“பசிக்குது . . .”

முதலில் வயிற்றுக்குக் கொடுத்தாலொழிய விஷயம் ஒண்ணும் வராது எனத் தெரிந்துகொண்ட குள்ளன் . . .

“சரி வா, எம் பின்னாலேயே வா; பூச்சி பொட்டு இருக்கும்” என்று எச்சரித்து, முன்னால் வழி காட்டப் பின்னால் பையன்

தொடர்ந்தான். முனியக்கோனான் சொன்னதுக்கும் தான் கண்டதுக்கும் என்ன சம்பந்தம் என்று வழிநெடுக குள்ளன் மர்ம முடிச்சை சிக்கெடுத்துக்கொண்டே வந்தான்.

வீட்டுக்குப் போனதும் பையனை விளக்கு வெளிச்சத்தில் பார்த்தான். சாதா சிறு பையன். எலும்பெடுத்து கிடந்த உடம்பு. இடுப்பில் முடிஞ்சுவிட்ட காக்கி நிஜார். உடம்பெல்லாம் தூசி. முகத்தில் தூசியினடுவில் கண்ணீர் பாதை போட்டிருந்தது. காலில் முழங்கால்வரை மேஜோடு போட்ட மாதிரி ரோட்டுப் புழுதி. பையனின் கண்கள் மாத்திரம் நட்சத்திரங்கள் மின்னும் நள்ளிரவு மாதிரிக் கன்னங்கரேலென்று அகன்று அசாதாரண மாகப் பளபளத்தன. ஒட்டிக்கிடந்த வயிறும், கை கால்களைக் கழுவிக் கொண்டபின் இலைமுன் உட்கார்ந்து அள்ளிப் போட்டுக்கொண்டு அவன் சாப்பிட்ட மாதிரியும், பையனுக்கு அசுரப் பசியாயிருந்திருக்க வேண்டும் எனக் காட்டின. அவன் சாப்பிட்டதைப் பார்த்த குள்ளனின் தாய், “யார் பெத்த பிள்ளையோ, சோறு தின்னு எவ்வளவு நாளாச்சோ” என்று அங்கலாய்த்துக்கொண்டாள்.

சாப்பிட்டான பிறகு, குள்ளன் பையனிடம் பேச்சுக் கொடுத்துப் பார்த்ததில் சில விவரங்கள் கிடைத்தன.

அவன் யார் பெற்ற பிள்ளையோ, அநாதை. தெற்குப் பக்கம், எங்கெங்கோ சுற்றி எப்படியெப்படியோ வேலை செய்து, பிச்சையெடுத்து, கூலி தூக்கி வயிற்றுப்பாட்டைச் சமாளித்து வந்தான். இரண்டு வருஷங்களுக்கு முன்னால் யாரோ ஒருவர் அவன்மீது இரக்கப்பட்டு அவனை ஓர் அநாதாசிரமத்தில் சேர்த்துவிட்டார். அதன் பிறகுதான் அவன் மீது சாமிவர ஆரம்பித்தது. திடீரென்று கிருஷ்ண பகவான் அவனுள் பிரவேசித்து விடுவாராம். அவர் எப்போது வருவார் என்று பையனுககே தெரியாது. சாமி வந்துவிட்டால் பையனுக்குத் தன் நினைவே இருக்காது. பேச்சும் நடத்தையும் பகவானுடையது; அவனுடையதல்ல. பகவான் வெளியேறிய பிறகு பையன் மூர்ச்சையாகி விடுவான். குறைந்தது அஞ்சு நிமிஷமாவது ஆகும் அவன் மூர்ச்சை தெளிந்து கண் விழிக்க. சாமி வர ஆரம்பித்தபின் பையன் தன் பெயரை பாலகிருஷ்ணன் என்றே வைத்துக்கொண்டுவிட்டான்.

அநாதாசிரம வாழ்வு அவனுக்குக் கட்டோடு பிடிக்கவில்லை. அதன் கட்டுப்பாடுகளும் ஒழுங்கு முறைகளும் விதிகளும் – அஞ்சு மணிக்கு எழுந்திரு, அஞ்சரைக்குப் பிரேயர், அஞ்சே முக்காலிலிருந்து ஆறரை வரை நூல் நூற்பு, இப்படி ராத்திரி எட்டுமணி வரைக்கும் அட்டவணை; எட்டே கால் தியானம், எட்டு இருபது படுக்கை – இதெல்லாம் அவனுக்கு ஒத்துவரவே

யில்லை. இந்த மாதிரி ஜெயிலில் இன்னும் இருந்தால், தான் செத்தே போய் விடுவோம் என்று அவனுக்கு 'காபரா' பிடித்துக்கொண்டது. பத்து நாளைக்கு முன்னால், சொல்லாமல் கொள்ளாமல் வெளியேறிவிட்டான்.

குள்ளனுக்கு பிரமிப்பாய்விட்டது. பையனின் கதையை நம்பவும் முடியவில்லை, நம்பாமல் இருக்கவும் முடியவில்லை. பாலகிருஷ்ணனைப் பார்த்தால் கண்ணபிரான் மாதிரி இல்லாவிட்டாலும், அண்டப்புளுகன் போலவோ, முழுத்திருடன் போலவோ தோணவில்லை. அதே சமயம், 'என்னதான் சாமிவர ஆளாயிருந்தாலும், பொடிப்பையன் – அதுவும் பிச்சைக்காரப் பையன் – இவ்வளவு சாமர்த்தியமா வெடுக் வெடுக்குனு பேசக்கூடாது' என்று வேறு தோணியது.

மறுநாள் காலையே குள்ளனின் சந்தேகங்கள் ஒழிந்தன. கிருஷ்ண பகவானின் பிரசன்னம் கிடைத்தது. குள்ளனின் மூத்த மனைவி தயிர் கடைந்து வெண்ணையெடுத்துக் கொண்டிருந்த போது, உள்ளே எட்டிப் பார்த்த பூனையை விரட்ட மத்தை ஓங்கினாள்.

"இல்லேம்மா இல்லை. இனிமே நான் வெண்ணை திருட மாட்டேன். அடிக்காதே, விட்டுடு, விட்டுடு!" என்று அலறிக் கொண்டு பாலகிருஷ்ணன் வீட்டுக்குள் சுற்றிச்சுற்றி ஓடி வந்தான். அவள் செயலற்றுப் போனாள். கொலை நடப்பது போன்ற கூச்சல் கேட்டு உள்ள ஓடிவந்த குள்ளனுக்கு ஒரு நிமிஷம் ஒன்றுமே புரியவில்லை. பிறகுதான், பையன் மேல் கிருஷ்ண பகவான் வந்திருப்பதைப் புரிந்துகொண்டு, சுவாமிக்குக் கற்பூரம் ஏற்றிக் காண்பித்துவிட்டு, இதமான வார்த்தைகளைச் சொல்லி, மெதுவாகப் பையனை நடையிலிருக்கும் திண்ணையில் உட்கார வைத்தான். உட்கார்ந்த ஓரிரு நிமிஷங்களுக்குள் பாலகிருஷ்ண னுக்குக் கண் சொருகி மூர்ச்சையாகி விட்டது. சுமார் பதினைந்து நிமிஷங்களுக்குப் பிறகுதான் நினைவு திரும்பியது. ஆனால், அவனுக்கு நடந்த விஷயங்கள் ஒன்றும் நினைவில்லை.

மத்தியானத்துக்குள் ஊர் பூராவும் பாலகிருஷ்ணன் சங்கதி பரவிவிட்டது. மாலை நாலு மணி அளவுக்குள் குள்ளன் வீட்டின் முன் ஊரே கூடிவிட்டது! ஜனநெரிசல் தாங்க முடியவில்லை. ஊர்ப் பெரிய மனிதர்கள், ஆஸ்திகர்கள், நாஸ்திகர்கள், நோட்டம் பார்க்கவந்த சிலர், ஆஸ்திகராகி விடலாமா என்று யோசித்துக்கொண்டிருந்த பலர், வியாபாரிகள், யாதவர்கள், தெருப்பெருக்கிகள், வக்கீல்கள், மாணவர்கள், கிழவர்கள், பிராமண அப்பிராமண விதவைகள், கூலிக்காரர்கள், கைக்குழந்தைகள்; இன்னும் சர்வஜாதி மக்களும் திரண்டு விட்டனர். முன் வரிசையில் இருந்தவர்கள் பயபக்தியுடன் வெறும்

உடம்போடு அரையில் துண்டை வரிந்துகட்டி, கைகட்டி வாய் பொத்தி நின்றுகொண்டிருந்தார்கள். இந்தக் கும்பலின் நடுவில் பாலகிருஷ்ணன் சிறிதும் அச்சமோ கூச்சமோ இல்லாமல் வழக்கம் போலப் பேசிக்கொண்டிருந்தான்.

"என்னை இப்போ யாரும் நமஸ்காரம் பண்ணாதீங்க. நான் இப்போ சாமியில்லை, சாதாரண பையன்தான்; சாமி வந்தப்போ தான் சாமி, அப்போ பையனில்லை" என்ற தன் கருங் கண்களை உருட்டியபடி அவர்களுக்கு விளக்கிக்கொண்டிருந்தான்.

அவனைச் சுற்றிலும் பழத்தட்டுகள் – வாழை, ஆரஞ்சு, திராட்சை, இத்தியாதி. யாரோ ஆறு ஆப்பிள்கூட வைத்திருந் தார்கள்.

பையன் பேச்சை நிறுத்தி, அருகிலிருந்தவர்களை ஒரு பார்வை பார்த்தான் – யாரையோ தேடுவதுபோல. அவன் பார்வை – வழுக்கைத் தலை, மழமழத்த உடல், எடுப்பான நொந்தி, முப்பட்டை விபூதி மேனி, ருத்திராட்ச மாலை சகிதம் இருந்த – வக்கீல் எஸ்.என். நாராயணையரின் மேல் விழுந்து நிலைத்தது.

"மாமா, நான் உங்க வீட்டிலே வந்து இருக்கட்டுமா? இங்கே இருந்தால், இருக்கிறவங்களுக்கும் கஷ்டம்; பார்க்க வர்றவங்களுக்கும் கஷ்டம்" என்று சொல்லியபடி, குள்ளன் வீடு என மங்கலமாகப் பெயர் பெற்றிருந்த இடிந்த கட்டடத்தைக் காட்டினான்.

எஸ்.என். நாராயணையர், பி.ஏ., பி.எல்., வக்கீல் அவர்களுக்கு உடல் புளகாங்கிதமடைய, மயிர்சிலிர்க்க, "யதேஷ்டமா வரலாமே, இப்பவே போகலாமா?" என்று உணர்ச்சிப் பரவசத்தில் நாத்தழு தழுக்கச் சொல்லி, ஆனந்த அவசத்தில் பையனைத் தூக்கி இடுப்பில் வைத்துக்கொள்ளப் போக, பையன் கலீரென்று சிரித்து அவரை இவ்வுலகுக்கு வரவழைத்தான். பாவம், எஸ்.என். நாராணையர் நல்ல மனுஷர். பள்ளிக்கூடம் மூடிய பின் வெளியேறும் மாணவக் கும்பலைப் போல், குள்ளன் வீட்டை விட்டுக் கூட்டம் வெளியே படையெடுத்தது. பழத்தட்டுகளும் வெற்றிலைத் தட்டுகளும் மறைந்துவிட்டன.

அன்றிரவு வெகுநேரம்வரை, குள்ளன் வந்தவர்களுக்கெல்லாம், தான் பாலகிருஷ்ணனைக் கண்டுபிடித்தது பற்றியும், அவன் மேல் ஸ்ரீ கண்ணபிரான் 'இறங்கியது' பற்றியும் கதை கதையாகச் சொல்லிக் கொண்டிருந்தான். கேட்டவர்களுக்கும் அலுக்கவில்லை; குள்ளனுக்கும் பொழுது போனதே தெரியவில்லை.

வக்கீல் எஸ்.என். நாராயணையரின் வீடு எடுப்பான தோற்றத்தோடுகூடி, உள்ளேயும் பிரமாண்டமான வீடு வக்கீல்

எஸ். என். நாராயணைரின் வீடு. சாதாரண நாளிலேயே அங்கே எப்போதும் ஜேஜேயென்று இருக்கும் – கட்சிக்காரர்கள் பத்துப்பேர் சதா இருப்பார்கள். நெருங்கின உறவினர்கள், தூர பந்துக்கள், விருந்தாளிகள், சாமியார்கள், பிரமுகர்கள் – இப்படி எப்பவும் யாராவது இருந்துகொண்டே இருப்பார்கள். பாலகிருஷ்ணன் வந்த பிறகு, அந்தப் பெரிய வீடுகூட வருபவர் போகிறவர்களுக்கு இடம் பத்தவில்லை. எழும்பூர் ஸ்டேஷன், சைனா பஜார், ஹைக்கோர்ட் இது மூணும் ஒண்ணாக்கிச் சின்னூரில் மேலேத் தெருவில் கொண்டுவந்து வைத்ததுபோல ஆகிவிட்டது! பாலகிருஷ்ணனை வேடிக்கை பார்க்க வந்தவர்கள், பகவானைத் தரிசிக்க வந்தவர்கள், பகவானிடம் முறையிட்டுத் தங்கள் கஷ்டங்களுக்கு வழி தேடும் முயற்சியாக வந்தவர்கள் – இப்படிப்பட்டவர்களால் வீடு ரொம்பி வழிந்தது. ஊரின் நட்ட நடுவில் ஒரு பெரிய வீட்டில் கடவுள் தங்கியிருந்தது எல்லோருக்கும் சௌகரியமாக இருந்தது எனலாம். ஆனால், பக்த கோடிகளின் துரதிர்ஷ்டம் – பாலகிருஷ்ணன் அந்தச் சௌகரியமான இடத்தில் மூணு நாலு நாட்களுக்குமேல் தங்கவில்லை. ஒருநாள் எல்லாரும் பார்த்துக்கொண்டிருக்கும்போதே – ஆனால், ஒருவரும் எதிர்பாராத விதமாக, விடுவிடென்று வீட்டைவிட்டு இறங்கி வெளியில் நடந்துவிட்டான். மறுபடி உள்ளே நுழையவும் மறுத்துவிட்டான்!

அதன்பிறகு அவன் ஊரில் பத்துப் பதினைந்து நாட்கள் இருந்திருப்பான். இஷ்டமான வேளையில் இஷ்டமான வீட்டில் நுழைவான், சாப்பிடுவான்; தூங்குவான்; அல்லது வீட்டுக் குழந்தைகளோடு விளையாடிக்கொண்டிருப்பான். இந்தப் பதினைந்து நாட்களில் அவன்மேல் நாலைந்துதரம் கிருஷ்ணர் 'இறங்கின'தாகக் கேள்வி. பதினைந்து நாட்களுக்குப் பின்னர் அவன் ஊரை விட்டே போய்விட்டான். அதற்கப்புறம் அவனைப் பற்றிய விவரங்களும் கிடைக்கவில்லை.

குள்ளனிடம் நான் அவனைப் பற்றிப் பேசிக்கொண்டிருந்தேன்.

"பையன் ரொம்ப நல்ல பையன் சாமீ, நல்ல புத்திசாலி, நம்ம ஊரை விட்டுப் போகறதுக்கு மொதல்நாள் என்னோட ரொம்ப நேரம் பேசிக்கினு இருந்தான். அவன் ஏன் நாராயணையர் வீட்டை விட்டு ஓடிட்டான் தெரியுமா?" எனக் கேட்டுவிட்டுத் தானே பதிலும் சொல்ல ஆரம்பித்தான்.

"அந்த வீட்டில் ஊர்க்கிழவர்களும் பக்தர்களும் பாட்டிகளும் அவனைச் சுற்றிக்கொண்டு ஒரு மனுஷக் கோட்டையே கட்டி விட்டார்களாம். சுதந்திரமாக வீட்டுக்குள்கூட அவனால் இருக்க முடியவில்லை. எப்போது பார்த்தாலும் கிருஷ்ணர் வந்திருக்காரா, இல்லையென்றால் எப்போ வருவார் என்று அவனைத் துளைத்து

எடுத்துவிட்டார்கள். அந்த வீட்டுக்குள் இருந்தது ஜெயில் வாசத்தோடு சித்திரவதையும் சேர்த்த மாதிரி இருந்ததாம். தொந்தரவு தாங்க முடியவில்லை; வெளியேறிவிட்டான்.

"நம்ம ஜனங்க அவனைப் போட்டுப் பிச்சுத் துண்ணுட்டாங்க சாமி. கிருஷ்ணரே நேரே வந்திருந்தாக்கூட வந்த அன்னிக்கே இவங்க ரோதனை பொறுப்பாமே, பெத்தேன் பிழைச்சேன்னு ஓடிட்டிருப்பாரு!"

"கடைசியா, என்ன சொன்னான் தெரியுமா? 'குள்ளா, நீ ஒரு ஆள் தான் நான் சாமிக்காரப் பையன்னு தெரியாததுக்கு முன்னாலேயே என்னை நல்லா நடத்தினே. மத்தவங்கள்ளாம் அது தெரிஞ்சப்பறம் என்னை வதைச்சுட்டாங்க. தெரியாது போயிருந்தா ஒதைச்சு எடுத்திருப்பாங்க. இன்னிக்கி ராத்திரி ஒன் வீட்டிலேயே சாப்பிட்டுட்டுத் தூங்கிட்டு விடிகாலையிலே இந்த ஊரைவிட்டே போயிடப் போறேன். இங்கேயே இருந்தா, எனக்குப் பைத்தியம் பிடிச்சுடும்'னு சொன்னான்; அப்படியே பண்ணிட்டான். ராத்திரி சாப்பிட்டான பிறகு, திடீர்னு அவனுக்குப் பேச்சு மூச்சத்து போச்சு. எனக்குப் பயமாப் போச்சு."

'பாலகிருஷ்ணா, என்னா பண்ணுது?'ன்னு கேட்டேன். அவன் கண்ணைத் திறந்தான்.

'துவார பாலகா, குசேலர் போயாச்சா?'னு கேட்டான். சாதாரணமா எப்பவும் பேசறமாதிரிக் கேட்கலை. கீச்சுக் குரலிலே, செவிடன்கிட்டே பேசறாப்பலே சத்தம் போட்டுக் கேட்டான். எனக்கு விஷயம் விளங்கிப் போச்சு.

'நான் குள்ளன் சாமி; வேறே யாரும் இங்கே இல்லை'ன்னேன்.

'குள்ளா, நீ நல்ல பக்தன்; ஒனக்கு என்ன வேணும்'னு அவர் கேட்டாரு.

'என் பேர் விளங்கணும் சாமீ, அது ஒண்ணுதான் எனக்கு ஆசை'யின்னு சொன்னேன். எனக்கு மனசு திக்கு திக்குனு அடிச்சுட்டுது. சாமி என்ன சொல்வாரோ?

'கோவில் கட்டுடா முட்டாள்'னு சொன்னாரு.

'யாருக்கு சாமீ கட்டறது, ஒன் பேருக்கே கட்டிடவா?'ன்னு கேட்டேன். கிருஷ்ணருக்கு ரொம்பகோபம் வந்துட்டுது. 'என்னைத் தவிர வேறே யாருக்கு வேணுமானாலும் கட்டு'னு சொல்லிட்டு மூர்ச்சையாயிட்டாரு. பத்து நிமிஷத்துக்கப்பறந்தான் பையன் முழிச்சுக்கினான்' என்று சொல்லி நிறுத்தினான் குள்ளன்.

எனக்குச் சிரிப்பு வந்துவிட்டது.

"கிருஷ்ணராவது கம்சனாவது! அந்தப் பிள்ளைக்கு என்னமோ மூளைக்கோளாறு, புத்தி சரியில்லை. அப்பப்போ

சித்தப்பிரமை பிடிச்சுடுது, நீ ஒண்ணு!” என்று சொல்லிச் சிரித்தேன். குள்ளன் நான் சொன்னதை ஒத்துக்கொள்ளவில்லை. ஆனாலும், நேரடியாக மறுக்காமல்,

“நீ படிச்சவரு சாமீ; சாமி பூதம்னா சிரிக்கறே. அப்பிடியே அந்தப் பையன் புத்தி சரியில்லாதவன், அரைப் பைத்தியமானாக் கூட, சும்மா பேச்சுக்குச் சொல்றேன், அவன் காலிலே விழுந்து கன்னத்துலே அறைஞ்சுக்கினு அவனைப் பிச்சுப்புடுங்கி அவன் உயிரை எடுத்துட்டாங்களே! வக்கீலுங்க, வாத்தியாருங்க, டாக்டருங்க வேறே பெரிய பெரிய உத்யோகஸ்தருங்க, படிச்சவங்க, அவங்கள்ளாம் என்னைப்போலே புத்தியில்லாதவங்களா? அப்பிடி எல்லாரையும் பைத்தியமா அடிக்கிறான்னா அவன் ஒண்ணு பக்காத்திருடனா இருக்கணும். இல்லை, அவனண்டை ஏதோ ஒரு சக்தி இருந்து அவனை ஆட்டி வைக்கணும்” என்று பண்போடு மறுத்துச் சொல்லிவிட்டான்.

நான் சிரித்ததன் காரணம் குள்ளன் எனக்குச் சொன்ன விஷயங்கள் மாத்திரமல்ல; குள்ளனின் கற்பனையும் நிஜமும் கலந்த வார்த்தைகளைக் கேட்டுதான். உண்மையில், பாலகிருஷ்ணன் ஊரை விட்டுப் போகும் முதல் நாள் எங்கள் வீட்டில்தான் சாப்பிட்டான்! சாப்பிடும்போதும், பிறகு சிறிது நேரமும், நான் அவனோடு பேசிக்கொண்டிருந்தேன். இதையெல்லாம் சொல்லிக் காட்டி, குள்ளனின் சுயமதிப்பை அவன் முன்னாலும் என் முன்னாலும் குறைக்க நான் விரும்பவில்லை.

அப்போதுதான் முதன் முறையாக பாலகிருஷ்ணனைப் பார்த்தது. நாங்கள் சாப்பிட உட்கார்ந்த சமயத்தில் ‘மாமி’ என்று கூப்பிட்டுக்கொண்டே யாரோ கதவிடித்தார்கள். அம்மா போய்த் திறந்து, ‘வாடாப்பா வா’ என்று வரவேற்று அவனை உள்ளே அழைத்து வந்தாள். அவனும் கால் கழுவிக்கொண்டு எங்களோட சாப்பிட உட்கார்ந்தான்.

“இதுதான் பாலகிருஷ்ணர்” என்று அம்மா அறிமுகம் செய்து வைத்தாள். நான் அவனைக் கவனித்துப் பார்த்தேன்.

நம் நாட்டிலுள்ள கோடானு கோடி நோஞ்சான் பசங்களைப் போல இவனுமொரு நோஞ்சான் பையன்!

“எங்கே புல்லாங்குழலைக் காணோமே?” என்று நான் சிரித்துக்கொண்டே சொன்னேன், ஏதாவது பேச வேணுமே, அதுக்காக.

“புல்லாங்குழல், மயில் ரெக்கை, கிரீடம் எல்லாம் வேஷம் போடறவங்களுக்குத்தானே மாமா வேணும், என்கிட்டே ஒண்ணுமே கிடையாது” என்று கணீரென்ற குரலில் பதில் சொன்னான். சூட்டிகையான பையன்தான், சந்தேகமில்லை.

சாப்பாடான பிறகு, சிறிதுநேரம் அவனை உட்கார்ந்துவிட்டுப் போகச் சொன்னோம். அப்போது பேச்சுவாக்கில் நான் அவனை, "இந்த ஊர் எப்படி?" என்று கேட்டேன்.

"இது ரொம்ப அடாஸ் ஊர் மாமா; விவஸ்தையே இல்லை, புத்தியும் இல்லை. என்னைக் கொன்னு போட்டுடறாங்க. இவங்களுக்கு சாமீன்னா, என்னவோ அவங்க வீட்டு வேலைக்காரன், மந்திரவாதி, வைத்தியன், ஜோசியன் எல்லாம் ஒண்ணாச் சேர்ந்த ஆளுன்னு எண்ணம். ஒருத்தர் மாப்பிள்ளைக்கு மாத்தலாக்கிக் குடுங்கறார். இன்னொருத்தர் மருமக கெர்ப்பவதியாவாளான்னு கேக்கறார். வேறொருத்தர் அடுத்த வார ரேஸிலே எந்தக் குதிரை ஜெயிக்குதுனு சொல்லச் சொல்றார். நான் நாளைக்கே இந்த ஊரை விட்டுப் போயிடப் போறேன்" என்று நூற்றுக் கிழவன் போலப் பதிலளித்தான்.

நேற்று முளைத்த பயல், அதிலும் புத்தி சரியில்லாதவன், சரபோஜி மகாராஜா காலத்திலிருந்து பேர்பெற்று விளங்கி வரும் சின்னூரை 'அடாஸ் ஊர்' என்று ஈனமாகச் சொன்னது எனக்கு எரிச்சலைக் கிளப்பி விட்டிருக்க வேண்டும்.

"ஒனக்குதான் சாமி இறங்கினா நடக்கிறதே நினைவிருக்காதாமே, இதெல்லாம் எப்பிடித் தெரியும்?" என்று மடக்கினேன்.

கோவிலில் தீபாராதனை சமயத்தில் சேமக்கலம் ஒலிப்பது போல, வீடே அதிரும்படிச் சிரித்தான் பாலகிருஷ்ணன். சிரிப்பில் ஆரம்பித்து இருமலில் முடிந்தது. கண்களில் நீர் துளித்துவிட்டது.

"நல்ல ஆளு மாமா நீங்க! சாமி வர்றபோதுதான் எனக்கு நினைவு இருக்கிறதில்லை. ஆனா ஜனங்க சும்மா விடறாங்களா? இருபத்து நாலு மணி நேரமும் என் மேலே சாமி ஏறி உக்காந்திருக்கிற மாதிரி செய்யறாங்களே!" என்று ஒரு கையால் கண்களைத் துடைத்துக்கொண்டே சொன்னான். பிறகு ஒரு நிமிஷம் ஏதோ யோசிப்பதுபோலத் தயங்கிவிட்டு, "நான்தான் நாளைக்குப் போயிடப் போறேனே, அதனாலே ஒங்ககிட்டே சொல்றேன். நீங்க என்னைப் பத்தித் தப்பா நினைச்சுட மாட்டீங்களே?"

அவன் குரல் கெஞ்சுவதுபோல் ஒலித்தது.

"இல்லை இல்லை, சொல்லு" என்று தைரியமூட்டும் வகையில் நான் அவனுக்கு ஊக்கமளித்தேன்.

"சிலசமயம் இவங்க தொந்தரவு பொறுக்க முடியாம, சாமி வராதபோதுகூட வந்தமாதிரி பாசாங்கு பண்ணிடறேன்; அப்போதான், அவங்க என்னை சும்மா விடறாங்க, கொஞ்ச நேரமாவது. அவங்களுக்கு திருப்தியாகுது? எனக்கும் நிம்மதி கிடைக்குது. யாருக்கும் ஒண்ணும் நஷ்டமில்லை!"

“பின்னே ஏன் ஊரைவிட்டுப் போகிறேன்னு சொல்லறே?”

“இங்கேயே இருந்தா எனக்குப் பைத்தியம் பிடிச்சுடும் மாமா. சும்மா இருக்கிறபோதுகூட சாமி வர மாதிரிப் பண்ணனும்போல இருக்குது. இவங்க சும்மா இருக்கவும் விடறதில்லையா? அதுனாலே நான் இங்கே இன்னும் கொஞ்ச நாள் இருந்தா, எனக்கும் நிச்சயம் பைத்தியம் பிடிச்சுடும்.”

இவ்வாறு சொல்லிவிட்டு எழுந்து ஓடிவிட்டான். மறுநாள் முதல் அவனை ஊரில் காணவில்லை. என் வீட்டிலிருந்து கிளம்பிய பிறகு அவன் குள்ளனைப் பார்த்தானோ என்னவோ. எனக்குச் சந்தேகந்தான். இதையெல்லாம் போய்க் குள்ளனிடத்தில் சொல்வானேன் என்று சும்மா இருந்துவிட்டேன்.

இதெல்லாம் நடந்து பல மாசங்களாச்சு. என் ஞாபகத்தி லிருந்து இந்த நிகழ்ச்சிகள் கரைந்துபோய்விட்டன என்றுகூடச் சொல்லலாம். ஒருநாள் குள்ளன் என்னிடம் ஒரு காகிதத்தை நீட்டினான்.

“என்ன குள்ளா, மூணாங் கலியாணம் பண்ணிக்கப் போறியா?” என்று கேட்டபடியே அந்தக் காகிதத்தை வாங்கினேன். ஆனால், கேட்டவுடனேயே, அவனுடைய ரெண்டாங் கலியாண மும் பொய்த்துப்போய் ஏமாற்றமாகிவிட்டதைக் குத்திக் காட்டி வேடிக்கை செய்கிறோமே என்று மனத்தில் சுருக்கென்றது. குள்ளன் என்ன நினைத்துக்கொள்வானோ என்று தலை நிமிர்ந்து அவனைப் பார்த்தேன். அவன் சிரித்தபடியேதான் இருந்தான்.

“இல்லை சாமி, அந்தத் தப்பை இனிமேல் செய்யமாட்டேன். இப்போ வீட்டுக்குப் போனா இருக்கிறவங்க சண்டையை விலக்கறதே பெரிய காரியமாய்ப் போச்சு. நம்ம தலையிலே எழுதியிருக்கிறபடி ஆயிட்டுப் போவுது” என்று சொல்லி, மீண்டும் சிரித்தான்.

அவன் கொடுத்த காகிதம் வரசித்தி விநாயகர் கோவில் திருப்பணிக் கைங்கரியம் என்று கொட்டை எழுத்தில் தலைப்பிட்டு அச்சடித்த விஞ்ஞாபனம்:

“பேரன்புடையீர்,

கோகுலவாஸி ஸ்ரீ பாலகிருஷ்ணப் பெருமாளின் உத்தரவுக் கிணங்க, நம் சின்னூரில் தகுந்த இடத்தில், ஆகம சாஸ்திர விதிகளுக்கிணங்க, 11 கலியுக தெய்வமும் வேண்டுபவர் களுக்கு வேண்டியதை வழங்கி அருள்பவருமான வரசித்தி விநாயகப் பெருமானின் திருவுருவத்தைப் பிரதிட்டை செய்து, திருக்கோவிலெடுக்கும் திருப்பணியில் உங்களையும் ஈடுபடுத்திக் கொள்ள வேண்டுகிறோம். இந்தப் புனிதமான ஈசுவர கைங்கரியத்துக்கு தாராளமாய் நன்கொடை வழங்கித்

திருக்கோவில் திருப்பணியை விரைவில் துவக்க உதவுமாறு வேண்டுகிறோம்.

வரசித்தி விநாயகர் துணை.

வரசித்தி விநாயகன் திருவருள் கிட்டின், இகசித்தி பரசித்தி எல்லாம் உடன்சித்தி.

இப்படிக்கு,

வரசித்தி விநாயகர் திருக்கோவில் திருப்பணிக்குழு" என்று எழுதியிருந்தது.

எனக்கு ஒன்றும் புரியவில்லை.

"இது என்ன இது குள்ளா, என்ன கோவில்? என்ன குழு?"

"கோவில் கட்டலாமின்னு முடிவு பண்ணிட்டேன் சாமி."

எனக்குத் தூக்கிவாரிப் போட்டது. குள்ளனாவது, கோவில் கட்டுவதாவது?

"என்ன திடீர்னு பக்தி வந்துட்டுது, ஒனக்கு? சலூன் வைக்கணும்னு சொல்லிட்டிருந்தே. இப்போ தடால்னு வந்து கோவில் கட்டப்போறேன்னு சொல்றே. என்ன சமாசாரம்?" என்று கேட்டேன்.

தன் அந்தரங்க ரகசியத்தை வெளியிடுவதில் நாணமடைந்தவன் போன்று, தலையை ஒருபுறமாகச் சாய்த்துக்கொண்டு குள்ளன் பேச ஆரம்பித்தான். அவன் பேசப் பேச வியப்பு என்னைக் கவிந்து கொண்டது.

"எப்பவும் இருக்கிற பக்திதான் சாமீ, புதுசா ஒண்ணும் அதிகமாயிடலை, குறையவுமில்லை. பாலகிருஷ்ணர் 'கோவில் கட்டுடா'ன்னு சொன்னாரில்லே, அது ரொம்பவும் உண்மையான வாக்கு. என்பேரு விளங்கறதுக்கு இது ஒண்ணுதான் வழி. என்னாலேயெல்லாம் காந்தி மாதிரியோ நேரு மாதிரியோ நாட்டைக் காப்பாத்தறதுக்கோ கட்டியாள்றதுக்கோ, அதுக்காக உசிரை விடறதுக்கோ முடியுமா? இல்லை, இமயமலை மேலே ஏற முடியுமா? இல்லே, ராக்கெட்டிலே போயி சந்திரனுக்கும் சூரியனுக்கும் போக முடியுமா? ஆகாசத்துலே நடக்க முடியுமா? நீயே சொல்லு. ஆனா, என்னாலே கோவில் கட்ட முடியும். எனக்கும் பக்தி இல்லாமே போயிடலே, ஜனங்களுக்கும் சாமீன்னா வெல்லக்கட்டி, அதான் பாலகிருஷ்ணனைப் பார்த்தியே. கோவில் கட்டினா, நல்லகாரியத்துக்கு நல்ல காரியம், புண்ணியத்துக்குப் புண்ணியம், ஒருத்தனுக்கும் ஒரு கெடுதலும் கிடையாது. உலகத்திலே சாமி நம்பிக்கை இருக்கிறவரைக்கும் கோவில் இருக்கும். கோவில் இருக்கிறவரைக்கும் என் பேரும் இருக்கும் . . ."

"சாமி நம்பிக்கைதான் இப்போ குறைஞ்சிட்டே வருதே குள்ளா" என்றேன் இடக்காக.

குள்ளன் விட்டுக்கொடுக்கவில்லை.

"அதனாலே, எனக்குக் கவலை இல்லை சாமீ. நம்பிக்கை போயி சாமியே போயிடுச்சுன்னா எம்பேரு மறைஞ்சு போனாப் பரவாயில்லை. நானென்ன வெறுந் தூசுக்குச் சமானம்" என்றான். அவன் குரலில் நான் அறிந்திராத விதமாக உறுதி உறுமியது.

பாலகிருஷ்ணன் சொன்னதை, அல்லது அவன் சொன்ன தாகக் குள்ளன் கற்பித்துக்கொண்டதை, இவ்வளவு உண்மையாக, வேதவாக்காக அவன் எடுத்துக்கொள்வான் என்று நான் கனவிலும் எதிர்பார்க்கவில்லை. அவன் உறுதி என்னை மலைக்க வைத்தது.

"நீ எப்படி கோவில் கட்ட முடியும்? அந்தக் காலத்துலேயின்னா ராஜராஜசோழன் கோவில் கட்டினான், கங்கை கொண்ட சோழன் கோவில் கட்டினான். அவங்களெல்லாம் ராஜாவுங்க. நீ போய் இன்னிக்கு அப்பிடியெல்லாம் கட்ட முடியுமா? யோசனை பண்ணினியா?" என்று கேட்டேன்.

"அதெல்லாம் பயமில்லை, சாமீ, கட்டிடுவேன். நான் மதுரை தஞ்சாவூர்க்கோவில் மாதிரிக் கட்ட முடியுமா?" விரலுக்கேத்த வீக்கம், ஏழைக்கேத்த எள்ளுருண்டை மாதிரி என் சக்திக்கேத்தபடி, என் பேருக்கேத்தபடி, குள்ளமா ஒண்ணு கட்டிடுவேன். தேவி பாளையத்திலே ரொம்ப பிரபலமான சில்பாசாரி ஒருத்தர் இருக்காரு. சுந்தரேச ஆச்சாரின்னு பேரு. சாஸ்திரமெல்லாம் படிச்சவரு. நானே அவரைப் போயிப் பார்த்துக் கேட்டனே; அவரு ரொம்ப சந்தோஷப்பட்டாரு. 'நீ போன ஜென்மத்திலே ரொம்பப் புண்ணியம் செய்திருக்கணும், குள்ளா! இல்லாமே போனா இந்த யோசனையே ஒனக்கு உதிச்சிருக்காது'ன்னாரு. 'கோவில் கட்டறது பெரிய விஷயமாச்சே'ன்னேன். 'நீ ஒண்ணுத்துக்கும் கவலைப்படாதே, கடைக்காலிலிருந்து சிகர கும்பம் வரைக்கும் நானே பார்த்து முடிச்சுத் தரேன்'னு சொல்லிட்டாரு. எனக்கு தைரியம் இருக்குது, சாமி, கட்டிடுவேன்" என்று முடித்தான்.

என்னால் குள்ளனின் மனோதிடத்தை வியக்காமல் இருக்க முடியவில்லை. அதேசமயம் குள்ளனை உபயோகித்துக்கொண்டு, 'கோவில் திருப்பணிக் குழு' தன் காரியத்தை சாதித்துக்கொள்ளப் பார்க்கிறதோ என்ற சந்தேகம் வேறே.

"யார் இந்தக் குழு? நீ என்னடான்னா நீயே என்னவோ கோவில் கட்டற மாதிரிப் பேசறே."

"குழுவெல்லாம் சும்மா ஒப்புக்கு, சாமீ. இப்பிடிக்கு குள்ள பண்டிதர்'னு போட்டா, அம்பட்டனை நம்பி எவனாவது ஒரு

பைசா குடுப்பானா? அதான் 'குழு'வுன்னு போடச் சொன்னேன்" என்று சொல்லிப் பழைய குள்ளன் போலச் சிரித்தான்!

எனக்குத் தூக்கி வாரிப் போட்டது. ஏதோ ஒரு பைத்தியக் காரனின் உளறலைக் கேட்டுக்கொண்டு இவ்வளவு தூரம் போய்விட்ட குள்ளனை எச்சரிக்காவிட்டால் ஏதாவது விபரீதத்தில் முடிந்துவிடுமோ என்று எனக்குப் பயம் தட்டியது. தவிர, 'ஊரை ஏமாற்றிப் பணத்தைச் சேர்த்துக் கையாடிவிட்டான் என்று எங்கேயாவது ஜெயிலுக்குப் போய்த் தொலையப் போகிறானே' என்ற பயம் வேறு உந்த,

"ஒனக்கெதுக்கு குள்ளா இந்த வம்பெல்லாம்? ஊர்ப் பணம் கையிலே நடமாடினா நாலு பேர் நாலு விதமா பேசுவாங்க. ஏன் வலுவிலே போயி வம்பிலே மாட்டிக்கணும்? பேசாமே ஒன் காரியத்தைப் பாத்துட்டுப் போகாமே . . ."

என்னை முடிக்க விடவில்லை, அவன்.

"ஒரு வம்பும் வராது சாமீ, அதெல்லாம் நான் பாத்துக்கிடுவேன். வம்பு வர்றதானா பாலகிருஷ்ணரே சொல்வாரா? இனிமே இதான் என் காரியம்."

ரெண்டு வாரத்துக்கெல்லாம், எனக்குத் தெற்கே ஒரு மிஷன் ஆஸ்பத்திரியில் வேலை கிடைக்கவே, நான் சின்னூரை விட்டுப் போக வேண்டி வந்துவிட்டது. பஸ் காத்தான் குளத்தைக் கடந்து போகும்போது ஒரு நிமிஷம் நின்றது. சுமார் இருநூறு வருஷங்களுக்கு முன்னால் ஊரில் ஏற்பட்ட ஒரு கொடிய பஞ்சத்தின்போது இந்தக் குளத்தை வெட்டினார்களாம். பஞ்சத்திலிருந்து ஜனங்களைக் காத்ததால், காத்தான் குளம் என்று பேர் ஏற்பட்டுவிட்டது.

ஏன் பஸ்ஸை நிறுத்தினார்கள் என்று எட்டிப் பார்த்தேன். குளத்தங்கரையில் ஒரு அரசமரம் இருக்கிறது. அந்த மரத்தில் ஓர் உண்டி தொங்கிக்கொண்டிருந்தது. பஸ் கண்டக்டர் இறங்கி அந்த உண்டியில் ஒரு நாணயத்தை போட்டு விட்டு பஸ்ஸில் ஏறினவுடன் பஸ் கிளம்பியது. உண்டியின் மேலே 'வரசித்தி விநாயகர் கோவில் தரும உண்டி' என்று எழுதின அட்டை தொங்கிக்கொண்டிருந்தது!

ஒரு நாள் நான் ஆஸ்பத்திரியில் வேலையை முடிக்கும் சமயம். யாரோ என்னைப் பார்க்க வந்திருப்பதாகத் தெரிவித்தார்கள். உட்காரச் சொல்லச் சொல்லிவிட்டு, மிச்சமிருந்த சில்லறை வேலைகளை முடித்துவிட்டுக் கையைத் துடைத்துக்கொண்டே வெளியில் வந்தேன். சுவரோரமாகக் குள்ளன் குந்தியிருந்தான்! என்னைத் தேடிக்கொண்டு இவ்வளவு தூரம் குள்ளன் வருவான் என்று நான் கொஞ்சமும் எதிர்பார்க்கவேயில்லை. உண்மையைச்

சொல்லப்போனால் நான் குள்ளனின் நினைவு அற்றுப் போயிருந்தேன் என்றே சொல்ல வேண்டும். அவனைப் பார்த்துக் குறைந்தது ஒண்ணரை வருஷமாவது ஆகியிருக்கவேண்டும். இந்த ஒண்ணரை வருஷத்தில் நான் ஊருக்குப் போயிருந்த ஓரிரு முறையும் ஊரில் ரெண்டு நாட்களுக்குமேல் தங்கினதில்லை. அந்தச் சமயங்களிலும் குள்ளனைச் சந்திக்கவில்லை.

"என்ன குள்ளா, எங்கே இவ்வளவு தொலைவு வந்துட்டே? என்ன விசேஷம், வா உள்ளே."

விசேஷம் இல்லாமல் அவன் ஏன் என்னைத் தேடி வரவேண்டும்!

குள்ளன் உள்ளே வந்து, நின்றுகொண்டேயிருந்தான். 'உக்காரு' என நாலுதரம் சொல்லி வற்புறுத்தியதன்மேல் ஸ்டூலில் உட்கார்ந்தான்.

இந்தப் பதினெட்டு மாதங்களில் அவன் ஆளே மாறியிருந் தான். ஆணியில் சட்டை தொங்குவதுபோல் அவன் உடம்பின் மேல் அழுக்குச்சட்டை தொங்கிக்கொண்டிருந்தது. நரை அதிகமாகி விட்டிருந்தது. கன்னக்குழிகள் ஆழமாகி விட்டிருந்தன. கண்கள் இடுங்கிப்போய் கிடந்தன.

கையிலிருந்த ஜமக்காளப் பையை மடிமேல் வைத்துக்கொண்டு, "சௌக்கியமா, சாமீ?" என்று சிரித்துக்கொண்டே விசாரித்தான். அவன் குரல்கூட மாறிப்போய்க் கரகரவென்றிருந்தது.

"உம், நல்லாத்தான் இருக்கேன். என்ன சங்கதி, சொல்லு."

இந்த முறை அவனைப் பார்த்தபோது, எதனாலோ பரிதாபமா யிருந்தது. இதற்கு முன்னெல்லாம் குள்ளன் என் மனத்தில் எத்தனையோ விதமான உணர்ச்சிகளைக் கிளப்பியிருக்கிறான். ஆனால், இதுவரை அவனைப் பார்த்து நான் பரிதாபப்பட்டதாக எனக்கு ஞாபகமில்லை.

"ஒடம்பைக் காமிச்சுட்டுப் போகலாமின்னு வந்தேன்" என்று தன் புதுக்குரலில் சொல்லிக்கொண்டே, தன் இடுங்கின கண்களை விரிக்க முயற்சித்து சுற்றுமுற்றும் பார்த்தான். ஆஸ்பத்திரி வெள்ளையும் சுத்தமும் அவனுக்குப் புது அனுபவமாக இருந்திருக்கும் போலிருந்தது! ஆயுள் பூராவையும் சின்னூரிலேயே கழித்தவனாச்சே!

"என்ன ஒடம்புக்கு?"

அல்ப சொல்பமான கஷ்டமாயிருந்தால் உள்ளூரிலேயே வைத்தியம் பார்த்துக்கொண்டிருக்கலாம்.பெரிய விஷயமானால் ஜில்லா தலைமை ஆஸ்பத்திரியிலோ, அல்லது சென்னையிலோ பார்த்துக்கொண்டிருக்கலாம். இங்கே ஏன் வர வேண்டும்?

அப்பப்போ மார்வலி வருகிறதாம். அசதியாயிருக்கிறதாம். நெஞ்சு படபடவென்று அடித்துக்கொள்கிறதாம். மேலும் விசாரித்துக் கேட்டதில், 'ஓடியாடி வேலைசெய்ய முடியவில்லை; ரெண்டு பர்லாங்கு நடந்தால் மூச்சு வாங்குகிறது; அவ்வப்போது தலைசுற்றி மயக்கம் வருகிறது' என்று சொன்னான்.

அவனைப் பரிசோசித்துப் பார்த்தேன். பாதங்கள் பூசினாற் போல வீங்கியிருந்தன.

"அது அப்பிடியேதான் சாமி இருக்குது. காலையிலே எழுந்திருக்கறப்போ ஒண்ணும் இல்லை, சரியாத்தான் இருக்குது. சாயரட்சையானா மதமதனு நீர் இறங்கி ஊதிப் போவுது. இப்போ கொஞ்சம் நடந்தேன், அதுனாலே இப்பவே வீக்கம் வந்துட்டிருக்கு" என்றான்.

அவன் மார்பைத் தட்டி, வயிற்றை அமுக்கி, மற்றபடி சோதிக்க வேண்டிய முறைப்படி சோதித்துப் பார்த்தேன். என் சந்தேகம் உறுதியாயிற்று.

"குள்ளா, உன் இருதயம் பலஹீனப்பட்டுப் போயிருக்கு. இந்த நிலையிலே நீ ஏன் இவ்வளவு தூரம் வந்தே? சின்னூர்லேயே பார்த்துச் சொஸ்தப்படுத்திக் கொண்டிருக்கக் கூடாது?"

சின்னூரில் லோகல் பண்டு ஆஸ்பத்திரி இருக்கிறது. ஆண் டாக்டர், பெண் டாக்டர், ஆயா, கம்பவுண்டர் எல்லாம் இருக்கிறார்கள்.

"என்னதான் நம்ம ஊரிலே பார்த்தாலும் ஒன்கிட்ட வைத்தியம் பண்ணிக்கிற மாதிரி ஆவுமா?" என்று பதில் கேள்வி கேட்டு, மீண்டும் சிரித்தான் குள்ளன.

"அந்தக் கதையெல்லாம் கிடக்கட்டும்; இங்கேயே ஒரு வாரம், பத்து நாள் இருந்து, உடம்பைத் தேத்திட்டுப் போ. என்ன, தெரிஞ்சுதா?"

"சரி, ஒன்னிஷ்டம். அதுக்குத்தானே வந்திருக்கேன்" என்று மறுபேச்சின்றி ஒத்துக்கொண்டான்.

அவனை ஆஸ்பத்திரியில் சேர்த்த மூணாவது நாள்தான், அவன் தான் ஏன் சின்னூரிலேயே தொடர்ந்து வைத்தியம் செய்து கொள்ளவில்லையென்று விவரித்தான்.

"இப்போ வந்திருக்கிற டாக்டர் ரொம்ப மோசம் சாமீ. அவரை ஆஸ்பத்திரியிலே பார்த்தா, உள்ளுக்கு சிவப்பு மிக்சர்; வெளிக்கு கருப்பு மருந்து. இது ரெண்டுதான், என்ன வியாதியானாலும். நமக்கு ஒடம்பு நல்லாகணுமானா, மத்தியானத்துக்கு மேலே அவரை வீட்டிலே போயி பார்க்கணும். ஊசியெல்லாம் அங்கேதான் போடுவாரு. பசு மாட்டுகிட்ட, கன்னுக்குட்டித்

தோலுக்குள் வைக்கோலை அடைச்சுப் போட்டுக் காண்பிச்சுக் காண்பிச்சுப் பாலையெல்லாம் கறக்கற மாதிரி, ஊசியைக் காண்பிச்சுப் பணத்தைக் கறந்துடறாரு. ரெண்டு கை போறலை, அப்பிடி வார்றாரு. நம்மாலே அந்த மாதிரி வைத்தியம் பண்ணிக் கட்டுமா? அப்பிடியும் அம்பது ரூபாக்கு மேலே செலவழிச்சுப் பாத்துட்டேன். ஒண்ணும் பிரயோசனமில்லாத போகவேதான், ஒன்னை நெனைச்சுக்கினு ஓடியாந்துட்டேன்" என்று ஆற்றாமையோடு சொன்னான்.

"ஏன், ஜனங்கள் புகார் பண்ணலியா?" என்று கேட்டேன். சின்னூர் கொஞ்சம் விசித்திரமான ஊர். அங்கே, ரொம்ப நேர்மையாகவும் இருக்கக்கூடாது. அப்படி இருந்தால், சலுகைகள் கிடைக்காத கோபத்தால், மொட்டைக் கடுதாசிகளும் மகஜர்களும் போய்விடும்! ரொம்ப மட்ட ரகமாகவும் இருக்கக்கூடாது. நேர்மை இல்லையென்று மொட்டைக் கடுதாசிகளும் மகஜர்களும் போய்விடும்! சின்னூரில் பேர் வாங்க வேண்டுமானால், சாதாரண மனுஷன் போல, அதாவது கொஞ்சம் நேர்மையாகவும் கொஞ்சம் நேர்மையற்றும், பாதி நேரம் ஒழுங்காகவும் பாதி நேரம் ஒழுங்கீனமாகவும் தான் இருக்கவேணும்.

"மொட்டைக் கடுதாசு, விண்ணப்பங்கள் எல்லாந்தான் போச்சு. டாக்டருக்குப் பெரிய இடத்து சம்பந்தம் இருக்கும் போல இருக்குது. ஊரிலேயும் பெரிய மனுஷங்களுக்கு அவர் தயவு வேண்டியிருக்குது. அவருக்கும் அவங்க தயவு கிடைச்சுடுது. அதுக்கு முன்னாலே, அம்பட்டன் பேச்சும், குடியானவன் பேச்சும் நிக்க முடியுமா சாமீ, நீயே சொல்லு."

அன்றைக்கு நான் அவனிடம் பேச வேண்டுமென்றுவந்த விஷயத்தைப் பற்றிப் பேசவில்லை. ஆஸ்பத்திரியில் சேர்த்த ரெண்டாம் நாளே உடம்பு குணமடையும் குறிகளைக் காட்ட ஆரம்பித்துவிட்டாலும், இன்னும் நாலுநாள் போகட்டும் என்று விட்டு வைத்தேன்.

நான் பேசவந்த விஷயம் இதுதான். அவன் வந்த மறுநாள் அவன் இருதயத்தை எக்ஸ்ரே படம் பிடித்துப் பார்த்தேன். நான் பயந்த மாதிரியே இருந்தது. இருதயத்திலிருந்து வெளியேறும் பிரதம ரத்தக்குழல் மலினமடைந்து பலூன் மாதிரி வீங்கிப் போயிருந்தது. முதுகெலும்பைக்கூட அரிக்க ஆரம்பித்துவிட்டிருந்தது. ஆகாரம் உள்ளே செல்லும்பாதையையும் நசுக்கிக்கொண்டிருந்தது. இதுபற்றி என்றாவது ஒரு நாள் பலூன் மாதிரி வெடித்தால் உயிருக்கே ஆபத்து. அவனுக்கு ஏன் இவ்வாறு நேர வேண்டும் என்று சந்தேகித்து, அவன் ரத்தத்தை சோதனைக்கு அனுப்பினேன். நான் எதிர்பார்த்தபடியே முடிவும் வந்தது. வாலிப விளையாட்டின் விளைவு! அவனுக்குத் தற்போது ஏற்பட்டிருக்கும் இந்த ரத்தக்

குழல் வீக்கத்துக்குச் சாமானிய வைத்தியம் கிடையாது. பலவீனப் பட்டுப் போயிருக்கும் இருதயத்தைத் தற்காலிகமாத் தேற்றி வைக்கலாம். அவ்வளவுதான் செய்ய முடியும்.

பத்து நாட்களுக்குப்பின் அவன் உடல் முக்காலும் தேறி வரும் சமயம், அவனே ஊருக்குத் திரும்புவதைப் பற்றிப் பேச்செடுத் தான். அவனை எச்சரிக்க அதுதான் சமயம் என்று நான்,

"குள்ளா, ஒனக்கு பாலியத்தில் ஏதாவது வியாதி வந்ததுண்டா?" என்று கேட்டேன்.

"ஒண்ணும் வந்ததில்லையே!"

"நல்லா யோசிச்சுப் பாரு; பாலியம்னா, சின்னப் பையனா இருந்தப்போ இல்லை; வாலிபத்திலே, வயசுக் காலத்திலே காளைப் பருவத்திலே . . ."

நான் எதைக் கேட்கிறேன் என்று அவனுக்குப் புரிந்திருக்க வேண்டும். ஆனால், அவன் பதில் சொல்லவில்லை. நான் தொடர்ந்தேன்.

"வழி தப்பிப் போனால் நெருஞ்சி முள் தைக்கும் இல்லியா?"

'ஆமாம்' என்னும் பாவனையில் தலையை ஆட்டினான்.

"வாலிப விளையாட்டு வழிதப்பிப் போற மாதிரிதானே?"

அவன் மீண்டும் தலையை ஆட்டினான்.

"நீயும் அந்தக் காலத்தில் விளையாடினதுண்டுதானே?"

அவன் தலை மீண்டும் அசைந்தது.

"நெருஞ்சி முள் தைச்சிட்டிருக்கு; இருதயத்துக்குள்ளே புடம் வெச்சுட்டிருக்கு!"

அவன் சில விநாடிகள் ஒன்றும் பேசவில்லை. பிறகு தணிந்த குரலில்:

"உயிருக்கு ஆபத்து உண்டா சாமீ" என்று கேட்டான். 'உண்டு' என்ற ஞானமும், அதேசமயம் 'என் மனச்சாந்திக்காவது இல்லை யென்று சொல்லேன்' என்று கெஞ்சுகிற குழைவும் அவன் குரலில் தொனித்தது. அவன் குனிந்த தலை நிமிராமலே பேசினான்.

'உண்டு, நிச்சயம் உண்டு; இன்னும் உன் வாழ்வு ரெண்டு மாசமோ, ஆறு மாசமோ, மிஞ்சிப் போனால் ஒரு வருஷமோ. அப்புறம் நீ ரத்தம் கக்கிச் செத்துப் போவாய்' என்று எப்படி அவனிடம் சொல்வது?

"இப்போதைக்கு இல்லை . . ." என்று இழுத்தாற் போலச் சொன்னேன்.

"இதுக்கு வைத்தியம் ஒண்ணும் இல்லியா, சாமீ?"

"வைத்தியம் இருக்கு. ஆனாலும் . . ."

நான் வாக்கியத்தை முடிக்கவில்லை. உண்மையில், 'உன் நோய்க்கு வைத்தியம் இல்லை; பாழான ரத்தக்குழலைப் புதுப்பிக்க முடியாது' என்று அவனிடம் எப்படிச் சொல்வது?

அவன் முகம் கொஞ்சம் பிரகாசமடைந்தது.

"மெட்றாசுக்குப் போயி, அங்கே பெரிய டாக்டர் யாராவது ஆபரேஷன் செய்வாரா என்று வேணுமானால் கேட்டுப் பார்க்கலாம்" என்று நப்பாசை காட்டுகிறமாதிரி, தேறுதல் சொல்கிற மாதிரி, அதே சமயம் நம்பிக்கை ஊட்டாதவிதமாய்ச் சொன்னேன், மெட்றாசில் அவனுக்கு ஆபரேஷன் செய்ய யாரும் தயாராயிருக்க மாட்டார்கள் என்று தெரிந்திருந்தும்.

"ஆபரேசன் கீபரேசன் எல்லாம் வாணாம், சாமீ. உன் கையிலே வைத்தியமானாலும் சரி . . . இன்னும் ரெண்டு மாசம் தாங்குமில்லியா?"

அவன் முகத்தில் சந்தேகமும், ஆவலும், உற்சாகமும், பயமும், மாறி மாறி நிழலாடின.

"ரெண்டு மாசம் பயமில்லை. ஏன் ஆறு மாசம் ஒரு வருஷங்கூட ஒரு தொந்தரவுல்லாமே நல்லபடியாகப் போகலாம். ஆனாலும், நாம என்ன பிரமாவா – ஆயுளெல்லாம் அளந்து பாத்து வெச்சிருக்கமா? இந்த மாதிரி விஷயத்திலெல்லாம் நிச்சயமா ஒண்ணும் சொல்லமுடியாதில்லியா . . ." என்று என் வாய் பேசியது. மனசுக்குள்ளேயோ, 'ரெண்டு மாசமோ, ஆறு மாசமோ . . . நிச்சயமா ஒரு வருஷம் தாண்டாது' என்ற எண்ணம் ஈர விறகு போலக் குமைந்து கனன்றது.

அவன் சிரித்தான்!

"ரெண்டு மாசம் போதும், சாமீ; அதுக்கப்பறம் எனக்குக் கவலை இல்லை" என்றான்.

மிகப்பெரிய கஷ்டத்திலிருந்து எதிர்பாராது கிடைத்த பேருதவியினால் விடுபட்டவன் மாதிரி, பிரமாண்டமான பளுவை இறக்கி வைத்துவிட்டு, முதுகைச் சொடுக்கி விட்டுக்கொண்டு சுகப்படுகிறவன் மாதிரி, அவன் திருப்திப்பட்டுக்கொண்டிருந்தான்!

எனக்கு ஆச்சரியமாயிருந்தது. 'நீ இன்னும் ஆறு மாசம் உயிரோடிருப்பதே சந்தேகம்' என்ற மிக முக்கியமான விஷயத்தை நான் சொல்லி அவன் உணர்ந்துகொண்டபோது அவன் அதிர்ச்சியடைந்து, கண்கலங்கிக் கைபிசைந்து, என் கால்களைக் கெட்டியாகப் பிடித்துக்கொண்டு, 'எப்படியாவது என்னைக்

காப்பாற்றி விடு' என்று அழுவான் என்று நான் நினைத்துச் சங்கடப்பட்டுக் கொண்டிருக்கையில், அவன் கவலை நீங்கி 'ரெண்டு மாசம் இருந்தால் போதும்' என்று திருப்திப்பட்டதும் சந்தோஷப்பட்டதும் விளங்காத புதிராகி, எனக்கு வியப்பையும் எரிச்சலையும் உண்டாக்கியது.

"என்ன குள்ளா, வியாதியை இவ்வளவு தூரம் முத்த விட்டுட்டியே, அந்தக் காலத்துலேயே, ஆரம்பத்திலேயே வைத்தியம் பண்ணியிருந்தா, இந்த மாதிரி . . ." என்று நான் அவனைக் கடிய ஆரம்பித்தபோது –

"அதெல்லாம் பழைய கதை; விட்டுத் தள்ளு சாமீ, எனக்குக் கலியாணம் ஆகறதுக்கு முன்னாலே ஆயிப்போன விஷயம். இப்போ அதைச் சொல்லி ஆசை காட்டாதே சாமீ. கொட்டிப் போன பாலுக்கும், வெட்டிப்போட்ட மயிருக்கும் சமானம். 'நானு பி.ஏ. படிச்சிருந்தா'ங்கிற மாதிரித்தான் இதுவும். ஆனது ஆயிப்போச்சு; அதை விடு. நான் எப்போ ஊருக்குப் போகலாம்னு சொல்லு சாமி, ஊர்லே நிறைய வேலை கெடக்குது. ரெண்டு மாசத்துக்குள்ளே முடிச்சாக வேணும்" என்று மிக உற்சாகத்தோடு சொன்னான். அவன் குரல் மாறிவிட்டிருந்தாலும் நான் முன்பு அறிந்திருந்த குள்ளனை இப்போது அடையாளம் கண்டுகொள்ள முடிந்தது. கள்வெறி ஏறிக் குஷாலாக இருப்பவனைப்போல இருந்தான் அவன்!

"என்ன, அவ்வளவு வேலை பாழ் போகுது ஊரிலே? உடம்பை சரியா வெச்சுகிட்டாத்தானே ஊருக்குப் போயி வேலை எதுவும் செய்ய முடியும்?"

"கோவில் கும்பாபிஷேகத்துக்கு நாள் பாத்தாச்சு சாமி; இன்னும் நாப்பது நாள்தான் இருக்குது" என்றான்.

இதைச் சொல்லும்போது, அவன் முகம் புதுமணப் பெண்ணின் முகம்போல நாணிச் சிவந்து பூரித்தது.

"கும்பாபிஷேகமா, எந்தக் கும்பாபிஷேகத்துக்கு நீ போயி வேலை செய்யணும்?"

"பிள்ளையார் கோவில் சாமி – நான் கட்டறேன்னு சொன்னேனே அந்தக் கோவில்தான், கட்டி முடியப்போகுது, அதுக்குத்தான் கும்பாபிஷேகம்."

அவன் முகமெல்லாம் பல்லாகி சந்தோஷம் விரிந்தது.

எனக்கு ஆச்சரியம் தாங்கவில்லை. நானும் இதுவரை அந்தக் கோவில் சமாச்சாரத்தையே மறந்துவிட்டிருந்தேன். அந்தப் பைத்தியக்காரப் பையன் வந்துபோன சூட்டில் ஏற்பட்ட

தற்காலிக ஆசை. பைத்தியம் தெளிவதுபோலப் பத்துநாளில் போய் விட்டிருக்கும் என்றே நான் நினைத்திருந்தேன். அந்த ஆசை தற்காலிகமானதல்ல; அவன் சாதித்தே தீர வேண்டுமென்று உறுதி கொண்டிருந்தது என்பது இப்போதுதான் எனக்கு உறைக்க லாயிற்று. குள்ளனாவது கோவில் கட்டுவதாவது என்று நான் நினைத்திருந்ததும் என் மறப்புக்குக் காரணமாக இருந்திருக்கலாம்.

மரணம் தன் முட்சிறகைப் பரப்பி கவிந்துகொண்டிருக்கும் அவன் முகத்தைப் பார்த்தேன். அதில் சந்தோஷமும் பெருமிதமும் தாண்டவமாடிக்கொண்டிருந்தன. சாவின் கருநிழலில் நின்று கொண்டிருக்கையிலும் தளர்ச்சியடையாது சந்தோஷமாக இருக்கும் அவனைக் கண்டு என்ன நினைப்பது என்றே எனக்குத் தோன்றவில்லை. என் மனத்தில் வியப்பும் இரக்கமும், பொறாமையும்கூட, என் ஆவலைத் தூண்டிவிட்டன. குள்ளன் எந்த மாதிரிக் கோவில் கட்டியிருப்பான்?

“அடே. நீ சும்மா சொன்னேன்னு நினைச்சேன். கோவில் கட்டியாச்சா! எங்க கட்டியிருக்கே? பரவாயில்லியே பெரிய ஆளுதான் நீ!” என்று பாராட்டினேன்.

“காத்தான் குளத்தண்டை கட்டியிருக்கேன், சாமீ. நீ வரும்போது பாரு; ரொம்ப ஜோரா அமைஞ்சிபோயிருக்குது.”

சின்னக்குழந்தை முதன் முதலில் தானாகவே குட்டிக் கரணம் போட்டவுடன் அடைவதைப்போல இருந்தது. அவன் முகத்திலும் பேச்சிலும் இருந்த ஆனந்தம்.

ரெண்டு வாரத்துக்குமேல் ஆஸ்பத்திரியில் இருந்து, பின் விடுதலையானான் குள்ளன், போகும்போது, ‘போய் வரேன். சாமீ’ என்றதைத் தவிர அவன் வேறொண்ணும் சொல்லவில்லை. ஊருக்குப் போவதில் அவனுக்கு அவ்வளவு ஆத்திரம். என்னதான் ஆத்திரமானாலும் அவனைக் காப்பாற்றிவிட்டதுக்கு மரியாதைக்காவது அவன் நன்றி தெரிவித்திருக்கலாம். ஆனால், அவன் என்னவோ அவ்வாறொண்ணும் செய்யவில்லை. எனக்கு அவன் முடிவெட்டுவது என்றிருப்பதுபோல, அவனுக்கு நான் வைத்தியம் செய்து சொஸ்தப்படுத்த வேண்டியது என்னுடைய அன்றாடக் கடமைகளுள் ஒன்று என்பதாக, அவன் நடந்து கொண்டது எனக்குக் கொஞ்சமும் பிடிக்கவில்லை. வேறு சில நோயாளிகளைப் போல அவனும் எனக்கு நன்றிக் காணிக்கையாக ஆரஞ்சும் ஆப்பிளும் கொடுக்க வேணும் என்று நான் எதிர்பார்க்கவில்லை. ஆனாலும், ‘ஒன்னாலேதான் சாமீ என் உயிர் பிழைச்சிது’ என்று அவன் சொல்லியிருக்கலாம், சொல்ல வில்லை. போகிறான், அவனுக்குத் தெரிந்தது அவ்வளவுதான் என்று சமாதானப்படுத்திக் கொண்டேன்.

அவன் ஊருக்குப்போன ரெண்டு மூணு வாரத்துக்கப்புறம் தபாலில் எனக்குக் கும்பாபிஷேகப் பத்திரிகை வந்தது. அசிரத்தை யாக அதைப் படித்தேன். கடைசியிலே,

"இன்னிசை விருந்து – இரவு 8 மணிக்குமேல் பிரபல சங்கீத வித்வான் இன்னிசை மன்னர் சின்னூர் ராமசாமி அவர்களின் கிளாரினெட் கச்சேரி நடைபெறும். கடப்பூர் சுப்பிரமணிய பிள்ளை தவில் வாசிப்பார்கள். சின்னூர் தங்கராசு அவர்கள் ஒத்து. ஒலிபெருக்கி உண்டு. அனைவரும் வந்து கேட்டுக் களியுங்கள்.

இப்படிக்கு கோவில் திருப்பணிக் குழுவினர் சார்பாக, சின்னூர் குள்ள பண்டிதர்."

என்ற செய்தியைப் படித்ததும், எனக்குச் சிரிப்பு வந்துவிட்டது.

சமீபத்தில் பிரபலமடைந்து கொண்டிருக்கும் கிளாரினெட் வித்துவான் சி. ராமசாமி சின்னூர்க்காரர் என்பது எனக்குப் புதுச் செய்தி. ராமசாமி அடிநாளிலேயே சின்னூரை விட்டுப் போயிருக்க வேண்டும். அல்லாத போனால் அவர் எப்படிப் புகழேணியில் ஏறியிருக்க முடியும்?

'தங்கராசுவுக்கும் எப்படியோ வழிசெய்துவிட்டான், குள்ளன் பரவாயில்லை, எமகாதகப் பயல்!' என்று நினைத்துக்கொண்டேன்.

பஸ் ஊரை நெருங்கிக்கொண்டிருந்தபோது என்னுடைய ஆவலை அடக்க முடியவில்லை. சின்னப் பிள்ளைபோல அடிக்கடி வெளியே எட்டிப் பார்த்துக்கொண்டிருந்தேன். பஸ் காத்தான் குளத்தைக் கடந்தது. அப்போதும் என் கண்ணுக்கு கோபுரம் எதுவும் தென்படவில்லை. பெருத்த ஏமாற்றமாகிவிட்டது.

வீட்டுக்குப் போனதும் முதல் வேலையாக, குள்ளன் நிஜமாகவே கோவில் கட்டி முடித்தானா, கும்பாபிஷேகம் செய்தானா, கிளாரினெட் கச்சேரி வைத்தானா என்று விசாரித்தேன். என் பேச்சைக் கேட்டுக்கொண்டிருந்த ராதா,

"ஒனக்குத் தெரியுமோ அண்ணா, குள்ளன் செய்துப் போயிட்டான்" என்றாள்.

எனக்குத் தூக்கிவாரிப் போட்டது.

"என்ன, குள்ளன் செத்துப் போயிட்டானா, எப்போ?"

அதற்குள் அம்மா குறுக்கிட்டு,

"சரிதான் போடி உள்ளே, வேலையைப் பாரு, வந்ததும் வராததுமா சுபசமாச்சாரம் சொல்ல வந்துட்டாள், இங்கிதம் தெரியாத அஸத்து" என்று கோபித்து விரட்டிவிட்டாள்.

அன்று பிற்பகல் ராதாவைக் கூப்பிட்டு விசாரித்தேன்:

“குள்ளனா, அவன் செத்துப்போயி ஏழெட்டு மாசமாச்சு. அவனை பிசாசு அடிச்சுடுத்து. அவன் ஒன்னைப் பார்த்துட்டு வந்ததிலேயிருந்து, எப்பப் பார்த்தாலும் ஒன்னைப் பத்தியேதான் பேச்சு. ஒரே புகழ்மாலை: ‘ஆஹா என்னமா கவனிச்சுக்கினாரு, தினம் ஆரஞ்செென்ன, ரொட்டியென்ன! தலகாணி உறைகூட தினம் ஊசி போட்டாயாமே! சொல்லிச் சொல்லி மகிழ்ந்து போனான். நீ இவ்வளவு நல்லவன்னு எங்களுக்கெல்லாம் காட்டாமேதானே ஒளிச்சு வெச்சிருந்தே . . ?” என்று மூச்சு விடாமல் பொரிந்து தள்ளினாள் ராதா.

“கேட்டதுக்குப் பதில் சொல்றயா இல்லையா?” என்று மிரட்டின பின்னர்தான் விஷயம் வந்தது.

குள்ளன் நிஜமாகவே கோவில் கட்டி கும்பாபிஷேகம் செய்து கிளாரினெட் கச்சேரி வைத்து, தங்கராசுவையும் ஒத்தூதும்படிச் செய்துவிட்டான். ஆஸ்பத்திரியிலிருந்து வந்தது முதல் காலில் ரெக்கை கட்டிப் பறந்தவண்ணமாயிருந்தான். அசுரனாய் உழைத்தானாம். கும்பாபிஷேகம் நடந்த பதினைந்தாம் நாள் திடீரென்று இறந்துவிட்டான். பிசாசு அறைந்து விட்டதாம்!

அன்று மாலை காத்தான் குளத்தண்டை போனேன். அதனருகே ஓர் அரசமரம் இருக்கிறது. முன்னே தரும உண்டி தொங்கின இடம். அங்கே மரத்தைச் சுற்றி ஆறடி உயரத்துக்கு கருங்கல் சிமிட்டி மேடை. மேடை மேல் விநாயகர் பிரதிஷ்டை செய்து, விக்கிரகத்தைச் சுற்றி ஒரு சிறு மண்டபம்; நாலடி உயரத்துக்குமேல் இருக்காது. அதற்கு ஒண்ணரையடி உயரத்துக்குமேல் போகாத விமானம் – சின்னது, வேலைப்பாடுகள் ஒன்றுமில்லாமல். இதுதான் குள்ளன் கட்டிய கோவில். விநாயகர் தலைக்கு மேலே ஒரு நீண்ட குழாய் விளக்கு எரிந்துகொண்டிருந்தது. அதில் பெரிய எழுத்தில் ‘ராவ் சாகிப் சுந்தரமூர்த்தி முதலியார் தருமம்’ என்றும், சின்ன எழுத்தில் ‘வரசித்தி விநாயகர்’ என்றும் எழுதியிருந்தது.

‘கோவில் எப்பிடி இருக்கு சாமீ?’ என்று குள்ளன் குரல் கேட்ட மாதிரி இருந்தது. திடுக்கிட்டுச் சுற்றுமுற்றும் பார்த்தேன். ஒருவரையும் காணவில்லை. என் மனசு பாறாங்கல்லாய் கனத்தது. அங்கே இருக்கப் பிடிக்கவில்லை. மேலேயிருந்து கிளிகளும் காக்காய்களும் எச்சமிட்டு விடுமோ என்ற பயம்வேறு. காற்றாட நடக்கலாம் என்று இறங்கி வெளியே நடந்தேன்.

எதிரே எலிமென்டரி ஸ்கூல் வாத்தியார் (ரிடயர்டு) சுப்ரமண்ய ஐயர் – எனக்குக்கூட வாத்தியாராக இருந்தவர் – வந்தார். சற்று

நேரம் அவரோடு எதையோ பற்றிப் பேசிக்கொண்டிருந்துவிட்டு, குள்ளன் நினைவு வர அவனைப்பற்றி விசாரித்தேன்.

“பரியாரிப் பயல் கோவில் கட்றேன்னு ஆரம்பிச்சான். அதுவும் விக்னேஸ்வரர் கோவில்! தெய்வத்துக்கே பொறுக்கல்லே, பழி வாங்கிடுத்து. ஒரு நாள் ராத்திரி கன்னி குளத்தண்டை போயிருக்கான், பிசாசு அறைஞ்சுட்டிருக்கு. மக்கா நாள் கார்த்தாலேதான் எடப் பசங்க கண்டுபிடிச்சுதுங்கோ. தூங்குமூஞ்சி மரத்தடியிலே, வாயாலேயும் மூக்காலேயும் ரத்தம் கக்கிச் செத்துக் கிடக்கான். பரியாரி இந்தக் காரியத்திலேயெல்லாம் ஈடுபடலாமோ? சாமியே பூதகணங்களை ஏவி, பாடங் கற்பிச்சுட்டார்!” என்று உற்சாகத்தோடு பேசிக்கொண்டே போனார்.

எனக்குப் பொறுக்கவில்லை. “ஏன் ஸார், சாமிக்குப் பொறுக்கலேயின்னா, அவன் கோவில் கட்டி முடிச்சு கும்பாபிஷேகம் செய்யற வரைக்கும் காத்துண்டிருக்கணும்? ஆரம்பத்திலேயே பூதத்தை அனுப்பியிருக்கலாமே?” என்று கேட்டேன்.

ஸார் மூக்குக் கண்ணாடியைச் சரிசெய்து மாட்டிக்கொண்டு என்னை ஏற இறங்கப் பார்த்துவிட்டு, வேலை இருக்கிறது என்று சொல்லி இன்னும் என்னவோ முணுமுணுத்துக்கொண்டு போய்விட்டார்.

லீவு முடிந்து சின்னூரை விட்டுக் கிளம்பினேன். புழுதிக்கும் இரைச்சலுக்கும் அசுத்தத்துக்கும் நடுவிலிருந்து பஸ் புறப்பட்டது. சிறிது தூரந்தான் போயிருக்கும். கண்டக்டர் தன் இடத்திலிருந்த படியே டிரைவரை நோக்கி, “குள்ளன் கோவில்லே ஒரு மெரி மெரிச்சுக்கோப்பா, பாடிகை வருது” என்று கூவினான்.

எனக்குத் திடுக்கிட்டது. சந்தோஷமாயும் இருந்தது. அங்கே பஸ் நின்றபோது கோவிலைப் பார்த்தேன். ராவ்சாகிபின் தரும விளக்கடியில் இருந்த வரசித்தி விநாயகர் என்னைப் பார்த்துக் குறுநகை புரிந்து வலக்கண்ணை மூடி இடக்கண்ணை விஷமமாய்ச் சிமிட்டினார்! பதிலுக்கு நானும் சிரித்துக்கொண்டே கண்ணைச் சிமிட்டினேன்! வெள்ளை வேட்டியும் ஜிப்பாவும் ஜரிகை அங்க வஸ்திரமும் அணிந்துகொண்டு எனக்கு எதிர் ஸீட்டில் இருந்தவர் ஏதோ சந்தேகத்தோடு என்னை முறைத்துக்கொண்டிருந்தார்!

அறுசுவை

நடக்க முடியாதவள்

வாழ்க்கையிலே அன்றாடம் விதம் விதமான சம்பவங்களில் நாம் பங்கேற்கிறோம். அவற்றின் விளைவாக நமக்குப் பலவேறு வகையான அநுபவங்கள் நேர்கின்றன. அவற்றுள் பல தங்கள் அடையாளத்தை நம்முள் நிரந்தரமாகப் பதித்துவிடு கின்றன. அம்மாதிரியான அநுபவங்களில் சிலவற்றை யாவது நாம் பலருக்கும் எடுத்துச் சொல்ல வேணு மென்று பெரிதும் விரும்புகிறோம். போன வருஷம் நிகழ்ந்த இந்தச் சம்பவமும் அந்த மாதிரியான அநுபவங்களில் ஒன்று. இந்த அநுபவத்தை மற்றவர் களுடன் பகிர்ந்துகொள்ளவேணுமென்று அப்போதி லிருந்து எனக்கு ஆசை. அதற்கு இப்போதுதான் வேளை வந்திருக்கிறது. கொஞ்சம் பொறுமையாய்க் கேளுங்கள், சொல்கிறேன்.

என்னுடன் சில நாட்கள் தங்கிப் போகவென்று அப்போது ஆந்திரே மில்லர் வந்திருந்தார். அவர் என்னைவிடப் பத்து வயது மூத்தவர். நான் ஆராய்ச்சி செய்துகொண்டிருந்த விவசாயத் துறையை ஒட்டிய பாடப்பகுதி ஒன்றுக்கு ஹாலந்து நாட்டிலே உட்றெஃட் பல்கலைக்கழகத்திலே அவர் பேராசிரியர்; அவருடைய துறையிலே உலகறிந்த நிபுணர். அப்படிப்பட்டவர் இந்தியாவில், டில்லி, மும்பாய் போன்ற மாநகரங்களில் இல்லாமல் சென்னைக்குச் சற்றுத் தொலைவில் ஒரு கிராமப் பகுதியில் இருந்த ஆராய்ச்சி நிறுவனம் ஒன்றில் வேலை செய்துகொண்டிருந்த எனக்கு நண்பரானது பற்றி எனக்கு ரொம்பப் பெருமை என்று சொல்லத் தேவையில்லை. நான் ஒரு முறை உட்றெஃட்டில்

மூன்று மாதங்களுக்கு மேல் தங்கி அவருடன் சேர்ந்து சில ஆய்வுகள் நடத்த வேண்டியிருந்த சமயம், நான் சைவ உணவுக் காரன் என்பது பற்றி அவர் மனைவி அன்னா மில்லர் மிகவும் கவலைப்பட்டு என்னைப் பரிவுடனும் நட்புரிமையுடனும் சொந்தச் சகோதரிபோலக் கவனித்துக்கொண்டது முதல் அவர்கள் குடும்பமே என்னுடன் தோழமை பூண்டு விட்டிருந்தது.

அவரைச் சென்னை விமான நிலையத்தில் வரவேற்று எங்கள் ஊருக்கு அழைத்துவந்து எங்கள் நிறுவனத்தின் விருந்தினர் விடுதியில் இறக்கிவிட்டுக் கொஞ்ச நேரம் பேசிக்கொண்டிருந்த பின், "சிரம பரிகாரம் செய்து சிறிது ஓய்வு எடுத்துக்கொள்ளுங்கள், பிறகு, சாயங்காலம் நாலு மணிக்குத் தயாராக இருங்கள், வாமனைப் பார்ப்பதை முதலில் முடித்துக்கொண்டுவிடுவது என்று திட்டம், அதற்கு ஆறு மணி ரயிலைப் பிடிக்க வேணும்" என்று சொல்லிவிட்டு நான் வீடு போய்ச் சேர்ந்தேன். என்னைப் போலவே தமிழ்நாட்டிலே, ஆனால் அதன் தென்கோடியில் இருந்த ஓர் ஆராய்ச்சி நிறுவனத்தில் என் தொழில் துறை நண்பன் வாமன் தாமோதர் நார்வெகர் வேலை செய்துகொண்டிருந்தான். சில வருஷங்களுக்கு முன்னால் நான்தான் அவனுக்கு மில்லரை அறிமுகம் செய்துவைத்தேன். எங்கள் மூவருக்கும் தொழில் முறையில் துவங்கிய அறிமுகம் சீக்கிரத்திலேயே நெருக்கமான நட்புறவாக முதிர்ந்தது. இந்த முறை முடிந்தால் அவனையும் சந்திக்க வேணுமென்று மில்லர் சொல்லியிருந்தார். அவன் மனைவி ரோகிணி நோய்வாய்ப்பட்டுப் படுத்த படுக்கையாக இருந்ததால் அவனைச் சென்னைக்கு வரச் சொல்வதற்குப் பதிலாக நாங்களே அவனையும் அவன் மனைவியையும் போய்ப் பார்த்துவிட்டு வந்ததன் பின் மில்லர் என்னுடன் நாலு நாட்கள் கழிப்பது என்று திட்டம் போட்டிருந்தோம்.

மனித மனம் விசித்திரமானது. பல வேறு விதமான விஷயங் களில் பங்கேற்று அவற்றைப் பக்குவப்படுத்தி ஜீரணித்துக்கொள்ள மனசிலே அஞ்சறைப் பெட்டி மாதிரிச் சின்னதும் பெரிசுமாய்ப் பலவிதமான அறைகள் தனித்தனியாக இருக்கின்றன என்று எனக்குத் தோன்றுகிறது. நிறையப் பேருக்கு அந்த அறைகளில் சிலது ஒழுங்காக எல்லாருடையதையும்போல வேலை செய்தாலும் இன்னும் சிலது, அல்லது ஏதாவது ஒன்று மாத்திரம், கொஞ்சம் வித்தியாசமாக, சாதாரண மனிதர்களதைப் போலல்லாமல் அறிவுப்பாதையினின்று தடம் புரண்டு விலகி வேலை செய்யும் போலிருக்கிறது. அந்த விஷயங்களில் மாத்திரம் அவர்கள் அறிவுக்குப் பொருந்தாதவிதமாய், பகுத்தறிவுக்கு மாறாய், இன்னும் சொல்லப்போனால் அரைப் பைத்தியம் போலக்கூட, நடப்பதை

நான் பலமுறை பார்த்திருக்கிறேன். சுத்தமான பகுத்தறிவுக்கும் காரண காரிய நியாயத்துக்கும் எடுத்துக்காட்டாக விளங்கின துப்பறியும் நிபுணன் ஷெர்லக் ஹோம்ஸை உருவாக்கின அதே ஆர்தர் கானன் டாய்ல், தும்பிகள்போல இறக்கைகள் கொண்ட, கட்டை விரல் அளவு உயரமிருந்த குட்டித் தேவதைகள் தன் வீட்டுத் தோட்டத்தில் உல்லாசமாகப் பறந்து திரிந்துகொண்டிருக் கின்றன என்று நம்பியிருக்கவில்லையா? அந்த மாதிரி என்று வைத்துக்கொள்ளுங்கள். இப்படிச் சில விஷயங்களில் சில பேரை அறிவுக்குப் பொருந்தாத விதமாய் நடக்கச்செய்யத் தூண்டுவதில் அவர்களுடைய கலாசாரப் பழக்கவழக்கப் பின்னணிகளும் அவற்றுக்கு ஆதாரமான நம்பிக்கைகளும் முக்கிய பங்கேற்கின்றன என்று நான் நினைக்கிறேன். இதையெல்லாம் இங்கே சொல்வதுக்குக் காரணம், என் நண்பன் வாமன் தாமோதர் நார்வேகரும் அவன் மனைவி ரோகிணியும் நான் மேலே சொன்னவைக்கு நல்ல உதாரணங்களாக இருந்ததுதான்.

எனக்கு ரெண்டே வயசு இளையவனான வாமன் முன்னே சொன்ன மாதிரி நான் வேலை செய்யும் துறையிலேயே, தமிழ் நாட்டின் தென் கோடியில் இருக்கும் ஆராய்ச்சி நிறுவனம் ஒன்றில் தொழில்புரியும் விஞ்ஞானி. மகாராஷ்டிர மாநிலத்தவன். கோலாப்பூரைச் சேர்ந்தவன். ரொம்பக் கெட்டிக்காரன். எங்கள் துறையில் ஆய்வுகள் நடத்தி புனே பல்கலைக்கழகத்தின் டாக்டர் பட்டம் பெற்றவன். அவனைப் பற்றியும், அவன் வேலைத் திறமை பற்றியும் எல்லோரும் மிக உயர்ந்தவிதமாக மதிப்பீடு செய்திருந்தார்கள். அதே சமயம், அவனும் ரோகிணியும் ஒரு தனிப்பட்ட ஆன்மீகக் குழுவைச் சேர்ந்தவர்கள் என்பது முக்கால் வாசிப் பேர்களுக்குத் தெரியாது. ஒருவர் ஏதேனும் ஒரு ஆன்மீகக் குழுவில் சேர்ந்திருப்பது என்பது ஒன்றும் பெரிய விஷயமில்லைதான். அதில் ஒரு தப்புமில்லை. நம் நாட்டில் முக்கால்வாசிப் பேர் எதாவது ஒரு ஆன்மிகக் குழுவிலோ, சங்கத்திலோ, அமைப்பிலோ எப்படியாவது ஒருவிதமாகத் தொடர்பு கொண்டவர்களாகத்தானே இருக்கிறார்கள்? ஆனாலும் வாமனும் ரோகிணியும் சேர்ந்திருந்த குழு வெறுமனே வியாழக்கிழமைதோறும் கூடிப் பஜனை செய்துவிட்டுப் பிரசாதம் வினியோகம் செய்யும் கூட்டமாக எனக்குத் தெரியவில்லை. அந்தக் குழுவினரின் நம்பிக்கைகளில் பல எனக்கு மிக விசித்திரமானவையாக மட்டும் இல்லை, பைத்தியக்காரத் தனமானவையாகவும் பட்டது. உதாரணத்துக்கு இதோ இது ஒன்று: வானத்திலே ரிஷப ராசியில் நம் வெறும் கண்ணுக்கே நன்றாகத் தெரியும் கார்த்திகை நக்ஷத்திரக் கூட்டத்திலிருந்து கொண்டு ஒருவகையான, தேவதைகள் என்று சொல்லத்தகுந்த,

நாகரிகத்திலும் விஞ்ஞான அறிவிலும் நம்மைவிட மிகவும் முன்னேறி அதன் விளைவாக அபார சக்தி பெற்றிருந்த 'அதிமானிட' ஜீவன்கள் நம்மையெல்லாம் பல வருஷங்களாகக் கண்காணித்துக் கொண்டிருக்கிறார்கள் என்றும், நாம் வாழுமிந்தப் புமியை நாசப்படுத்தி உயிர் வர்க்கங்கள் வாழ்வதற்கு லாயக்கில் லாமல் செய்ய நேரிடும் பக்ஷத்தில் அவர்கள் ஏதோ ஒரு விதமாகக் குறுக்கிட்டு மனித குலத்தையும் இந்தப் பூவுலகத்தையும் காப்பாற்றிக் கடைத்தேற்றுவார்கள் என்றும் அவர்கள் பரிபூரண மாக நம்பினார்கள்! வாமனைவிட அதி தீவிரமாகவே ரோகிணி அந்தக் குழுவின் நடவடிக்கைகளில் ஈடுபட்டிருந்தாள். இத்தனைக் கும் அவள் இயற்பியலிலும் கணிதத்திலும் முதல் வகுப்பில் தேறிப் பட்டங்கள் வேறு வாங்கியிருக்கிறவள்!

தொழிலைப் பொறுத்தவரை முற்றிலும் விஞ்ஞான ரீதியில் யோசிப்பதிலும், காரண காரிய அடிப்படையில் சிந்திப்பதிலும் விவாதிப்பதிலும் முடிவெடுப்பதிலும் அதீத வல்லமையுள்ளதாக விளங்கின வாமனின் மனம் எப்படி இந்த மாதிரிக் குப்பை எண்ணங்களையும் அதே சமயத்தில் தன்னுள் போற்றிப் பாதுகாத்து வைத்துக்கொண்டிருக்கிறது என்பது எனக்குப் புரியவேயில்லை. அவனுடைய சிந்தனைப் போக்கின் மேல் அவனுடைய மனைவிக்கு இருந்த மனச் செல்வாக்கும் ஆதிக்கமுமே அதற்குக் காரணம் என்றுதான் நான் நினைத்தேன்.

மில்லரும் ஒரு முறை வாமனுடைய மனசின் இந்த வினோதத்தைப்பற்றி என்னிடம் குறிப்பிட்டிருக்கிறார். வாமன் தமிழ்நாடு கேரள எல்லையிலிருந்த தன் குருஜியின் ஆசிரமத்துக்கு ஒரு முறை மில்லரை அழைத்துப் போயிருந்தானாம்.

"அங்கேயிருந்த சாதகர்களில் முக்கால்வாசிப் பேர்கள் சித்தம் பேதலித்தவர்கள் போல இருந்தார்கள், நிறையப்பேர் அந்தக் குருஜியின் சமாதியைக் கெட்டியாய் அணைத்துக் கட்டிப் பிடித்துக்கொண்டு, வாய் மூடி மௌனிகளாய், வெட்ட வெளியை வெறித்துப் பார்த்துக்கொண்டு சுற்றிலும் வருவார் போவார் யார் என்பதைக் கொஞ்சமும் உணராமல் பிரமை பிடித்தவர்களாய் உட்கார்ந்திருக்கிறார்கள். எனக்கு அந்தக் கூட்டத்தின் நடுவே அவர்களில் ஒருவனாய் அங்கே இருக்கப் பிடிக்கவில்லை, நான் எழுந்து வெளியே வந்துவிட்டேன். வாமனால் எப்படி இதை யெல்லாம் சகித்து அங்கீகரிக்க முடிகிறது என்பது எனக்கு விளங்காத புதிராக இருக்கிறது!" என்று மில்லர் அந்தச் சமயம் என்னிடம் சொல்லி ஆச்சரியப்பட்டிருக்கிறார். இதுவெல்லாம் வாமனின் மனைவி ரோகிணியின் மனச் செல்வாக்கின் விளைவு என்றும் அவள் மனசு இந்த ஒரு விஷயத்தில் நிச்சயமாகத் தடம்

புரண்டு வெகுதூரம் விலகிப் போய்விட்டது என்றும்தான் என்னால் நிலைமையை விளங்கிக்கொள்ள முடிந்தது.

அன்றிரவு ரயிலில் போய்க்கொண்டிருக்கும்போது, பேச்சுவாக்கில் 'வாமன் எப்படி இருக்கிறான்?' என்று மில்லர் கேட்டார்.

"அவன் எப்பவும்போலத்தான் இருக்கிறான்; ஆனால் பாருங்கள், தற்சமயம் அவனுக்கு ஒரு பெரிய சோதனைக் காலம். அதனால் அவனுக்கு ரொம்ப மனக்கஷ்டம். ஆனால் அதை அவன் வெளிக்காட்டிக் கொள்வதில்லை; சாதாரணமாக இருப்பதுபோல வெளிக்கு நடந்துகொள்கிறான். வெளியார் யாரும் அவனுக்குத் தேறுதல் சொல்லியோ அல்லது ஆறுதல் தரும்படியாக எந்தவிதமான ஒத்தாசையும் செய்தோ அவன் மனக்கஷ்டத்தைக் குறைக்க முடியாத சங்கடமான நிலைமையில் இருக்கிறான், அதுதான் இதிலே பரிதாபத்துக்குரிய விஷயம்" என்று பதில் சொன்னேன்.

"அப்படி என்ன நேர்ந்துவிட்டது அவனுக்கு, நான் தெரிந்து கொள்ளலாமா?" கவலையுடன் மில்லர் கேட்டார்.

"அது ஒரு பெரிய கதை, அதை ஏன் கேட்கிறீர்கள்? துரதிர்ஷ்டம் என்றால் என்ன என்பதை விளக்குவது போன்றது, வேறே எப்படி இதையெல்லாம் நாம் புரிந்துகொண்டு தாங்கிக் கொள்ள முடியும்?" என்று பெருமூச்சுவிட்டபடி நான் சொன்னேன்.

"அப்படி என்ன நேர்ந்துவிட்டது அவனுக்கு? கொஞ்சம் விவரமாகத்தான் சொல்லுங்களேன்" என்று மில்லர் மீண்டும் கேட்டார்.

"அவனுக்கு ஒன்றும் நேரவில்லை. ரோகிணிக்குத்தான், பாவம், இப்படி ஆய்விட்டது. ஆறேழு வருஷத்துக்கு முன்னாலே அவள் மார்பிலே ஒரு சின்னஞ்சிறிய கட்டி மாதிரி இருந்ததாம். 'வலி ஜுரம் என்று எதுவும் கிடையாது, சும்மா ஒரு குட்டிக் கல்லுப் பிள்ளையார் மாதிரி அது வெறுமனே உட்கார்ந்திருந்தது' என்று அவனே என்னிடம் சொன்னான். அது புற்றுநோயாக இருக்குமோ என்று அச்சப்பட்டு உடனே அவளை வேலூருக்கு அழைத்துப்போனான். அங்கே செய்ய வேண்டிய சோதனைகள் எல்லாம் செய்துபார்த்துப் பின் புற்றுநோய்க்கான அறிகுறி ஒன்றுமே இல்லை என்று சொல்லி அந்தக் கட்டியை மாத்திரம் வெட்டி எடுத்துவிட்டார்கள். அப்பவும் அவன் மனசு சமாதானமடையாமல், இந்த மாதிரிப் புற்றுநோய்க்கான சோதனை செய்வதில் நம் நாட்டிலேயே முதலானவர் என்று

பேரெடுத்திருந்த நிபுணர் டாக்டர் ஷிரோத்கர், பம்பாயில் உள்ள புகழ்வாய்ந்த டாட்டா புற்றுநோய் ஆராய்ச்சி மருத்துவமனையில் இருப்பவர், அவரைத் தனக்குத் தெரியும் என்றும் அவரிடமும் சோதனைக்காகக் கட்டியிலிருந்து ஒரு பெரிய துண்டை அனுப்பிவைக்கவும் ஏற்பாடு செய்து அப்படியே அனுப்பவும் செய்தான். 'தயவுசெய்து நீங்களே சோதனை செய்து பார்த்துச் சொல்லுங்கள்' என்று அவருக்கும் தனிப்பட்ட முறையில் கடிதம் எழுதியிருந்தான். 'அனுப்பின சதைத் துண்டில் புற்றுநோய் என்று சொல்லும்படியான மாற்றங்கள் ஒன்றுமேயில்லை' என்று அவரிடமிருந்தும் பதினைந்து இருபது நாட்களில் செய்தி கிடைத்தது. எல்லாரும் கவலை தீர்ந்து 'அப்பாடா' என்று பெருமூச்சு விட்டுப் பழைய மாதிரி இருந்தார்கள்.

"ஆனால் பாருங்கள், போன வருஷம் அதே இடத்தில் மறுபடியும் கட்டி கிளம்பியிருந்தது! இந்த முறை சந்தேகமே யல்ல, அது புற்றுநோய்தான், அது மாத்திரமில்லை, இப்போது வந்திருப்பது முன்னைவிட வீரியம் மிக்கது, அதிகத் தீவிரமாகப் பரவும் தன்மை கொண்டது என்பதிலும் சந்தேகமில்லை. அதற்குள்ளேயே அக்குளில் உள்ள நிணநீர் முடிச்சுகளுக்குப் பரவி விட்டிருந்திருக்கிறது! உடனடியாக அவளை மதுரைக்குக் கூட்டிக்கொண்டுபோய் அங்கே அவரசம் அவசரமாக அவளுடைய அந்தப் பக்கத்து மார்பகம் பூராவையும் வெட்டி யெடுத்து, அக்குளையும் நன்றாகச் சுரண்டி அங்கிருந்த நிணநீர் முடிச்சுகள் எல்லாவற்றையும் எடுத்துவிட்டார்கள். எடுத்த சதைகளைப் பரிசோதித்துப் பார்க்கும்போது கொஞ்சமும் சந்தேகத்துக்கிடமில்லாமல் இது வெகு தீவிரமாகப் பரவும் வகையான புற்றுநோய்தான் என்பதும் அக்குளில் இருந்த முடிச்சுகளுக்கும் அவற்றை மீறியும் புற்று பரவிவிட்டது என்பதும் உறுதியாச்சு. அதற்கு மேலே கதிரியக்கச் சிகிச்சை, புற்றுநோய்க் கான எதிர் மருந்து சிகிச்சை என்று எல்லாம் கொடுத்து வந்திருந்தாலும் கொஞ்சம் கொஞ்சமாக அவள் உடம்பில் பல இடங்களுக்கு முதுகெலும்புக்கும், மற்றும் பல எலும்புகளுக்கும், நுரையீரலுக்கும், கல்லீரலுக்கும் நோய் பரவிவிட்டிருக்கிறதாம். அதனால் அவள் படுத்த படுக்கையாக இருக்கிறாள் என்று கேள்விப்பட்டேன்," என்று சொல்லி முடித்தேன்.

"அடக்கடவுளே, ரோகிணிக்கா இப்படி நேரவேணும்? ஐயோ பாவம், ரொம்ப நல்ல சுபாவமுடையவளாச்சே, அவளுக்கா இப்படி" என்று மில்லர் சிறிது நேரம் அங்கலாய்த்துக் கொண்டார். பிறகு, "அவள் இப்படி இருக்கும் நிலையில் நாம் இந்த சமயத்தில் போய் வாமன் தலைமேல் உட்காரலாமோ?" என்று கவலையுடன் கேட்டார்.

“அது பற்றிக் கவலை வேண்டாம், நான் நேற்று டெலிபோனில் வாமனுடன் பேசினபோது இதுபற்றியும் விசாரித்தேன். ‘இப்போது அவள் கொஞ்சம் பரவாயில்லை, நாம் நிச்சயம் வரவேணும், அவளுக்கும் சந்தோஷமாக இருக்கும், ஒரே ஒரு நாளைக்குத் தானே, ஒரு கஷ்டமும் இராது’, என்று சொன்னான். இல்லாது போனால் நானே நாம் போக வேண்டாம் என்று தடுத்திருப்பேன்” என்று பதில் சொன்னேன்.

“அப்போ சரி” என்று சொல்லிக் கொஞ்ச நேரம் சும்மா யிருந்தபின், அவர் என்னைப் பார்த்து, “புற்றுநோய் வருவது என்பதே ஒருத்தருடைய துரதிர்ஷ்டத்தினால்தானே, இதிலே ரோகிணிக்கோ வாமனுக்கோ விசேஷமான துரதிர்ஷ்டம் என்று எங்கே வந்தது?” என்று கேட்டார்.

“கதை முழுதையும் சொல்லிவிடுகிறேன், அப்புறம் நீங்களே சொல்லுவீர்கள் இது துரதிர்ஷ்டத்தின் எல்லை என்று” என்று சொல்லித் தொடர்ந்தேன்.

“இந்தமுறை வந்துள்ள கட்டி புற்றுநோய்தான் என்று தீர்மானம் ஆனவுடன் வாமன் பம்பாய் சென்று டாக்டர் ஷிரோத்கரை நேரில் சந்தித்து, முதல் முறை அனுப்பின சதைத் துண்டுகளை மீண்டும் பரிசோதித்துப் பார்க்கும்படி அவரை வேண்டிக்கொண்டான். முதல் முறை அவர், இந்த மாதிரிச் சந்தர்ப்பங்களில் எல்லாரும் எப்போதும் வழக்கமாகச் செய்வத போலக் கட்டியின் விளிம்பிலும் நடுவிலுமாகச் சீவல் போன்ற பத்துப் பதினஞ்சு மெல்லிய துண்டுகளைச் செதுக்கி எடுத்துச் சோதித்துப் பார்த்துவிட்டு அவற்றில் புற்றுநோய்க்கான அறிகுறி ஒன்றுமில்லை என்று சொல்லியிருந்தார். இப்போது அந்தக் கட்டி புற்றுதான் என்று நிச்சயமானதும் அதை எப்படி முதல்முறை பார்க்கத் தவறிவிட்டார் என்று அவராகவே முதலில் எடுத்த ‘சீவல்’களை மறுபடியும் நுணுக்கமாகச் சோதித்துப் பார்த்தார். அவற்றில் நிச்சயமாகப் புற்றுநோய்க்கான அறிகுறிகளே இல்லையாம். இந்தப் புதிரை விடுவிக்க, அவர் வாமன் கேட்டுக்கொண்டபடி, முதலில் அனுப்பியிருந்த சதைத் துண்டில் எஞ்சியிருந்த பகுதி பூராவையும் மிக மெல்லிய அதாவது 5 மைக்ரான் (5μ அதாவது 5/1000 மி.மீ) தடிமனுள்ள சிறு சிறு ‘சீவல்’களாக அரிந்து கிடைத்த சுமார் 80 துண்டுகள் அத்தனையையும் ஒவ்வொன்றாகச் சோதித்துப் பார்த்தார். அவற்றில் அனேகமாக எல்லாத் துண்டுகளிலும் புற்றுநோய்க்கான அறிகுறிகளே இல்லாமல் இருந்தாலும், மூன்று துண்டுகளில் மாத்திரம் புற்றுநோயின் ஆரம்ப அறிகுறிகள் இருப்பது தெரிந்ததாம்!

"எவ்வளவோ எச்சரிக்கையாக இருந்தபோதிலும், நோயைக் கண்டுபிடிக்கும் வசதிகள் அத்தனையும் இருந்து அவற்றை எல்லாம் உபயோகப்படுத்திக் கொண்டிருந்தபோதிலும், முதலிலேயே நோய் இருந்தது என்பதை அப்போதே, ஆரம்ப காலத்தில் பல வருஷங்களுக்கு முன்னாலேயே, கண்டுபிடிக்க முடியாமல் போனது அந்த ரெண்டு பேருடைய துரதிர்ஷ்டமல்லாமல் வேறென்ன காரணத்தினால் என்று நாம் சொல்வது? அந்தக் காலதாமதத்தின் விளைவு இப்போது அவளை மரணப் படுக்கை யில் கிடத்திவிட்டிருக்கிறது, இந்த துக்ககரமான முடிவுக்கு என்ன செய்வது, யாரை நொந்துகொள்வது" என்று நான் சொல்லி முடித்தேன்.

அதற்கு மேல் எங்களிடையே பேச்சு ஓடவில்லை. படுக்கப் போய்விட்டோம்.

மறுநாள் விடியற்காலை நாங்கள் போய்ச் சேர வேண்டிய ஊர் வந்தது. எங்களை வரவேற்று அழைத்துச் செல்ல ஸ்டேஷனுக்கு வாமன் ஆளும் வண்டியும் அனுப்பியிருந்தான். ஊரிலிருந்து பத்துப் பதினைந்து கிலோமீட்டர் தள்ளியிருந்த அவன் வேலை செய்துகொண்டிருந்த நிறுவனத்தின் விருந்தினர் விடுதியில் வாமன் எங்களைச் சந்தித்து வரவேற்றான். காலைச் சிற்றுண்டி முடித்தபிறகு எட்டரை மணிக்கு ஆய்வுக்கூடத்தில் நாங்கள் அவனைச் சந்திப்பதென்றும், பிறகு பதினோரு மணிக்கு நாங்கள் அவன் வீட்டுக்குப் போய் ரோகிணியைப் பார்ப்பது என்றும் ஏற்பாடு செய்திருப்பதாகச் சொல்லிவிட்டு, வாமன், "காலை மணி பதினொண்ணிலிருந்து மதியம் பனிரெண்டு வரை அவள் வெளியாரைப் பார்த்துப் பேசத் தகுந்தமாதிரி இருப்பாள். உணவு ஊட்டிச் சுத்தம் செய்து வலி தெரியாமல் இருக்கும் மருந்துகள் சாப்பிட்டு அவை வலி வேதனைகளைக் குறைக்க அவ்வளவு நேரம் ஆகிவிடும். அதனால்தான் அப்போதுபோய்ப் பார்க்கலாம் என்று சொன்னேன். இல்லாவிட்டால் அவள் இப்போதே உங்களைக் கண்டு பேசி ஆனந்தத்தோடு வரவேற்க வந்திருப்பாள்" என்று சொன்னான்.

"எங்களுக்குப் புரிகிறது உன் நிலைமை, நாங்கள் என்ன சம்பந்திகளா, எங்களை ஏன் ஆரத்தி எடுத்து வரவேற்கவில்லை என்று சீராடிக்கொண்டு முறைத்துக்கொள்வதற்கு?" என்று சொல்லிப் பின், "ஆந்திரேயிடம் ரோகிணியின் உடல் நிலை பற்றி நான் சொல்லியிருக்கிறேன், அவள் இப்போது எப்படி இருக்கிறாள்?" என்று கேட்டேன்.

"என்னத்தைச் சொல்ல! புற்றுநோய் உடம்பெல்லாம் பரவி விட்டிருக்கிறது. எலும்புகளில் பலவற்றைத் தாக்கியிருப்பதால்

அதீத வலி வேதனையினால் அவஸ்தைப்படுகிறாள். அதற்கான மருந்துகள் சாப்பிட்டபின் தூங்கிக்கொண்டு அல்லது அரை மயக்க நிலையில் இருக்கிறாள். முதுகுத் தண்டு பாதிக்கப்பட்டதால் அவள் உடம்பு இடுப்புக்குக் கீழே செயலிழந்து போய்விட்டிருக்கிறது. எல்லாம் படுக்கையில்தான். ஊர் உலகம் என்று சுதந்திரப் பக்ஷியாய் உற்சாகமாய்த் திரிந்து கொண்டிருந்தவளுக்கு இப்போது படுக்கைதான் ஊர். மேல் கூரை விட்டங்களும் நாலு பக்கச் சுவர்களுந்தான் அவள் உலகம், இதற்கு மேல் என்னைக் கேட்காதே" என்று தழுதழுத்த குரலில் சொல்லிவிட்டு, "நான் வருகிறேன், எட்டரை மணிக்கு ஆய்வுக்கூடத்தில் பார்ப்போம்" என்று சொல்லிப் போனான் வாமன்.

அவன் செய்திருந்த ஏற்பாட்டின்படியே நாங்கள் இருவரும் பதினோரு மணிக்கு ரோகிணியைப் பார்க்க வாமனின் வீட்டை அடைந்தோம். அவன் வீடு சின்னதானாலும் மிகவும் கச்சிதமானது. வெளியே ஒரு சின்னத் தாழ்வாரமும் உள்ளே நுழைந்தவுடன் ஒரு சின்ன நடையும், அதன்பின் நடு வீடு என்று சொல்லத் தகுந்த விலாசமாக இருந்த கூடமும், அதைத் தாண்டிப் படுக்கையறையும் இன்னொரு நடையும்; அதற்கப்புறம் அடக்கமான சமையல் பகுதி முதலியன கொண்ட பின்கட்டும் இதுதான் அவன் வீடு.

நாங்கள் உள்ளே நுழையவும், "வாருங்கள், வாருங்கள்" என்று எங்களை வரவேற்ற ரோகிணியின் குரலைக் கேட்டு நாங்கள் இருவரும் சற்றுத் திடுக்கிட்டுப் போனாலும் அதை வெளியில் காட்டாமல் சுதாரித்துக் கொண்டோம். வருங்காலம் என்றோ, ஏன் நாளை என்றுகூட எதிர்பார்க்க ஒன்றும் இல்லாமல், தன் மரணத்தையே எதிர்நோக்கியிருப்பவளுடன் என்னத்தைப் பேசப்போகிறோம் என்பதை என்னால் முன்கூட்டியே யோசித்துப் பார்க்க முடியாத நிலைமையில் அப்போது இருந்தேன். அந்த மாதிரியான அநுபவம் எனக்கு இதற்கு முன் நேர்ந்ததில்லை. நாங்கள் இருவரும் மௌனமாக உள்ளே நுழைந்தோம்.

வீட்டின் நடுவில் இருந்த அந்தப் பெரிய கூடத்தில், ஒருபுறத்தில் ஒரு பெரிய கட்டில் போடப்பட்டிருந்தது. அதில் ரோகிணி படுத்திருந்தாள். படுத்திருந்தாள் என்று சொல்வதை விட இரண்டு கால்களையும் நீட்டினபடி உட்கார்ந்த நிலையில் இருந்தாள் என்று சொல்லவேணும். அவள் அப்படி இருப்பதற்குத் தோதாகத் தலையணைகள், முதுகுக்குப் பின்னும் உடம்பின் இரு பக்கங்களையும் அணைத்த மாதிரியும் அடுக்கி வைக்கப் பட்டிருந்தன. கட்டிலுக்கு ஒரு பக்கத்தில் ஒரு பிராண வாயு ஸிலிண்டர்; அதிலிருந்து ஒரு மெல்லிய பிளாஸ்டிக் குழாய்

மூலம் அவள் மூக்கினுள் பிராண வாயு சன்னமாகப் போய்க் கொண்டிருந்தது. கட்டிலின் இன்னொரு பக்கத்தில் கொடி மரம் போல நின்று கொண்டிருந்த இரும்புக் கம்பத்திலிருந்து தொங்கிக் கொண்டிருந்த பிளாஸ்டிக் பையிலிருந்து வரும் மெல்லிய குழாய் மூலம், குளுக்கோஸ் உப்புநீர்க் கலவை அவள் இடது கை மணிக்கட்டு அருகே உள்ள நரம்பினுள், சொட்டு சொட்டாகச் சென்றுகொண்டிருந்தது. அவள் தலையில் குல்லாய் மாதிரித் துணி கட்டியிருந்தார்கள். உடம்பில் தொளதொளவென்று பைராகிகள் போட்டுக்கொள்ளும் அங்கி மாதிரியான நீண்ட, ஆனால் பூப்போட்ட, சட்டை அணிவிக்கப்பட்டு இரு கால்களை யும் நீட்டினபடி அவள் உட்கார வைக்கப்பட்டிருந்தாள். கால்களையும் இடுப்பையும் போர்வைகள் கொண்டு போர்த்தி மூடியிருந்தார்கள். போர்வைகளுக்கடியிலிருந்து ஒரு நீண்ட குழாய் வெளிவந்து கட்டிலினடியிலிருந்த ஒரு பெரிய புட்டியில் முடிந்தது. புட்டியில் இரண்டங்குல உயரத்துக்குச் சிறுநீர் தங்கி யிருந்தது. கட்டிலுக்குப் பக்கத்தில் ஒரு ஸ்டூலின் மேல் பூ வேலை செய்த துணியால் மூடப்பட்ட ஒரு ஸ்டீல் செம்பும், அதன் பக்கத்தில் ஒரு ஸ்டீல் தம்ளரும், பக்கத்தில் சற்று நீண்டு உயர்ந்த ஜாடிபோன்ற இன்னொரு செம்பில் நீல சம்பங்கியும் சாமந்தியும் சேர்ந்த ஓர் அழகிய பூங்கொத்தும், அதனருகில் அவசரத் தேவைக்கு உதவியாளை அழைக்கும் மேஜை மணியும் வைக்கப்பட்டிருந்தன.

ரோகிணி எங்களைப் பார்த்துச் சிரித்த முகத்துடன், “வாருங்கள், வாருங்கள், உள்ளே வந்து உட்காருங்கள். உங்களை வாசலில் வந்து வரவேற்க முடியாத நிலையில் இருப்பதற்கு மன்னிக்க வேண்டும்” என்று சொன்னாள். நாங்கள் ஒன்றும் பேசாமல் அவள் இருந்த கட்டிலின் கால்மாட்டுக்குச் சற்றுத் தூரத்தில் எங்களுக்காகப் போடப்பட்டிருந்த நாற்காலிகளில் போய் உட்கார்ந்துகொண்டோம்.

வாமன் அவன் பெயருக்கு ஏற்றபடி வாமனனாக இல்லாமல், அதற்கு நேர் மாறாக, வாட்டசாட்டமாக, நல்ல உயரமும் அதற்கேற்ற பருமனுமாக, இருப்பான். ‘ஐயா கதிர் போலே அம்மா குதிர் போலே’ என்ற வசனத்துக்கு நேர்மாறான எடுத்துக்காட்டாக வாமன் ரோகிணி தம்பதிகள் இருந்தார்கள். நல்ல நாளிலேயே ஒல்லியாக இருக்கிற ரோகிணி இப்போது எலும்புக் கூட்டின்மேல் தோலை இழுத்துத் தைத்து வைத்திருந்த பொம்மை மாதிரி ஆகிவிட்டிருந்தாள். தொளதொளவென்றிருந்த அங்கியிலிருந்து வெளிவந்திருந்த அவள் கைகள், ஒரு பறவையின் சடலத்தின் கால்கள் போலக் கருத்து மெலிந்து குச்சி குச்சியாய் நீட்டிக் கொண்டிருந்தன. ஆழ்ந்த கிணற்றுள்ளே அடியில் தண்ணீருக்குள்

இருட்டின் நடுவில் பளபளத்துத் தெரியும் வெளிர் நீல வானத்தின் பிம்பம்போல இருண்ட குழிகளுக்குள்ளிருந்து அவள் கண்கள் ஒளிர்ந்துகொண்டிருந்தன. அவளுடைய குரல் மாத்திரம் நான் சற்றும் எதிர்பாராத விதமாகக் கணீரென்று இருந்தது.

ரோகிணி மில்லரைப் பார்த்து, "விருந்தினர் விடுதியிலே உங்களைச் சரிவரக் கவனித்துக் கொள்கிறார்களா? அங்கே எல்லாம் சௌகரியமாகவும் சுத்தமாகவும் இருக்கிறதா? குளிக்க வெந்நீர் கொடுத்தார்களா? வேளா வேளைக்குக் காப்பி டிபன் தந்தார்களா? சாப்பாடு அதிகக் காரமாக இல்லைதானே?" என்றெல்லாம் கவலையுடனும் அக்கறையுடனும் விசாரித்தாள்.

"எல்லாம் நன்றாகக் கவனித்துக்கொள்கிறார்கள், நீங்கள் அதுபற்றிக் கவலைப்பட்டுக்கொள்ளாதீர்கள்" என்று தணிந்த குரலில் ஆந்திரே பதிலிறுக்கவும் அவள் சிறிது சமாதான மடைந்தவளாய், என்னைப் பார்த்து, "நீங்கள் எப்படி இருக்கிறீர்கள், வீட்டில் எல்லாரும் சௌக்கியம்தானே?" என்று விசாரித்தாள்.

"நாங்கள் எல்லோரும் எப்பவும்போல நல்லபடியாகத்தான் இருக்கிறோம், உங்கள் உடல்நிலையைப் பற்றிக் கேள்விப்பட்ட போதுதான் கவலையாக இருந்தது, இப்போது நாங்கள் இங்கே வந்ததற்கு ஒரு முக்கிய காரணம் உங்களைப் பார்த்துப் போக வேணுமென்பதுந்தான், நீங்கள் எப்படி இருக்கிறீர்கள்? நீங்கள் சிரித்துப் பேசி எங்களை வரவேற்றதைப் பார்க்க எனக்கு ரொம்ப சந்தோஷமாகவும் திருப்தியாகவும் இருக்கிறது" என்று நான் சொன்னேன்.

"இதெல்லாம் டிராமாவில் 'மேக்அப்' பண்ணிக்கொள்கிற மாதிரி. தற்காலிகமான வெறும் வெளிப்பூச்சு. மருந்து மாத்திரை எல்லாம் விழுங்கிவிட்டுச் சப்பைக்கட்டுப் பண்ணிவைத்த பிறகு இந்த உடம்பால் ஒருமணி நேரம் இப்படி இருக்க முடிகிறது. அப்புறம் முக்கலும் முனகலுந்தான். உண்மையைச் சொல்லப் போனால் இந்தச் சட்டை ரொம்ப நைஞ்சுபோய் டில்லி 'புரானாகிலா' மாதிரிச் சிதிலமாய்ப் போச்சு. எப்போ இதைக் கழட்டி எறிந்துவிட்டு 'ஹாய்'யாக இருக்கப் போகிறோமுன்னு இருக்கிறது. எல்லாருக்கும் எவ்வளவு தொந்தரவும் கஷ்டமும் கொடுக்க முடியுமோ அவ்வளவும் கொடுத்து முடிச்ச பிறகுதான் அப்படி நடக்கும்போல இருக்கிறது" என்று அலுத்துக்கொண்டு சொன்னவள், கொஞ்சம் நிமிர்ந்து உட்கார்ந்து ஆந்திரே மில்லரைப் பார்த்தாள்.

"அதுக்கப்புறம் எனக்குப் புத்தம்புதுச் சட்டை வந்துவிடும், இந்த மாதிரி ஓட்டை உடைசலும் பீத்தல் கந்தலுமாக அது இருக்காது, அது எப்போதும் வெள்ளிபோல் பளபளத்துக்

கொண்டிருக்கும் ஒளிமயமான சட்டையாக அந்தப் புது உடம்பு இருக்கும். அதைச் சாவு தீண்டாது, மூப்பும் பீடிக்காது, எந்தவித மான கிருமியும் வியாதியும் நோவும் அண்டாது, அதற்குத் தும்பிகளதுபோல மிக மிக மெல்லிய தங்கத் தகடுகளாலான சிறகுகள் கொண்ட நாலு இறக்கைகள் இருக்கும். இப்போதுபோல இல்லாமல் நினைத்த உடனே இங்கிருந்து சந்திரமண்டலத்துக்கோ அல்லது விரும்பின நக்ஷத்திர மண்டலங்களுக்கோ வேறே எங்கே வேணுமானாலும் கொண்டுபோய்ச் சேர்க்கக்கூடிய பலமும் சக்தியும் வாய்ந்ததாக அவை இருக்கும்" என்று மில்லரைப் பார்த்துச் சொன்னாள். அப்படி அவள் சொன்னபோது அவள் முகம் முன்னிருந்த இளைப்பும் களைப்பும் மறைந்து புதுமையானதாக, இளமையும் மகிழ்ச்சியும் கொப்பளிக்கப் பிரகாசமாகவும் ஒரு புதுப்பொலிவுடனும் இருந்தமாதிரிச் சில கணங்கள் தோற்றமளித்தது.

அவள் தொடர்ந்து மில்லரைப் பார்த்துப் புன்னகைத்துக் கொண்டே, "நீங்கள் என்ன நினைக்கிறீர்கள் என்று எனக்குத் தெரிகிறது! வருவார் போவார் தொல்லையொண்ணுமில்லாமல் என்னை ஒதுப்புறமாகத் தனியே ஒரு படுக்கையறையில் கிடத்தி அமைதியான சூழ்நிலையில் இருத்தாமல், ஏன் இப்படி எனக்கு அமைதி குலையும்படியாகவும் வருபவர் எல்லாரும் என்னைப் பார்த்துப் பரிதாபப்பட்டுக்கொண்டு இருக்கும்படியாகவும், வினோதமான காட்சிப்பொருள் மாதிரியாக வீட்டின் நட்ட நடுவில், படுக்க வைத்திருக்கிறார்கள் என்று நினைக்கிறீர்கள், அப்படித்தானே?" என்று மில்லரைப் பார்த்துக் கேட்டாள்.

மில்லர் திடுக்கிட்டவர்போல அவசரம் அவசரமாகத் தொண்டையைக் கனைத்துக் கொண்டு சற்றுக் கம்மிய குரலில், "இல்லை இல்லை, அப்படியெல்லாம் இல்லை!" என்று சொன்னார். அப்படிச் சொல்லும்போது அவர் முகம் கலவரப்பட்டுச் சற்றுச் சுருங்கி இறுகினாற்போல ஆகிவிட்டிருந்த மாதிரி எனக்குப் பட்டது. ரோகிணி அவரைப் பார்த்து நேரடியாக அப்படிக் கேட்டுவிட்டது அவருக்கு ஒரு மாதிரியாகச் சங்கடமாய்விட்டது போல நான் உணர்ந்தேன். நிலைமையைச் சமாளிக்க நான் குறுக்கிட்டு, "ஆந்திரே அப்படி நினைத்தாரோ இல்லையோ, எனக்கென்னமோ அப்படியான எண்ணம் தோன்றினது என்பதை நான் ஒத்துக்கொள்கிறேன்" என்றேன்.

"நான்தான் இங்கே, வீட்டின் மத்தியிலே, என்னைப் படுக்க வைக்க வேண்டும் என்று பிடிவாதம் பிடித்து வாமனிடம் வற்புறுத்திச் சொல்லிக் கட்டிலை இங்கே போடவைத்தேன். நான் இன்னும் இந்த வீட்டின் எஜமானிதானே, இந்தக்

குடும்பத்தின் தலைவியாகத்தானே இருக்கிறேன். இதன் அன்றாட வாழ்விலே, நடைமுறைகளிலே நான் எனக்கு உரிய பங்குபெற விரும்புகிறேன்; அதற்கு எனக்குத் தகுதி இல்லையா என்ன? எனக்கு இன்னும் உயிர் இருக்கிறது அல்லவா? என்னால் இன்னும் பேச முடிகிறது, கண் பார்க்கிறது, காது கேட்கிறது, மூளையால் இன்னும் யோசிக்க முடிகிறது, அது போதாதா, என்னால் நடக்கமுடியாது அவ்வளவுதானே? வீட்டுக்குள் ஓடியாடினால்தான் குடும்பத்தை நடத்தமுடியுமா என்ன? என்னைத் தனிப்படுத்தி ஓரங்கட்டிவைக்க எனக்கென்ன தொத்து வியாதி ஏதாவது பிடித்திருக்கிறதா என்ன? இல்லை, பைத்தியம் பிடித்துப் பாயைச் சுரண்டிக் கொண்டிருக்கிறேனா? அப்படியொண்ணுமில்லையே, நீங்களே சொல்லுங்கள், நான் சொல்வது சரிதானே?" என்று ரோகிணி எனக்குப் பதில் சொல்லும் பாவனையாக ஆனால் மில்லரைப் பார்த்துச் சொல்லிவிட்டுப் பின்னால் சாய்ந்துகொண்டாள். இவ்வளவு நேரம் தொடர்ந்து பேசின சிரமத்தினால்தானோ என்னமோ அவளுக்குச் சற்று மூச்சு வாங்கியது; அவள் முகத்தில் முத்து முத்தாய் வேர்வை அரும்பியிருந்தது.

அவள் பேசி முடித்தபின் நான் ஆந்திரேயைப் பார்த்தேன். ரோகிணி சொன்ன மாதிரியான பதிலைச் சற்றும் எதிர்பார்த்திராத அவர் முகம் சிறுத்துச் சுருங்கி, ரத்தம் சுவறி வெளுத்துப் போயிருந்தது. அவள் பேச்சுக்கு என்ன மறு மொழி சொல்வது என்பதை அறியாமல் அவர் சில வினாடிகள் திகைத்துப்போன மாதிரியாக எனக்குத் தோன்றியது. பிறகு அவர் தன் கைக்கடிகாரத்தைப் பார்த்துவிட்டு, "சரியான தூக்கமில்லாமல் ராத்திரி முழுக்க பிரயாணம் செய்ததோ என்னமோ, எனக்குக் கொஞ்சம் இளைப்பாறவேணும் போலிருக்கிறது, மன்னிக்க வேணும், உங்களையும் நாங்கள் அதிகச் சிரமப்படுத்திவிட்டோம், அதனால் நீங்களும் களைத்துவிட்டிருப்பீர்கள். உங்கள் உடம்பைக் கவனித்துக்கொள்ளுங்கள். அதற்கு மேல் நான் சொல்ல என்ன இருக்கிறது? முடிந்தால் சென்னைக்குத் திரும்புவதற்கு முன்னாலே மறுபடியும் வந்து பார்க்கிறேன்," என்று சொன்னபடி எழுந்து நின்று என்னைப் பார்த்தார்.

"நீங்கள் முன்னே போய்க் கொஞ்ச நேரமாவது ஓய்வு எடுத்துக்கொள்ளுங்கள், நான் இங்கே இன்னும் கொஞ்ச நேரம் ரோகிணியுடன் கழித்துவிட்டு வருகிறேன்" என்று நான் சொல்லவும், அவர் மறுபடியும் ரோகிணியைப் பார்த்து, "நான் வருகிறேன், உடம்பைப் பார்த்துக் கொள்ளுங்கள்" என்று சொல்லி விட்டுத் திரும்ப விருந்தினர் விடுதியை நோக்கிச் சென்றுவிட்டார்.

அவர் போனபிறகு ரோகிணி என்னைப் பார்த்து, "நான் ஏன் அப்படி அவரைக் கேட்டேன் என்று உங்களுக்குப் புரிந்ததா?" என்றாள்.

"இல்லை, எனக்குப் புரியவில்லை. உண்மையைச் சொல்லப் போனால் எனக்கே 'ஏன் இப்படி நேரடியாகக் கேட்டு அவரைச் சங்கடத்தில் ஆழ்த்திவிட்டீர்கள்?' என்று உங்களையே கேட்டுவிட வேணுமென்று தோணியது. அதுக்குள் நீங்களே என்னை முந்திக் கொண்டுவிட்டீர்கள்" என்று பதில் சொன்னேன்.

"நீங்கள் ரெண்டு பேரும் உள்ளே நுழைந்த போதிலிருந்து நான் பார்த்துக்கொண்டுதானே இருக்கிறேன். உங்கள் முகத்தில் வருத்தமும் கவலையும் அநுதாபமும் தெரிந்தது. ஆனால் அவர் முகத்திலோ அப்படியொண்ணுமில்லை. மாறாக, ஒருவிதமான அருவருப்பும் சங்கடமுந்தான் தெரிந்தது. நான் பேச ஆரம்பித்த பிறகு நீங்கள் ஓரளவு கவலை குறைந்தவர்கள் ஆனீர்கள். ஆனால் அவருக்கோ, மாறாக, முதலில் இருந்த மாதிரியான உணர்ச்சிகள் இன்னமும் அதிகமானாற்போல இருந்தது. மரணத் தருவாயிலே பிற மனுஷர்களுடைய முகத்தைப் பார்த்தே அவர்கள் மனசைப் புரிந்துகொள்ளும் சக்தி வலுப்பெற்றுவிடும் போலிருக்கிறது!" என்று சொல்லிச் சிரித்தாள் அவள். பிறகு அவள் தொடர்ந்து, "என்ன நான் நினைத்தது சரிதானே? நான் பேசி முடித்தவுடன் அவர் முகத்தைப் பார்த்தீர்களா? எப்படி வெளிறிப் போயிருந்தது? அது குற்ற உணர்ச்சியால்தானே? சாவை எதிர்த்துப் போராடிக்கொண்டிருக்கும் மனுஷியாக அவர் என்னைப் பார்க்கவில்லை. இங்கே உள்ளே நுழையும்போதே தன்னுடைய மனசில் அவர் என்னைப் பிணமாக்கிச் சுடுகாட்டில் எரித்துவிட்டு அந்தச் சாம்பலை இங்கே எல்லாரும் வந்து வேடிக்கை பார்த்துவிட்டுப் போகவென்று ஒரு வினோத ஜாடியில் போட்டு நடுவீட்டில் வைத்திருக்கிறாற்போலத்தான் என்னைப் பார்த்தார். அவர் மனசில் இருந்த 'இந்தக் கருப்பு மனுஷர்கள் நாகரிகமில்லாத சுத்தக் காட்டுமிராண்டிகள், சாகக் கிடப்பவளை எப்படிப் பார்த்துக்கொள்ளவேணுமென்று தெரியாத ஜென்மங்கள். வந்து போகிறவர்கள் எல்லாரும் வேடிக்கை பார்த்துவிட்டு 'ஐயோ பாவம்' என்று சொல்வதற்கான காட்சிப் பொருள் மாதிரி வீட்டின் நடு மத்தியில் போட்டு வைத்திருக்கிறார்கள்!' என்கிற எண்ணம் போக வேணுமென்றுதான் நான் அவரை அப்படி நேரடியாகக் கேட்டுப் பதிலும் சொன்னேன். என்ன, நான் செய்தது சரிதானே?" என்று கேட்டுவிட்டுப் பெருமூச்சுவிட்டாள். பேசின சிரமத்தில் அவளுக்கு மறுபடியும் மேல்மூச்சு வாங்கியது.

அமர பண்டிதர்

“அப்பப்பா, இவ்வளவுதூரம் யோசனை செய்து பேசினீர்கள் என்பது எனக்குத் தெரியவில்லை! ஆனாலும் உங்களுக்கு ரொம்ப சிரமம் கொடுத்துவிட்டிருக்கிறோம். அவர் என்ன வேணுமானாலும் நினைத்துவிட்டுப் போகட்டும், அதனால் நமக்கு ஒண்ணும் குறையப் போவதுமில்லை, கூடப்போவதுமில்லை. எனக்கென்னமோ இந்தச் சமயம் வந்து உங்களைப் பார்த்துப் பேசினது ரொம்பத் திருப்தியாகவும் சந்தோஷமாகவும் இருக்கிறது” என்றேன் நான்.

“உங்களைப் பார்த்ததில் எனக்கும் ரொம்பச் சந்தோஷம், உங்கள் வீட்டில் எல்லாரையும் ரொம்பவும் கேட்டதாகச் சொல்லுங்கள். இப்போது நீங்கள் போகலாம், எனக்கும் கொஞ்சம் ஆயாசமாகத்தான் இருக்கிறது” என்று அவள் சொல்லவும், நான் ரோகிணியிடமிருந்து விடைபெற்றுக்கொண்டு விடுதிக்குத் திரும்பி வந்து சேர்ந்தேன். அன்று மாலை ரயிலிலேயே மில்லரும் நானும் ஊருக்குத் திரும்பிவிட்டோம்.

திரும்பி வரும்போதோ அதன்பின் அவர் என்னுடன் இருந்தபோதோ ரோகிணியைப் பற்றியோ அவளை நாங்கள் போய்ப் பார்த்தது பற்றியோ ஆந்திரே மில்லர் என்னிடம் ஒன்றும் பேசவில்லை. நானும் அந்த விஷயம் பற்றிப் பேச்செடுக்கவில்லை. நாலு நாளைக்குப் பின் அவர், திரும்பிப் போகும் சமயம், விமான நிலையத்தில், விமானத்தில் ஏறுவதற்குச் சற்று முன்னால் என்னிடம் கையைக் குலுக்கி விடைபெறும்போது, தலையை அசைத்தபடி, “எப்பேர்ப்பட்ட மனுஷி! எப்பேர்ப்பட்ட மனுஷி!” என்று ரெண்டு முறை சொன்னாரே தவிர வேறொண்ணும் சொல்லவில்லை.

பதினைந்து நாளைக்குப் பிறகு, ‘நேற்றிரவு பத்தரை மணிக்கு ரோகிணி காலமாய்விட்டாள், அமைதியாகத் தூங்கும்போது அவள் ஆவி பிரிந்தது’ என்று வாமனிடமிருந்து செய்தி வந்தது.

கூண்டைத் திறந்து விட்டவுடன் தன் பளபளக்கும் சிறகடித்துத் துள்ளிப் பறந்து மறையும் சிறு குருவிபோல, ‘நடக்கமுடியாதவள் தன் தங்கச் சிறகடித்துப் பறந்து போய்விட்டாள்’ என்னும் எண்ணம் என் மனசில் பளிச்சிட்டுப் பறந்தோடியது.

***தளம்*, 2015**

புதியவன்

அவன் அந்த ஊருக்குப் புதுசு. அவனுடைய சொந்த ஊரைப் போலவே இதுவும் ஒரு சிறு ஊரானாலும், பெரிய அதிகாரி இருக்கும் ஊர். அவரிடம் ஒரு வேலை ஆகவேண்டியிருந்தது. அதற்காக வந்திருந்தான்.

அந்த ஊரின் தூசி படிந்த தெருக்களும், கறுத்துக் குழம்பாகி நாற்றமெடுத்துக்கொண்டிருந்த சாக்கடைகளும் அவனுக்குத் தன் சொந்த ஊரையே நினைவு மூட்டின. இரைச்சலும் ஜன சந்தடியும் குப்பையும் மலிந்திருந்த கடைத்தெருவும் அவனுக்குப் பழக்கமானவை போலத்தானிருந்தன. தெருவோடு ஒட்டி, காரை பெயர்ந்திருந்த திண்ணைகளுடனும், சிரங்கின் பொருக்குப்போன்ற ஓட்டு வில்லைக் கூரைகளுடனும் கூடியிருந்த வீடுகளும், வீட்டு வாசலின் முன்னால் சாக்கடையோரம் நிர்வாணமாய் உட்கார்ந்து விரலைச் சுவாரசியமாய்ச் சப்பிக் கொண்டு, சௌசம் என்னும் கர்மயோகத்தில் ஈடுபட்டு, தெருவில் வருவோர் போவோரை வேடிக்கை பார்த்துக்கொண்டிருந்த சூணா வயிறுக் குழந்தைகளும் அவன் இதற்கு முன் பார்த்தவையே. ஆனால், அந்த ஊர் அவனுக்குப் புதுசு. அவன் அந்த ஊருக்குப் புதியவன். பெரிய அதிகாரியின் ஆபீசுக்கு வழிகேட்டுக்கொண்டு நடந்தான்.

இரும்புக் கிராதி ‘கேட்டு’க்குள் மாமர நிழலில் உட்கார்ந்து வெற்றிலை போட்டு, சுற்றிலும் தாம்பூல அகழி கட்டிக்கொண்டிருந்த சிறு சிறு ஜனக்கூட்டங்களைத் தாண்டி, வழியில் தூங்கிக் கொண்டிருந்த, மயிரெல்லாம் உதிர்ந்துவிட்டிருந்த

நாயையும் இடமாக வலம்வந்து, அவன் தேடிவந்த ஆபீசை அடைந்துவிட்டான். அங்கே அவன் எதிர்பாராத ஓர் உருவம் நின்றுகொண்டிருப்பதைப் பார்த்து, கொஞ்சநேரம் ஒன்றும் செய்யத் தோன்றாமல் திகைத்து நின்றுவிட்டான். அந்த உருவம் அப்படி ஒன்றும் பூத பைசாசம் இல்லை. மார்பிலே அதிகாரப் பட்டயத்துடன் தலையிலே தலைப்பாகையுடன் தொங்குமீசையுடன் இருந்த ஆள்தான். இவனுக்கு அவன் புதுசு.

கொஞ்சநேரம் ஒன்றும் பேசாமல் காத்திருந்து பார்த்தான். ஆனால், அவனைச் சேவகன் ஏறெடுத்தும் பார்க்கவில்லை. தான் எப்படி உள்ளே போவது, தன்னைப் போலொத்தவர்களை உள்ளே விடுவார்களோ மாட்டார்களோ, மேலதிகாரிகளிடமிருந்து சீட்டு ஏதாகிலும் வேண்டியிருக்குமோ என்றெல்லாம் அவன் மனம் குழப்பத்தில் ஆழ்ந்தது. பிறகு பொறுமையைக் கைவிட்டுத் தைரியத்தை வரவழைத்துக்கொண்டு சேவகனைப் பாராதவன் போல் நேரே உள்ளே நுழைய முயன்றான்.

“ஏய், எங்கே போறே?” என்று மறித்தான் அதிகாரத்தின் சின்னமான பட்டயக்காரன். அந்தக் கணமே தான் என்றென்றைக்கும் உள்ளே நுழைய முடியாது என்று பட்டுவிட்டது அவன் மனத்தில். இருந்தாலும் முயற்சிசெய்து பார்க்கவேண்டும் என்ற தீர்மானம் மேலோங்க, “நான் பெரிய அதிகாரியைப் பார்க்க வேண்டும்” என்று சொன்னான். “என்ன வேலை?” என்று விடாமல் கேட்டான் அச்சேவகன். இவனுக்கு எப்படித்தான் வந்த விஷயத்தை அவன் புரிந்துகொள்ளும்படியாக, சுருக்கமாக, அதே சமயத்தில் அதன் அவசரத்தையும் அவசியத்தையும் நியாயத்தையும் காண்பிக்கும் முறையில் சொல்வது என்று யோசித்துக்கொண்டு, “நிலம் . . . சொத்து விஷயமாக . . . ரொம்ப அவரிடம் சொல்ல வேண்டியிருக்குது . . . அவசரம்” என்று சொல்ல முடியாமல் சொல்லி முடித்தான் அவன். அதைக் கேட்ட சேவகனின் புருவங்கள் நெளிந்தன. பொங்கிவரும் சிரிப்பை அடக்க முடியாமல் அடக்கியவனாய் அந்தச் சேவகன் தலையைத் திருப்பிக் கீழே எச்சிலை உமிழ்ந்தான். அந்தச் சத்தத்தைக் கேட்டு, மாமரத்தடியிலிருந்த கும்பல் தலையைத் தூக்கிப் பார்த்தது. சேவகன் அவர்களைப் பார்த்துத் தலையை அசைத்தான். அவன் வாயோரத்தில் எச்சில் கம்பி சிலந்தி நூலைப் போல ஆடி வெயிலில் மினுமினுத்தது.

அவர்கள் ஓடோடியும் வந்தார்கள். “கேட்டீங்களா சங்கதியை, இவரு பெரிய அதிகாரியை ஒடனே பாக்கணுமாம், ரொம்ப சமாசாரம் சொல்லணுமாம்” என்று சொல்லி, தாறுமாறாக இருந்த காவிப் பற்களைக் காட்டிச் சிரித்தான் அந்தச் சேவகன். சினிமாத்

திரையின் விளம்பரம் மாறுவதுபோல, ஆவலே உருவாக வந்த அவர்கள் முகத்தில் இருந்த ஆவல் மாறி அதிருப்தியும் ஏமாற்றமும் அசதியும் தோன்றின. சிலர் சேவகனுடன் சேர்ந்து சிரித்தார்கள். ஒருவன் வெற்றிலைச் சாற்றைத் துப்பிக்கொண்டே, "வாங்க போவலாம். என்னமோன்னு நினைச்சேன்" என்று திரும்பினான். "புதுசு போல இருக்கு" என்று சொல்லி இளக்காரமாகச் சிரித்துக்கொண்டு ஆச்சரியக்குறி தோன்ற அவனை ஏதோ புது மிருகத்தைப் பார்ப்பது போல் வேடிக்கை பார்த்தனர் இன்னும் சிலர். கூட்டம் சிறிது சிறிதாகக் கலைந்து மாமரத்தடிக்குச் சென்றது. அவனுக்கு வந்த கோபத்தாலும் அவமானத்தாலும் உடல் குன்றியது. அவன் அங்கேயே நின்றுகொண்டிருந்தான். கடைசியில் போய்க்கொண்டிருந்த, சற்று வயதானவனாகத் தோன்றிய ஒரு ஆள் திரும்பி வந்து, "இங்கே வாங்க, நெழல்லே குந்திக்குங்க, நாங்களும் அதுக்குத்தான் காத்துக்கிட்டிருக்கோம்" என்று அழைத்தான். புதியவன் மனத்தில் மீண்டும் நம்பிக்கை துளிர்த்தது. பேசாமல் அவனும் அவர்களின் பின்னால் போய் மரநிழலில் உட்கார்ந்தான்.

அவர்களில் சிலர் ஆடுபுலி விளையாடிக் கொண்டிருந்தார்கள். சிலர் சீட்டாடிக் கொண்டிருந்தார்கள். ஏதோ தஸ்தாவேஜிகளைப் பரப்பிப்போட்டுப் படித்துக்கொண்டிருந்தார்கள். சிலர் பிரதி எடுத்துக்கொண்டிருந்தார்கள். சிலர் குறட்டைவிட்டுத் தூங்கிக் கொண்டிருந்தார்கள். புதியவன் மௌனமாய் உட்கார்ந்து அவர்கள் செய்வதை ஒரு கண்ணாலும், மற்ற கண்ணால் பட்டயக்காரச் சேவகனைப் பார்த்தபடியும் உட்கார்ந்திருந்தான். அவர்களும் இவனோடு பேசவில்லை. வெயில் காய்ந்துகொண்டிருந்தது.

வெகுநேரம் கழித்து, சீட்டாட்டத்திலிருந்து விலகின ஒரு ஆள், இவனை நிழலுக்கு வந்து குந்தியிருக்கும்படி சொன்ன அதே ஆள், ஒரு பீடியைப் பற்றவைத்துக்கொண்டு இவனருகில் வந்து உட்கார்ந்து கொண்டான். நாலு இழுப்பு இழுத்த பின்னர், "பீடி வேணுமா தம்பி?" என்று கேட்டான். இவன் வேண்டாமென்று தலையை ஆட்டினான்.

"எந்தூரு?" என்று அடுத்து அந்த ஆள் கேட்டான்.

"புதூரு, இங்கேந்து ரொம்பத் தொலைவு, நடந்தே வந்தேன்" என்றான் இவன்.

"பேரு?" என்று மேலும் கேட்டான் அந்த ஆள்.

"வேலச்சாமி."

"என்ன ஜாதி?"

“புள்ளைமார். ஆமா, நேரமாயிட்டேயிருக்குதே, எப்ப அதிகாரியைப் பாக்கறது?” என்று கேட்டான் வேலச்சாமி.

“தம்பி, புள்ளையா? ரொம்ப நல்லதாப்போச்சு. நாங்கல்லாம் புள்ளைங்கதான்” என்றான் அந்த ஆள்.

“எல்லாமா?” என்று ஆச்சரியத்துடன் கேட்டான் வேலச்சாமி.

“எல்லாம் இல்லே, இந்த சீட்டாடற கும்பல் மாத்திரம்தான். அதோ அங்கே இருக்கிறது. அது வேறே ஜாதி. இங்கே இருக்கிற ஒவ்வொரு கும்பலும் ஒவ்வொரு நாட்டுக்காரரு.”

“எல்லாருமா அதிகாரியைப் பார்க்கறதுக்குக் காத்துக்கிட்டிருக்காங்க?” என்று கேட்டான் வேலச்சாமி.

“ஒனக்கு இந்த ஊரு புதுசுபோல இருக்கு. இங்கே யாராவது இருக்காங்களா, எங்கே தங்கப்போறே?” என்று பேச்சை மாற்றினான் அந்த ஆள்.

“நான் ஏன் இங்கே தங்கணும், பெரிய அதிகாரியைப் பாத்து நியாயத்தைச் சொல்லீட்டு நான் போயிட்டே இருக்கிறவனாச்சே” என்றான் வேலச்சாமி.

“அதென்ன அவ்வளவு சுளுவாச் சொல்லிட்டே, அப்பிடி அவரெப் பாத்துட முடியுமா? நான் எவ்வளவு காலமா காத்துக்கிட்டிருக்கேன். நீ இன்னிக்கு வந்தவன் பாத்துடுவியா?” என்று எகத்தாளமாயும் கோபமாயும் கேட்டான் அந்த ஆள்.

“என்ன . . . ரொம்பக் காலமா?” என்பதைத் தவிர வேறொன்றும் உடனடியாகச் சொல்ல முடியவில்லை வேலச்சாமிக்கு. தான் எடுத்துக்கொண்ட காரியம் எவ்வளவு அசாத்தியமானது என்பதை அவன் அப்போதுதான் உணர ஆரம்பித்தான். பிறகு மெதுவாக, “நெஜமாவா?” என்றான்.

“நான் ஏன் பொய் சொல்றேன்? ஆனாலும், நான் அவசரப் படறத்துக்கு நியாயமில்லே. அங்கே தூங்கிக்கிட்டு இருக்கார் பாரு, அவரு எனக்கு முன்னாடி, எப்பவோ, எவ்வளவோ காலம் முன்னாடி வந்தவர். இன்னும் அவருக்கு முன்னாலே வந்தவங்களெல்லாம் இருக்காங்க. ஆனா அவங்க தெனம் இங்கே வந்து காத்துக்கிட்டு இருக்கிறதில்லை. என்னிக்காவது ஒரு நாளாவது வந்து தங்களோட பேர் கூப்பிட்டாங்களான்னு கேட்டுக்கினு போயிடுவாங்க. அப்பிடி இருக்கச்சே நான் அவசரப்பட்டா என்ன லாபம்? நான் சொல்றதை நம்பலேன்னா இங்கே யாரையாவது கேட்டுப்பாரு, சுந்தரலிங்கம் சொல்றது பொய்யான்னு” என்று சொல்லிக்கொண்டே அந்த ஆள் பீடியைக் கடைசி இழுப்பு இழுத்து வீசி எறிந்தான்.

வேலச்சாமிக்கு என்ன சொல்வதென்று தெரியவில்லை. சுந்தரலிங்கத்தின் முகத்தைப் பார்த்தான். பிறகு நிதானமாக, “நீங்கள்ளாம் எத்தனை வருசமானாலும் இருப்பீங்க, நான் அப்படியில்லை, இன்னிக்கே அதிகாரியைப் பாக்கப் போறேன்” என்று சொன்னான். அவனை அறியாமலேயே அவன் குரலை உயர்த்திவிட்டான் போலிக்கிறது. திடீரென்று ஒரு அசாதாரணமான அமைதி, நிசப்தம் நிலவியது. வேலச்சாமி திடுக்கிட்டுப்போனான். எல்லோரும் இவனையே பார்த்துக்கொண்டிருந்தார்கள். பலர் முகத்தில் இகழ்ச்சியும் வெறுப்பும் தாண்டவமாடியது. சிலர் இவனுக்கு இரக்கப்படுபவர்போல் தோன்றினார்கள். பலருடைய முகங்கள் ஆச்சரியத்தைக் காட்டின.

வேலச்சாமியின் மனத்தில் அவனையறியாத ஒரு நடுக்கம். மார்கழிக் குளிரில், பனிக்கட்டிமேல் ஆடையின்றி நிற்பது போன்ற உணர்ச்சி. அந்த நிசப்தத்தைப் பிளந்துகொண்டு ‘ஹஹ்ஹஹா’ என்று சிரித்தான் ஒருவன். சிரித்து, வெறுப்புத் தெறிக்க வாய் எச்சிலை உமிழ்ந்தான். எல்லோரும் மீண்டும் கசகசவென்று பேசிக்கொண்டு தங்கள் ஆட்டங்களைத் தொடர்ந்தனர். நிசப்தம் கலைந்ததில் ஓரளவு ஆறுதலைப் பெற்ற வேலச்சாமிக்கு ஆத்திர மும் கோபமும் தாங்கவில்லை. விடுவிடென்று அந்தச் சேவகனை நோக்கி நடந்தான். யாரும் தலையைத் தூக்கிக்கூட இவனைப் பார்க்கவில்லை.

“என்னய்யா மறுபடியும் வந்துட்டே?” என்று அதிகாரம் தொனிக்கக் கேட்டான் சேவகன்.

“வழியை விடு, யார் நீ என்னைத் தடுக்க?” என்று எதிர்த்தான் வேலச்சாமி.

இருவருக்கும் வாக்குவாதம் முற்றியது. மர நிழலில் உட்கார்ந்தவர்களில் சிலர் சாவதானமாக எழுந்து இவர்கள் இருக்குமிடம் நோக்கி வந்தனர். வாக்குவாதத்தின் காரணத்தை அறிந்தபின் இவர்கள் இரு கட்சியாகப் பிரிந்தனர். வாக்குவாதம் செய்வது சரி, அப்போது அந்தச் சந்தடியைக் கேட்டாவது அதிகாரி வரலாம் என்பது ஒரு சாராரின் வாதம். வாக்குவாதம் முற்றினால் சந்தடியைக் கேட்டு, தாங்கள் மர நிழலில் ஒதுங்கியிருக்கும் சலுகையைக் கூட இழந்துவிடலாம், ஆதலால் சமாதானமாகப் போக வேண்டும் என்பது மற்றொரு சாராரின் வாதம். இவர்கள் இம்மாதிரி வாதிட்டுக்கொண்டு வந்ததைப் பார்த்து ஆத்திரமும் பயமும் அடைந்த காவல்காரன், திடீரென்று வேலச்சாமியின் கழுத்தில் கையை வைத்து நெட்டித் தள்ளினான். இதைச் சற்றும் எதிர்பாராத வேலச்சாமி தடுமாறித் தரையில் குப்புற விழுந்தான். மூக்கிலிருந்தும் உதட்டிலிருந்தும் ரத்தம் கசிந்தது.

தங்கள் வாதத்திற்கு இனி அவசியமில்லை என்பதை உணர்ந்த மற்றவர்கள், பேச்சை நிறுத்திக்கொண்டு மீண்டும் மர நிழலை அடைந்து தாங்கள் விட்ட இடத்திலிருந்து விளையாட்டைத் தொடர்ந்தனர்.

வேலச்சாமிக்கு அதிகம் அடிபடவில்லையானாலும் எழுந்திருக்க முடியவில்லை. அசாத்தியமான காரியத்தை மேற்கொண்டுவிட்டோமோ என்ற மன உளைச்சல் அவன் உடல்பலம் அனைத்தையும் உறிஞ்சிவிட்டிருந்தது. வெளியிலும் இருள் பரவ ஆரம்பித்துவிட்டது. சேவகன் வேலச்சாமியை வெறுப்போடும் பரிதாபத்தோடும் பார்த்துக்கொண்டிருந்தான்.

'எழுந்திரு தம்பி' என்ற சுந்தரலிங்கத்தின் குரல் வேலச்சாமிக்குத் தான் இருக்கும் நிலையை உணர்த்தியது. மெள்ள எழுந்து சட்டையால் முகத்தைத் துடைத்துக்கொண்டான். சேவகனைக் கோபத்தோடு நோக்கினான்.

"அவன் மேலே கோபப்படாதே தம்பி. தன் வேலையை அவன் செஞ்சான், கெடக்குது வா" என்று ஆதரவோடு கூறியபடி சுந்தரலிங்கம் வேலச்சாமியின் கையைப் பிடித்து இழுத்தான். ஒன்றும் பேசாமல் வேல்சாமி சுந்தரலிங்கத்துடன் நடந்தான்.

இருவரும் சுந்தரலிங்கத்தின் வீட்டை அடைந்தனர். திண்ணையை மறைக்கும் சாக்குத் திரை, உடைந்த கருங்கல் படிகள், புகையேறிய மாடத்தில் இன்னும் நம்பிக்கையோடு மினுக்கிக்கொண்டிருந்த அகல்விளக்கு, சிதிலமான ஓட்டுக் கூரை இவை எதையும் கவனிக்கவில்லை வேலச்சாமி. ஏதோ கனவில் இருப்பவனைப்போல இருந்தான் அவன்.

"காலைக் கழுவிக்கோ தம்பி" என்று சுந்தரலிங்கம் ஒரு கிரோஸீன் டின்னிலிருந்து எடுத்துக் கொடுத்த தண்ணீரை ஒரு பேச்சும் பேசாமல் வாங்கிக்கொண்டான் வேலச்சாமி. காலைச் சுத்தம் செய்துகொண்டு இருவரும் வீட்டு முற்றக் குறட்டில் உட்கார்ந்துகொண்டார்கள்.

"யாரது?" என்று கேட்டுக்கொண்டே உள்ளேயிருந்து வந்தாள் ஒருத்தி. இவர்கள் இருவரையும் பார்த்துச் சற்று ஆச்சரியத்தோடு புடவைத் தலைப்பைச் சரிசெய்துகொண்டு இவர்கள் அருகில் வந்தாள்.

"இவரு ஊருக்குப் புதுசு, பெரிய அதிகாரியைப் பாக்கணுமின்னு இன்னிக்கு வந்தாரு, கொஞ்சம் அவசரப்பட்டுட்டாரு" என்றான் சுந்தரலிங்கம் சிறிது புன்னகையுடன்.

"மொகமெல்லாம் ரத்தமாயிட்டுக் கெடக்கே, நல்லாத் தொடச்சிக்குங்க" என்று சொல்லிக்கொண்டே ஒரு செம்பில்

தண்ணீரும் ஒரு துண்டும் கொண்டுவந்து கொடுத்தாள். அவள் வேலச்சாமி வந்தது பற்றியோ அவன் ரத்தக் காயத்துடன் இருந்தது பற்றியோ சற்றும் ஆச்சரியப்பட்டதாகத் தெரியவில்லை.

"வாங்கிக்க தம்பீ" என்ற சுந்தரலிங்கத்தின் குரலைக் கேட்டு வேலச்சாமி திடீரெனத் தன்னுணர்வு வரப்பெற்றவன்போல விழித்தான். அவளிடமிருந்து நீரையும் துண்டையும் வாங்கி முகத்தைக் கழுவிக்கொண்டே அவளை அடிக்கடி பார்த்த வண்ணம் இருந்தான்.

"அதும் பேரு பொன்னம்மா, என் தங்கச்சி, சுந்தரின்னு கூப்படறது. அதுக்கு ஒன்னைப் புடிச்சிட்டது போல இருக்கு. இல்லாத போனா இந்த மாதிரி செஞ்சிருக்காது. நீயும் அதுங்கிட்ட நல்ல மாதிரியா இருக்கிறதுதான் நல்லது. அதுக்கு அந்த முனுசாமி சிநேகம். அதாலே நீ எங்களையும் முந்திக்கினு உள்ளே போனாலும் போயிடலாம்" என்று கண்ணை விஷமத்தனமாகச் சிமிட்டிக் கொண்டே சுந்தரலிங்கம் சொன்னதைத் தான் ரசிக்காவிட்டாலும் மீண்டும் அவளைப் பார்த்தான் வேலச்சாமி. சுந்தரியும் இவனைச் சற்றும் கூச்சமில்லாமல் பார்த்துக்கொண்டிருந்தாள்.

அவளுக்கு முப்பது வயதிருக்கும். தலைமயிர் சுருண்டு முன் நெற்றியில் விளையாடிக்கொண்டிருந்தது. சற்றுப் பருமனாக ஆனால், விகாரமில்லாத வகையாக இருந்தாள். நெற்றியில் அகலக் குங்குமப்பொட்டு ஒன்றைத் தவிர வேறு ஆபரணங்களில்லை. கண்கள் கருப்பாகவும் விசாலமாகவும் இருந்தபோதிலும் அவை பார்ப்பவர் மனத்தைச் சிறிதே துக்கப்படச் செய்தன. கழுத்தி லிருந்து வியர்வை அரும்பி, சிறுசிறு துளிகளாக உருண்டோடி அவள் ரவிக்கையை நனைத்துக்கொண்டிருந்தது. அவள் நின்றுகொண்டு இவனைப் பார்த்திருந்த தோற்றம், அவள் கண்கள், அவை பின்னாலிருந்த இனம் புரியாத கடுகத்தனை துக்கம், குங்குமப்பொட்டு, ஈரக்கழுத்து, நனைந்த ரவிக்கை, சுருண்ட கேசம், சுற்றிலும் இருண்டு நடுவில் மாத்திரம் சிறிது வெளிச்சத்தோடிருந்த முற்றம், மேலே இருண்ட வானத்தில் தீப்பொறிபோல் தெரிந்த செவ்வாய் எல்லாம் ஒன்றாகக் கூடி அவனுக்கு ஒரு மயக்க உணர்ச்சியைக் கொடுத்தது. அவள் மனித இனத்தில் சேராத ஒரு யட்சிணிபோல அவனுக்குத் தோன்றினாள்.

"அதாரது முனுசாமி?" என்று அவன் வாய் கேட்டது.

"அதாம்ப்பா, அந்தப் பட்டயக்காரன்" என்று அசுவாரசியமாக பதிலளித்தான் சுந்தரலிங்கம். சுந்தரி முகவாய்க்கட்டையைத் தோளில் இடித்துக்கொண்டு உள்ளே போய் இவர்களைச் சாப்பிடக் கூப்பிட்டாள். மறுநாள் காலை வேலச்சாமியின்

கண்ணுக்கு அவள் சாதாரணப் பெண்ணாகவே அழகற்று ஆனால், குரூபியாகவும் இல்லாது எல்லாரையும் போன்ற ஒருத்தியாகவே இருந்தாள்.

அன்று சாயங்காலம் சுந்தரலிங்கம் எங்கோ போய்விட்டான். வேலச்சாமி தனியாகவே அவன் வீட்டுக்குப் போனான்.

"லிங்கண்ணன் வரல்லியா?" என்று கேட்டாள் சுந்தரி. இல்லை என்பதற்கு அடையாளமாகத் தலையை அசைத்தான் வேலச்சாமி.

"சரி, நீங்க சாப்பாட்டுக்கு வாங்க" என்று கூப்பிட்டாள்.

அவன் மௌனமாகச் சாப்பிட்டுக்கொண்டிருந்தான்.

"ஓங்களை மொத பாத்தப்போவே எனக்கு என்னமோ போலாயிடுச்சு. இந்த ஊரிலே எத்தனை ஜனங்க காத்திட்டுருக் காங்க அதிகாரியே பாக்கணுமின்னு. ஆனா ஒத்தரும் நீங்க செஞ்ச மாதிரி செஞ்சதில்லே. நீங்க எப்படியும் பாத்துடுவீங்கன்னுதான் நான் நெனைக்கறேன்" என்றாள் அவள் பரிமாறிக்கொண்டே. வேலச்சாமி அவளை நிமிர்ந்து பார்த்தான். மீண்டும் ஒரு கணம் யக்ஷிணியைப் பார்ப்பது போன்ற பிரமை. அவள் அவன் பார்வையைத் தாங்க முடியாதவள்போல் தலைகுனிந்தாள்.

"நீங்க மனசுவெச்சா முடியும்னு சுந்தரலிங்கம் சொன்னாரே" என்றான் வேலச்சாமி.

"அது அப்பிடித்தான் குறும்பு பண்ணும், என்னாலே ஆகுமின்னா அது ஏன் தெனம் போயிக் காத்துக்கினு கெடக்கணும்" என்று அவள் மெதுவாகச் சொன்னாள். அதற்கு மேல் அவர்கள் இருவரும் பேசவில்லை.

அந்தச் சமயத்தில், "தம்பீ!" என்ற எங்கோ கேட்ட மாதிரி குரல் வாசல்புறத்திலிருந்து எழுந்தது. சுந்தரி போய்ப் பார்த்துவிட்டு, "அவரு வந்திருக்காரு" என்று முகத்தைச் சுளித்துக்கொண்டே சொன்னாள். வேலச்சாமி அவசரமாகச் சாப்பாட்டை முடித்துக்கொண்டு திண்ணைக்குச் சென்றான். அகல் வெளிச்சத்தில், முதுமையை எட்டிப்பார்த்துக்கொண்டு நிற்கும் மீசைக்கார மனிதன் தன்னைக் கீழே தள்ளிய முனுசாமி என்று புரிந்துகொள்ள வேலச்சாமிக்குச் சில வினாடிகள் ஆயின.

அதற்குள் முனுசாமியே கிட்ட வந்து. "ஒக்காரு தம்பி" என்று குழறிக் குழறிச் சொன்னான். அவன் வாயைத் திறந்ததும் கள் நாற்றம் குப்பென்று வீசியது.

"என்ன தம்பி, இன்னும் எம்பேருலே கோவமா? என் எடத்திலே நீ இருந்தா என்ன பண்ணியிருப்பே? சத்தியமாச் சொல்றேன், ஒன்னை அடிச்சுக் காயம்பண்ணணுமின்னு எனக்கு எண்ணமே இல்லை. என் ஆயுசிலே நான் யாரையும் அடிச்சதே கெடயாது" என்று சொல்லிக் குழந்தையைப் போல கேவிக் கேவி அழ ஆரம்பித்தான் முனுசாமி. விகாரமாகவும் அருவருப்பைத் தரும்படியும் அவன் சற்றுநேரம் அழுது ஓய்ந்தான். கண்ணீரினால் அவன் கன்னங்களும் மீசையும் நனைந்து பளபளத்தன. மூக்கின் நுனியில் ஒரு பெரிய சொட்டு ஆடிக்கொண்டு நின்றது. அந்தச் சொட்டில் சந்திரன் விட்டுவிட்டு மின்னினான்.

புறங்கையால் மூக்கையும் முகத்தையும் துடைத்துக்கொண்டே, "தம்பீ கிட்டே வா. ஒரு ரகசியம் சொல்றேன்" என்றான் முனுசாமி. வேண்டா வெறுப்பாக வேலச்சாமி அவனருகில் நகர்ந்தான்.

"நான் ஏன் ஒன்னைத் தள்ளினேன் தெரியுமா? இல்லாத போனா என் வேலை போயிருக்கும். அப்பறம் அதிகாரியைப் பாக்கறது எப்பிடி?" என்று வெகு வெகு ரகசியமாக வேலச்சாமியின் காதில் ஓதினான் முனுசாமி.

"என்னது, என்ன சொல்றீங்க?" என்றான் வேலச்சாமி. அவன் காதையே அவனால் நம்ப முடியவில்லை.

"பின்னே என்ன? நான் ஒண்ணேகாலணாச் சம்பளத்துக்கா இந்த வேலை பாக்கறேன். ஒன்னைப் போலத்தான் நானும் வந்தேன், ரொம்ப ரொம்ப காலத்துக்கு முன்னாலே, அதிகாரியைப் பாக்கணுமின்னு. அப்போ ஒரு காவல்காரன் இருந்தான். என்னை உள்ளே போகாதேன்னான். அவனோடே நான் சண்டைப் புடிச்சு ஏக கலாட்டா பண்ணிட்டேன். இந்தச் சத்தத்தைக் கேட்டுப்பிட்டு உள்ளேயிருந்து ஒரு குமாஸ்தா வெளியே வந்து என்ன சங்கதீன்னாரு. அப்பறம் என்னைப் பாத்து, "நீ காவக்காக்கறயா?" அப்படீன்னாரு. "ஒழுங்காக் காவக்காத்தா அதிகாரி பாத்தாலும் பாப்பாரு"ன்னாரு. நான் சரீன்னேன். ஒடனேயே அவன் பட்டயத்தைப் புடுங்கி எனக்குக் குடுத்துட்டாங்க. இன்னும் காத்துக்கிட்டிருக்கேன். ஒரு நாளு அவரைப் பாக்காமயா போயிடுவேன்?" என்றான்.

வேலச்சாமி அவன் பேச்சை ஆவலோடு கேட்டபோதும் அவன் மனம் அதே சமயத்தில் எங்கோ விழுந்துகொண்டே போயிற்று.

முனுசாமி இவனை முற்றிலும் மறந்தவனாய், தனக்குத்தானே உளறிக்கொண்டே போனான்.

“ஆனா எனக்கென்னமோ சந்தேகம்தான். நான் இத்தனை காலமா அந்தக் குமாஸ்தாக்களைத்தான் பாத்திருக்கேன். அவங்க மாத்திரம் என்ன வாழ்ந்தாங்க? எங்கிட்டதான் என்னமோ பெரிய மனுசங்க மாதிரி பேசறாங்க, என்னைக் குருடன்னு நெனைச்சுக்கிட்டாங்க போலிருக்கு. நான்தான் பாக்கறேனே. அவங்க பெரிய குமாஸ்தா இருக்கற எடத்தை மீறிப் போனதில்லையே! அவரோடயே அவங்களுக்குப் பேசத் தைரியம் இருக்கோ இல்லியோ. அவரு ஒருத்தருதான் கீழ் அதிகாரியோட ரூமுக்குப் போவாரு. அதுகூட எப்பவாவதுதான். இந்தக் கீழ் அதிகாரிகளுக்கு மேலே இருக்காராம் தலைமைக் கீழ் அதிகாரி. அவரையே யாரும் பாத்ததில்லை. அவருக்கு மேலே உதவி அதிகாரிங்க இருக்காங்களாம். அவுங்களுக்கு மேலே இன்னும் எத்தனையோ பேரு. இவங்க எல்லாருக்கும் மேலேதான் பெரிய அதிகாரி. சிலசமயம் எனக்கே சந்தேகம் வந்துடுது, அப்பிடி ஒருத்தரு இருக்காரான்னு. இல்லாமே சொல்வாங்களா? யார் கண்டாங்க..?” இவ்வாறு தட்டுத் தடுமாறிப் பேசிக்கொண்டே போனான் முனுசாமி.

“அப்போ இவங்க ஒத்தரையும் நீங்க பாத்ததே கெடயாதா?” என்று இடைமறித்தான் வேலச்சாமி.

“பாத்தா நான் ஏன் இந்த ஊரிலே கஷ்டப்பட்டுக்கினு கெடக்கேன்? ஊரைப்பாக்கப் போயிருக்க மாட்டேனா? என் பெண்சாதியெல்லாம் எப்படி இருக்காங்களோ?” என்று மீண்டும் அழ ஆரம்பித்தான் முனுசாமி.

வேலச்சாமியின் மனத்தில் இடிவிழுந்தாற் போலிருந்தது. முனுசாமியைத் திண்ணையில் அழவிட்டுவிட்டுத் தான் போய்த் தாழ்வாரத்தில் படுத்துக்கொண்டான்.

இப்போதெல்லாம் சுந்தரலிங்கம் என்றாவது ஒருநாள்தான் மாமரத்தடிக்கு வருவான். வந்து தன் பெயரைக் கூப்பிட்டார்களா என்று விசாரித்துப் போய்விடுவான். அவன் வீட்டுக்கு வருவது அதைவிட அபூர்வமாய்விட்டது.

வேலச்சாமிக்குத் தான் இங்கே வந்து எவ்வளவு காலமாயிற்று என்ற கணக்கே குழம்பிப் போய்விட்டது. சிலசமயம் யோசிக்கும் போது ஒரு வாரமே ஆனாற்போலிருக்கும். மறுநிமிஷமே, ஆறு மாசமாயிருக்குமோ என்று யோசிப்பான். உடனே ஆறு மாசமா, இல்லை ரெண்டு வருஷமா என்று சந்தேகிப்பான். இப்போதும் பெரிய அதிகாரியைப் பார்த்துவிடலாம் என்ற நம்பிக்கை மாத்திரம் இன்னும் விடவில்லை. முந்தாநாளோ, போன வாரமோ முனுசாமி சிலபேர்களைக் கூப்பிட்டானே, அவர்களில்

யாரும் அந்த மரத்தடிக் கும்பலில் இல்லையென்பது நிஜம்தான். ஆனால், அவர்கள் கூப்பிட்டார்கள் என்பது உண்மைதானே. தன் பெயரையும் கூப்பிடுவார்கள் ஒருநாள், என்று சுந்தரியிடம் சொல்வான். அவளும் ஆமோதிப்பாள்.

அந்த வீட்டில் இவர்கள் இருவருமே இருந்து வந்தனர். சுந்தரலிங்கம் என்றாவது ஒருநாள்தான் வந்து பார்த்துப் போவான். வேலச்சாமி வருமுன்னால் சுந்தரி முனுசாமியிடம் சிநேகிதமாய் இருந்தாளோ என்னமோ, இப்போது அப்படி இல்லை என்பதை வேலச்சாமியே அறிவான். இப்போதெல்லாம் அவள் யக்ஷிணியுமில்லை தேவ மாதுமில்லை. ஆனால், அவள் அன்பின் அரவணைப்பு ஒன்றுதான் அவனுக்கு இதம் கொடுத்தது. "நீ இல்லேன்னா என்னிக்கோ தற்கொலை பண்ணிக்கிட்டிருப்பேன்" என்று அவனே அவளிடம் பலதரம் சொல்லியிருக்கிறான்.

அன்று நல்ல வெயில். வேலச்சாமி மாமரநிழலில் நேரத்தைக் கடத்தச் சீட்டாடிக்கொண்டிருந்தவன் விளையாட்டு அலுத்து, கூட்டத்திலிருந்து விலகி உட்கார்ந்துகொண்டு சுற்றுமுற்றும் பார்த்தான். அப்போது ஒரு புது ஆள் தயங்கித் தயங்கி உள்ளே நுழைவதைப் பார்த்தான். அந்த ஆள் வெகுதூரம் நடந்து வந்திருப்பான் போலத் தோன்றியது. அவன் மெதுவாகக் காவல் காரன் நின்றிருந்த வாயிலருகே போய் நின்றான். பின் அவனும் காவல்கார முனுசாமியும் என்னவோ பேசிக்கொண்டனர். முனுசாமி பொங்கி வரும் சிரிப்பை அடக்குபவனாய்த் தலையைத் திருப்பி எச்சிலை உமிழ்ந்தபடி மரத்தடியில் இருந்தவர்களைப் பார்த்துத் தலையை ஆட்டினான். பலர் மிகுந்த ஆவலுடன் ஓடிச்சென்று, சில வினாடிகளில் தலையைத் தொங்கப்போட்டுக் கொண்டு ஏமாற்றத்துடன் திரும்பிவிட்டார்கள். வேலச்சாமி இருந்த இடத்தைவிட்டு நகரவில்லை. பின்னால் அந்தப் புதியவனும் குனிந்த தலையுடன் மெதுவாக நடந்து வந்து வேலச்சாமியினருகில் உட்கார்ந்துகொண்டான். வெகுநேரம் அவனை யாரும் கவனிக்கவில்லை. அவனுடன் ஏதாவது பேச வேண்டும் என்று வேலச்சாமிக்கு ஒரு விசித்திர எண்ணம் உண்டாயிற்று.

"எந்தூரு?" என்று கேட்டான்.

"அடையூரு, ரொம்பத் தூரம். நடந்து வந்தேன்" என்றான் அந்தப் புதியவன்.

"பேரு" என்று மீண்டும் கேட்டான் வேலச்சாமி.

"அம்மாசை" என்றான் புதியவன்.

“என்ன ஜாதி?” என்று விடாமல் கேட்டான் வேலச்சாமி.

“மனித ஜாதி. நேரமாயிட்டே போவுதே, எப்போ அதிகாரியைப் பாக்கறது?” என்று ஆத்திரத்தோடு பதில் சொன்னான் அம்மாசை.

“அவசரப்படாதே தம்பீ, நாங்கள்ளாம்கூட அவரைப் பாக்கறதுக்குத்தான் காத்துக்கிட்டிருக்கோம்” என்றான் வேலச்சாமி.

“நீங்களும் இப்பத்தான் வந்தீங்களா?” என்று அம்மாசை கேட்டான்.

“நல்லாச் சொன்னே போ, இப்பவா? நீ புதுசு, அதான் அப்பிடிக் கேக்கறே. நான் வந்து எத்தினி வருஷமாவுது? எனக்கு முன்னாலே வந்தவங்கள்ளாம் இன்னும் காத்துக்கிட்டுக் கெடக்காங்க. நீ இப்ப வந்துட்டு ஒடனே பாக்கணுமிங்கறயே, ஆவுமா?” என்று கூறிச் சிரித்தான் வேலச்சாமி.

“நெசம்மாவா?” என்று அம்மாசை மெதுவான குரலில் கேட்டான்.

“நெஜந்தான். நான் ஏன் பொய் சொல்றேன்? யாரை வேணுனாலும் கேளேன், வேலச்சாமி சொல்றது பொய்யான்னு” என்று இன்னும் பலமாகச் சிரித்தான் வேலச்சாமி.

அம்மாசை ஒரு நிமிஷம் ஒன்றும் பேசாது மௌனமாயிருந்தான். பின் உரத்த குரலில், “நீங்க வேணுன்னா வருசக்கணக்கா காத்துக்கிட்டிருங்க. நான் அப்படியில்லை. இன்னிக்கே அதிகாரியைப் பாக்கப்போறேன்” என்று கூவினான்.

எல்லோரும் தங்கள் விளையாட்டை நிறுத்தி மௌனமாக அம்மாசையையே நோக்கினர்.

அந்த நிசப்தத்தின் நடுவே, அதை இரண்டாகப் பிளந்து கொண்டு வேலச்சாமி கடகடவென்று சிரித்துக்கொண்டிருந்தான். புதியவன் முகத்திலிருந்த ஆத்திரமும் அவமானமும் வெறுப்பும் அவன் கண்களுக்குத் தெரியவில்லை.

திரிபுரம் எரித்த பரமேசுவரனைப்போல் அவன் கடகட வென்று தனக்குத்தானே சிரித்துக்கொண்டிருந்தான்.

தீபம், 1976

உத்தியோக ரேகை

"பிச்சுமணி என்ன பண்ணறார் இப்போ?" என்று நான் வீட்டுக்கு வந்ததும் கேட்டேன்.

"அவன் போயி நாலஞ்சு மாசம் ஆயிருக்குமே" என்றாள் அம்மா.

அவளுக்கு எப்போதுமே பிச்சுமணியைப் பிடிக்காது. ஏனென்று கேட்டால் சரியாக பதில் சொல்லமாட்டாள். "அவனா, பெரிய தகல்பாஜி யாச்சே, ஆட்டைத் தூக்கி மாட்டில் போடறதும், மாட்டைத் தூக்கி ஆட்டில் போடறதும். அவன் காரியம் யாருக்குமே புரியாதே, ஜகப்புரட்டன்" என்றுதான் சொல்வாள்.

இன்றைக்கு பஸ்ஸிலே கருப்பாக, கச்சலாக, நரை மயிர் விளிம்பு கட்டின வழுக்கைத் தலை யுடனும் உள் அதுங்கியிருந்த மோவாயில் பஞ்சு ஒட்டின மாதிரி அரும்பியிருந்த மீசை தாடியுட னும், புகையிலை தாம்பூலம் அடக்கி வைக்கப் பட்டுத் துருத்திக்கொண்டிருந்த இடது கன்னம், முழங்கைக்குக் கீழே தொங்கும் 'ஆஃப்பாரம்' தட்டுச் சுற்றுவேட்டி ஜமக்காளப் பையுடனும் இருந்த ஒருத்தரைப் பார்த்தேன். அசப்பிலே பிச்சுமணி போலவே இருந்தார். வாய்விட்டுக் கூப்பிட் டிருப்பேன். அதுக்குள்ளே இது வேறே ஆள் என்பது புலனாகவே சும்மா இருந்துவிட்டேன். அந்த ஞாபகத்திலேதான் வீட்டுக்கு வந்ததும் அம்மாவைக் கேட்டேன்.

அவர் காலமாகிவிட்டார் என்று அம்மா சொன்னதும் எனக்குத் தூக்கிவாரிப்போட்டது.

"அடப் பாவமே!" என்றேன்.

"என்ன பாவம் வேண்டிக்கிடக்கு? கட்டின பெண்டாட்டியைத் தள்ளிவெச்சிட்டு அவள் வயிறெரிஞ்சு செத்தா. பெத்துப்போட்ட அம்மா தொண்டு கிழம், அவளை என்னாடான்னா, 'வீட்டிலே யாரும் இல்லை, நானா ஊர் ஊராகப் போகணும், இங்கே நீ இருந்தாச் சரிப்பட்டு வராது. சுலோசனா விட்டிலேபோய் இருந்துடு'ன்னு வெரட்டினான். அவளுக்குக் கொள்ளி வெக்கறதுக்குக்கூடக் கிடைக்கலே. அவன் ஒண்ணும் கஷ்டப்பட்டு சாகல்லே, சுகமா வாழ்ந்து சுகமாத்தான் செத்தான். ஒருநாள் விழுப்புரமோ உளுந்தூர்பேட்டையோ அங்கே எங்கேயோ ஓர் ஓட்டல்லே ராத்திரி சாப்பிட்டுட்டுப் படுத்தானாம், கார்த்தாலே எழுந்திருக்கலே. அவ்வளவுதான்."

"அப்புறம்?"

"அப்புறம் என்ன? ஓட்டல்காரன் வந்து கண்டுபிடிச்சான். பையைக் கிளறி அட்ரஸ் கண்டுபிடிச்சு நாணுவுக்குத் தந்தியடிச்சு போன் பண்ணினான். அவனும் சாமாவும் போய்ப் படாத பாடுபட்டு டாக்டருக்கும் போலீசுக்கும் டாக்ஸிக்கும் பணத்தை வாரிக் கொடுத்து ஊருக்கு எடுத்துண்டு போயிக் கொள்ளி வெச்சா. சாம்பலாகற வரைக்கும் அவனாலே யாருக்கு சுகம்?" என்று சொன்னாள் அம்மா.

"அவர் எங்கே விழுப்புரத்துக்கும் உளுந்தூர்பேட்டைக்கும் போய்ச் சேர்ந்தார்?" என்று கேட்டேன் நான்.

"அவனுக்கு வேறே வேலை என்ன? ஏதாவது பிள்ளை தேடிக்கிண்டு போயிருப்பான்" என்று அம்மா அசுவாரசியமாகச் சொல்லிவிட்டாள்.

இதைக் கேட்டதும் பிச்சுமணிக்குக் கல்யாணத்துக்காக அரை டஜன் பெண்கள் காத்துக்கிடக்கின்றன என்று நினைத்துவிடப் போகிறீர்கள், விஷயமே வேறு.

எனக்குப் பிச்சுமணியை ரொம்பத் தெரியாது. அவருக்கு அறுபது வயசுக்குக் குறைவிருக்காது. வேலையிலிருந்து ஓய்வு பெற்றுக்கொண்டுவிட்டார். ஒரே ஒரு பையன் இருக்கிறான். இவ்வளவுதான் தெரியும் அவர் என்ன வேலை செய்தார் என்றும் எனக்குத் தெரியாது. அம்மாவுக்கும் தெரியாது. "என்னமோ கமிஷன் ஏஜண்ட், ஊர் ஊராச் சுத்தற உத்தியோகம்" என்று துச்சமாகச் சொல்லிவிடுவாள். பிச்சுமணி விஷயத்தில் அவர் ஓய்வுபெற்ற பின்னும் ஊர் ஊராக அலைவது மாத்திரம் என்ன காரணத்தினாலோ நிற்கவில்லை. எப்போதும் யாரையாவது யாருக்காவது ஜோடி சேர்த்துவிட முயற்சி செய்தபடி இருப்பார்

என்று மாத்திரம் கேள்விப்பட்டிருக்கிறேன். இத்தனைக்கும் நானறிந்தவரை அவர் ஒண்ணும் இன்பமான இல்லற வாழ்க்கை நடத்தினதில்லை. பத்துப் பதினைஞ்சு வருஷங்களுக்கு முன்னாலேயே முதன்முதல் நான் அவரைச் சந்தித்தபோதே அவருடைய மனைவி உயிருடன் இல்லை.

எப்போதாவது மூணு நாலு வருஷத்துக்கொருமுறை அவரை ஏதாவது கல்யாணத்தில் நான் சந்தித்தாலே அதிகம். ஒரே ஒருமுறை தான் அம்மனிதரின் உள்ளே இருக்கும் உண்மை மனிதனைச் சில நிமிஷங்கள் நேருக்கு நேர் பார்த்து உணர முடிந்தது. அந்தச் சமயம் எனக்கு ரொம்பவும் தர்மசங்கடமாகப் போயிற்று. இப்போது நினைத்துப் பார்த்தால் பரிதாபமாக இருக்கிறது.

ஆறு வருஷத்துக்கு முன்னால் தூர பந்து ஒருவரின் கல்யாணத்துக்குப் போயிருந்தேன். கல்யாணம் கோயமுத்தூரில் நடந்தது. அங்கு போன பிறகுதான் மாப்பிள்ளைக்கு என்னமோ முறையில் பிச்சுமணி நெருங்கிய உறவினர் என்பது எனக்குத் தெரியவந்தது. காலையிலே என்னைப் பார்த்ததுமே பிச்சுமணி ரொம்ப சந்தோஷத்தோடு என்னை வரவேற்றுக் குசலம் விசாரித்தார். அதே சமயம் அவர் எனக்காக 'கிளியாட்டம்' ஒரு பெண்ணைப் பார்த்து வைத்திருந்ததாகவும் ஆனால், நானோ எல்லாரையும் ஏமாற்றிவிட்டு அவருக்கும் வேறே யாருக்கும் சொல்லாமல் என் கல்யாணத்தை முடித்துக்கொண்டுவிட்டேன் என்றும் குற்றஞ் சாட்டினார். "ரெண்டு லட்சம் ரூபாய் பெறுமான ஆஸ்தி வேறே போச்சே" என எனக்காக அங்கலாய்த்துக்கொண்டார். எனக்குச் சிரிப்பு வந்ததே தவிர வேறென்ன செய்வது என்று தெரியவில்லை. எதையோ சொல்லி மழுப்பித் தப்பித்துக்கொண்டேன். முகூர்த்தம், சாப்பாடு எல்லாம் முடிந்ததும் கல்யாண மண்டபத்தின் மாடியில் ஒதுக்குப்புறமாக இருந்த அறையில் தூங்கப் போய்விட்டேன்.

ஒரு குட்டித் தூக்கம்போட்டு எழுந்திருந்தபோது மணி மூணாகிவிட்டிருந்தது. தூக்கம் கலைந்துவிடவே கீழே என்ன நடக்கிறது பார்க்கலாம் என்று இறங்கி வந்தேன்.

கல்யாணக்கூடம் வெறிச்சென்றிருந்தது. ஒரு பக்கம் விரித்திருந்த, கசங்கி மடிப்பேறின ஜமக்காளத்தில் ஒரு மூலையில் இடுப்பில் ஒரு கயிறு மாத்திரமே அணிந்து மற்றபடி வெறும் மேனியுடன் இருந்த ஒரு குழந்தை குப்புறப்படுத்து நீந்துவதுபோல மாறு கை, மாறு காலை நீட்டி மடக்கின நிலையில் தூங்கிக்கொண்டிருந்தது. மண்டபத்தின் வாயிலில் துவாரபாலகர்களைப்போல நிறுத்தி வைக்கப்பட்டிருந்த வாழை மரங்களின் இலைகளைத் தின்ன ஒரு சிவந்த மாடு எட்டி

எட்டி முயற்சி செய்துகொண்டிருந்தது. முகூர்த்தத்துக்குப் 'பெரிய மனிதர்கள்' யாராவது வந்தால் உட்கார்வதற்காக ஒரு பக்கத்தில் போடப்பட்டிருந்த சோபாவில் யாரோ ஒருவர் முதுகைக் காட்டியபடி முழங்காலை மடக்கிக் குறட்டை விட்டுத் தூங்கிக்கொண்டிருந்தார். இன்னொரு மூலையில் பளிச்சென்று நீலமும் பச்சையும் சிவப்பும் மஞ்சளுமாகப் பட்டுச்சேலையும் தாவணியும் உடுத்தியிருந்த இளம் பெண்கள் ஆறேழு பேர் கூடிக் 'குசுகுசு'வென்று பேசிச் சிரித்துக்கொண்டிருந்தார்கள். அவர்கள் பேச்சிலும் சிரிப்பிலும் கலந்துகொள்ளாமலும் அதேசமயம் அவர்களை விட்டு அகலாமலும் சுற்றிச்சுற்றி வட்டமிட்டுக் கொண்டிருந்தனர் சில வாலிபர்கள். எல்லாருமே கொஞ்சம் கர்நாடகமோ அல்லது நிஜமாகவே ஒருத்தருக்கொருத்தர் பரிச்சய மில்லையோ. ஒட்டுமொத்தத்தில் இருபால் இளைஞர்கள் கூட்டத்தில் இருக்கவேண்டிய கலகலப்பை அங்கே காணவில்லை.

சரி, நாம்தான் கலகலப்பை ஏற்படுத்தலாமே என்ற எண்ணத்தில் பேசிச் சிரித்துக்கொண்டிருந்த பெண்கள் கூட்டத் துக்குச் சென்று அவர்களுடன் உட்கார்ந்துகொண்டேன். அவர்கள் எல்லோரும் உடனே மௌனமாயினர். அந்தக் கூட்டத்தில் நளினிதான் எனக்குத் தெரிந்தவள். என் சிற்றப்பாவின் கடைசி மகள். அவள் கையில் புது மாதிரியாக மருதாணியோ அல்லது வேறெதோ புத்தம் புது வண்ணக் கலவைச் சாயமோ பூசிக் கொண்டிருந்தாள்.

"நளினி, உன் கையைக் காட்டு பார்ப்போம்" என்றேன்.

அவள் கையை நீட்டினாள். நான் பார்த்துக்கொண்டிருந்தபோது மூக்குக் கண்ணாடியணிந்த இன்னொரு பெண், "ஏன் மாமா, உங்களுக்கு ரேகை பார்க்கத் தெரியுமா? என்று கேட்டாள்.

"ஓ, தெரியுமே" என்று சொன்னபடியே நளினியின் கைரேகை களைப் பார்க்க ஆரம்பித்தேன்.

உண்மையில் எனக்கு ரேகை சாஸ்திரத்தில் நம்பிக்கையே கிடையாது. பதினாலு பதினஞ்சு வயசில் ஓரிரு புத்தகங்களைப் படித்திருந்தேன் என்பது என்னமோ வாஸ்தவந்தான். ஆனால், இப்போது இருபது வருஷத்துக்கு மேலாயிற்று. இருந்தாலும் ஒரு யுவதி கேட்கும்போது, "எனக்குத் தெரியாது, ரேகையாவது சாஸ்திரமாவது. எல்லாம் வெறும் ஹம்பக்" என்று சொல்ல மனம் வரவில்லை. இதையெல்லாம் யோசிப்பதற்கு முன்னாலேயே வாய் முந்திக்கொண்டு, "ஓ, தெரியுமே" என்று சொல்லிவிட்டது.

மூக்குக்கண்ணாடிக்காரி என்னை விடாமல், "அப்போ என் கையைப் பாருங்களேன்" என்று சொன்னபடி தன் இடது

கையை நீட்டினாள். நான் சிரித்துக்கொண்டே அவள் கையைப் பற்றி ரேகை பார்க்க ஆரம்பித்தேன். ரேகைகளைக் கவனித்துப் பார்ப்பவன் போலவும், பிறகு உச்சி மேட்டைப் பார்த்துக் கணக்குப் போடுவது போலவும் கொஞ்சநேரம் பாசாங்கு செய்துவிட்டு, "நீ கொஞ்சம் சோம்பேறி. கெட்டிக்காரிதான், ஆனாலும், உடம்பை வளைச்சு வேலைசெய்ய உன்னால் ஆகாது. மூளை இருக்கு, நல்லாப் படிப்பு வரும்" என்று ஆரம்பித்துவிட்டு அவள் முகத்தையும் மற்றவர்கள் முகத்தையும் பார்த்தேன். கூட இருந்த தோழிகளில் ஒருத்தி 'கொல்'லென்று சிரித்துவிட்டாள்.

"ரொம்ப ரைட் மாமா நீங்க சொல்றது. வீட்டிலே ஒரு துரும்பைக்கூட அசைக்கமாட்டா. காலேஜிலே எல்லாத்திலேயும் முதல்லே வருவா" என்று சொல்லி என்னை உற்சாகமூட்டினாள். உடனே அந்தப் பெண்கள் கூட்டத்தில் என் மதிப்பு உயர்ந்து விட்டது. நாணிக் கோணிக்கொண்டிருந்த பெண்கள் தங்கள் கைகளை நீட்டி என்னை ரேகை பார்க்கச் சொல்லவே எனக்கும் குஷி பிறந்து விட்டது. நானும் ஒவ்வொருத்தியின் கையாகப் பார்த்துத் தமாஷாகவும் சமயோசிதமாகவும் எனக்குத் தோன்றியபடி யெல்லாம் சொல்லிக்கொண்டிருந்தபோது,

"அடே, உனக்கு ரேகை பார்க்கவும் தெரியுமா?" என்று குரல் கேட்டது.

நான் திடுக்கிட்டு நிமிர்ந்தேன். பிச்சுமணி நின்றுகொண் டிருந்தார்.

எனக்கு என்னமோபோல் ஆகிவிட்டது. கூச்சமாகக்கூட இருந்தது. அத்தனை பெண்களின் நடுவே நான் உட்கார்ந்து கொண்டு அவர்களுடைய கையைத்தொட்டுச் சிரித்துப் பேசிக் கொண்டிருந்ததைப் பிச்சுமணி பார்த்துவிட்டாரே என்று வெட்கமாயிற்று.

அவசரமாக எழுந்திருந்து, "ஹி ஹி, அதெல்லாம் ஒண்ணு மில்லை, எனக்குத் தெரியாது" என்று சொன்னபடி வெளியேற எத்தனித்தேன். அவர் என் பின்னாலேயே வந்தார்.

"நோ, நோ, அதெல்லாம் பரவாயில்லை, டேய், நாணு, இங்கே வாடா. நீ கொஞ்சம் நாணுவின் கையைப் பாரேன்" என்று நாணுவுக்கும் எனக்கும் உத்தரவிட்டார்.

"நாணு யார்?" என்று நான் கேட்டேன்.

"நாணுவை உனக்குத் தெரியாதா, என்னுடைய பிள்ளை, ஒரே பிள்ளை; பிரின்ஸ் ஆப் வேல்ஸ், ஐவேஜுக்கு வாரிசு. ஆனால், நான்தான் ராஜா இல்லை. ஐவேஜும் இல்லை" என்று எனக்குச் சொல்லிவிட்டு,

அமர பண்டிதர்

"டேய் நாணு, இங்கே வாடா, வெக்கப்படாதே" என்று தம் புத்திரனுக்குத் தைரியமூட்டினார்.

மறுபடியும் என்னைப் பார்த்து, "அவன் கையைக் கொஞ்சம் பார்த்துப் பலன் சொல்லேன்" என்றார்.

எனக்கு தர்மசங்கடமாகிவிட்டது. உண்மையை ஒப்புக் கொள்வதுதான் உத்தமம் என்று எனக்குப்பட்டது.

"இதைப் பாருங்கோ. எனக்கு ரேகை சாஸ்திரமும் தெரியாது, ரேகை, ஜோசியம், ஆரூடம் இதிலெல்லாம் நம்பிக்கையும் கிடையாது. என்னமோ கொஞ்ச நேரத்தைக் குஷியாகக் கழிக்கலாமேன்னு ரேகை பார்க்கிறதாச் சொன்னேனே தவிர, எனக்கு ரேகை பார்க்கவே தெரியாது" என்று சொல்லி அத்துடன் நிறுத்தாமல், விஷமமாகச் சிரிப்பதாகப் பாவனைசெய்து, "ரேகை பார்க்கிறதாச் சொன்னாத்தானே இந்தப் பெண்கள் கையைத் தொட என்னை விடுவாங்க!" என்றேன். எதையாவது சொல்லித் தப்பித்துக் கொண்டாக வேணுமே.

அவர் என்னை விடுவதாக இல்லை.

"நோ, நோ, அதெல்லாம் பரவாயில்லை, நான்தான் பார்த்தேனே, நீ ரொம்ப நன்னா ரேகை பார்க்கிறதை. ஏ . . . குட்டிகளா, நீங்களே சொல்லுங்கோ, இவர் நன்னா ரேகை பார்த்தாரோ இல்லியோ?" என்றார் என்னிடமும் அந்தக் குட்டிகளிடமும்.

அந்தப் பைத்தியங்கள் என்னைப் பழிவாங்க வேணுமென்றோ அல்லது உண்மையென்று அவர்கள் நம்பினதாலோ, ஒரு குரலாக, "அவர் நன்னாப் பார்க்கறார் மாமா, ரகசியத்தையெல்லாம்கூடக் கண்டுபிடிச்சுடறார்" என்று கூவின. எனக்கு எரிச்சலாக வந்தது. அவ்வளவு அழகாகவும் லட்சணமாகவும் படித்தும் இருக்கிற அந்தப் பெண்கள் இவ்வளவு முட்டாள்களாகவும் இருப்பார்கள் என்று நான் துளிகூட எதிர்பார்க்கவில்லை. அவர்களைக் கோபத்தோடு முறைத்துப் பார்த்தேன்.

அப்போது பிச்சுமணி, "பார்த்தியா, இதுகள் சொல்றதை. ரொம்ப பிகுபண்ணிக்கிறயே என்கிட்டேகூட" என்று செல்லமாகக் கடிந்துகொண்டார்.

நானும் விடாப்பிடியாக இருந்தேன்.

"இல்லை, நிஜமாகவே எனக்கு ரேகை பார்க்கவே தெரியாது" என்றேன்.

அந்தப் பெண்களோ கலகலவென்று சிரித்துக்கொண்டு பிச்சுமணியை நோக்கி, "அவர் பொய் சொல்றார் மாமா. நீங்க

நம்பாதீங்கோ, நிஜம்மாத்தான் சொல்றோம், ரொம்ப நன்னா ரேகை பார்க்கறார்" என்றார்கள்.

இதற்குள் நாணுவும் வந்துவிட்டான். சுற்றிச்சுற்றி மோப்பம் பிடித்துக்கொண்டிருந்த இளவட்டங்களில் அவனும் ஒருவன்.

"டேய் நாணு, ஸாருக்கு நமஸ்காரம் பண்ணுடா" என்று பிச்சுமணி உத்தரவிட்டதும் உடனே தரையில் விழுந்து ஒரு நமஸ்காரம் செய்தான். எனக்கு எரிச்சல் தாங்கவில்லை. யாரையும் யாரும் விழுந்து நமஸ்கரிப்பது என்பது எனக்குக் கொஞ்சம்கூடப் பிடிக்காத விஷயம். ரேகை, ஜோசியம் ஆரூடம் முதலான, வருங்காலத்தை முன்னதாகக் கண்டுபிடித்துச் சொல்வதாகக் கூறும் 'சாஸ்திரங்கள்' எல்லாம் வெறும் புரட்டு என்பது என் திடமான அபிப்பிராயம். சும்மா விளையாட்டுக்கு என ஆரம்பித்து இந்த மாதிரி வினையாகப் போய்க்கொண்டிருக்கிறதே என்கிற ஆத்திரம் வேறே. முட்டாள் பெண்களையும் ரேகை சாஸ்திரத்தையும் தந்தை சொல் தட்டாத தனயர்களையும் பிச்சுமணியையும் மனதாரச் சபித்துக்கொண்டே அவரை ஒதுக்குப்புறமாக, சற்றுத் தள்ளியிருந்த பெரிய தூணருகில் அழைத்துச் சென்றேன்.

தூணை அடைந்ததும், குரலைத் தாழ்த்திக்கொண்டு, "நிஜமாகவே சொல்றேன், எனக்கு ரேகை பார்க்கவும் தெரியாது, அதுலே நம்பிக்கையும் கிடையாது. சும்மா பொழுதுபோக, தமாஷுக்காக ரேகை பார்க்கிற மாதிரி நடிச்சேனே தவிர வேறொண்ணுமில்லை. அவ்வளவுதான்" என்றேன்.

நான் பேசி முடிப்பதற்குள், அதைக் காதில் வாங்காமலே பிச்சுமணி, "அதெல்லாம் பரவாயில்லேன்னா, நீ பார்க்கிற அளவு மத்தவா பார்த்தாலே போருமே, அதுவே யதேஷ்டம். நீ நம்ப வேண்டாம். உன்னை யார் நம்பச் சொல்லறா? நான் நம்பறேன். அவ்வளவுதானே வேண்டியது" என்றார். மேலும் தொடர்ந்து, "எனக்காக அவன் கையைப் பாரேன், ப்ளீஸ்" என்றார்.

என்னைவிட இவ்வளவு பெரியவர் இவ்வளவு தூரம் வற்புறுத்தும்போது இன்னும் மறுத்தால் நன்றாயிராது என்று எனக்குப் பட்டது. வேறென்ன செய்வதென்றும் எனக்குத் தெரியவில்லை. "சரி"யென நான் ஒத்துக்கொள்ள அவரும் நாணுவுமாக மீண்டும் கூடத்தின் மத்திக்கு வந்தோம்.

"நாணு, ஸார்கிட்டே கையைக் காமி" என்று பிச்சுமணி தன் குமாரனுக்கு உத்தரவிட்டார்.

நான் எரிச்சலோடு நாணுவைப் பார்த்தேன். அவன் பலியாடு போலத் தலைகுனிந்து மௌனமாகத் தன் கையை நீட்டினான்.

அவன் சோளக்கொல்லை பொம்மைபோல் இருந்தான் என்று சொல்ல வந்தேன். யோசித்துப் பார்த்தால் பொருத்தமில்லையென்று படுகிறது. சோளக்கொல்லை பொம்மையென்றால் அதுக்கு உருண்டை முகமும், புஸ¬புஸ¬வென்று வைக்கோல் திணிக்கப் பட்ட உடம்புமாகவல்லவா இருக்கும். நாணு அப்படி இல்லவே இல்லை. கச்சல் வாழைக்காய் போல, இன்னும் சொல்லப்போனால் பழைய பாத்திரக் கடையில் நெடுநாளாக மூலையில் கேட்பாரற்று அழுக்கேறி நசுங்கிக் கிடக்கும் பித்தளைப் பாத்திரம் போலிருந்தான். ஆனால், குண்டாக இல்லை. அவ்வளவுதான். சட்டை போட்டு மார்க்கூட்டை மறைத்திருந்தாலும் கண்ணுக்குத் தெரிந்த முழங்கை முன்கை மணிக்கட்டு கழுத்து முகம் இத்தியாதிகளைப் பார்த்தாலே ஆள் ஒண்ணும் பயில்வானில்லை என்பது தெள்ளத் தெரிந்தது. முகத்தில் கண்களும் கறுத்துப்போயிருந்த உதடுகளும்தான் பெரிசாயிருந்தன. கன்னம் குழி விழுந்திருந்தது. கை விரல்கள் கப்பாணிக் கயிற்றைப் போலிருந்தன.

அவன் கையை வாங்கியபடியே கடைசி முறையாகப் பிச்சுமணியைப் பார்த்தேன். “நிஜமாகவே எனக்குத் தெரியாதே” என்றேன். அவர் மாத்திரம் அன்று ஆசையினால் குருடாக்கப் படாமல் இருந்திருந்தால் என் முகபாவத்திலிருந்து நான் படும் பாட்டையும், சும்மா ஒப்புக்குச் சொல்லவில்லை உண்மையைத் தான் சொல்கிறேன் என்பதையும் தெரிந்துகொண்டிருக்க வேணும்.

“பரவாயில்லை. தெரிஞ்சதைச் சொல்லு. அது போரும்” என்றார் அவர்.

வேறே வழியில்லாது நான் நாணுவின் கையைப் பார்க்க ஆரம்பித்தேன். நுனியில் மஞ்சள் கரையேறியிருந்த ஆள்காட்டி விரலையும் நடுவிரலையும், தறிக்கப்படாமல் அழுக்கைச் சுமந்து கொண்டிருந்த நகங்களையும் தவிர வேறொண்ணையும் காணக் கிடைக்கவில்லை.

“தேக சௌக்கியம் அவ்வளவா இருக்காது. ‘ச்செஸ்ட் வீக்’. ஆனால், உயிருக்கு ஒண்ணும் ஆபத்தில்லை” என்று ஆரம்பித்து எனக்குத் தோன்றியதையெல்லாம் சொல்லலுற்றேன். பெரிதாயிருந்தாலும் உயிர்க்களையே இல்லாமல் பாதி மூடினபடி வெள்ளாட்டுத் தலையின் கண்ணைப் போலிருந்த அவன் கண்களும் நான் சொல்வதைக் கேட்டு உயிர்பெறத்

தொடங்கின. பிச்சுமணி நின்றபடியே தலையை ஆட்டி ஆட்டி நான் சொல்வதையெல்லாம் ஆமோதித்து என்னை ஊக்குவித்துக்கொண்டிருந்தார். சுற்றி வளைத்து ஜோடனை செய்து என்னென்னவோ சொன்னேன். அவனது உடல் நிலை, புத்திக்கூர்மை, அழகுக் கலைகளில் அவனுக்கிருந்த அபிமானம், கலைத்திறன், அவன் பிறருடன் பழகும் சுபாவம், ஐம்பத்திரண்டாம் வயசில் அவனுக்காகக் காத்திருக்கும் 'மலை போல வந்து பனிபோல விலகப்போகும்' ஆயுள் கண்டம், புத்திர பாக்கியம் என்றெல்லாம் சொன்னேன். கடைசியில் வேறொண்ணும் சொல்வதற்கில்லை என்றானபோது, "இவ்வளவு போதுமே, இதுக்கு மேலே எனக்கு ஒண்ணும் தெரியல்லே" என்றேன்.

பிச்சுமணி தொண்டையைக் கனைத்துக்கொண்டார். நான் தலைநிமிர்ந்து பார்த்தேன். அவர் திருப்தியடையவில்லை என்பது அவர் முகத்திலிருந்து தெரிந்தது.

"நான் கேக்கறேன்னு கோவிச்சுக்காதே, உத்தியோக பாக்கியம் எப்படி?" என்றார், கொஞ்சம் கம்மின பணிவான குரலில்.

"ஏன் நல்லாத்தானிருக்கு" என்றேன் நான் பட்டும் படாமலும்.

"உத்தியோக ரேகை தீர்க்கமாயிருக்கா, பார்த்துச் சொல்லேன், பி.ஏ., பாஸ் பண்ணிட்டு நாலு வருஷமா உக்காண்டிருக்கான். நான் ஊரெல்லாம் சுத்திப் பார்த்துட்டேன். கேக்காத இடமில்லை, பார்க்காத ஆளில்லை. காலைப் பிடிச்சுக் கெஞ் சாத குறைதான். எவனும் இப்போ வா, அப்போ வான்னு சொல்லிக் கடைசியில் கையை விரிச்சுடறானே தவிர உருப்படியா ஒரு பியூன் வேலைகூடப் போட்டுத் தரமாட்டேங்கறான். இவனுக்கோ சமத்துப் போறாது, டவாலி போடற ஜாதியிலே பொறந்துட்டு எனக்கு இந்த வேலை வேண்டாம், நான் அங்கே போயி அவனைப் பார்க்கமாட்டேன்னு சொல்ல முடியுமோ? வீட்டிலே உக்காந்திருந்தா எவன் கூப்பிட்டு இந்த வேலையின்னு குடுப்பான்? நாம நம்மாலே ஆனது அத்தனையும் செய்ய வேண்டாமோ? அது இவனுக்குத் தெரியல்ல. அதான் கேக்கறேன்" என்று சொல்லிவிட்டுத் தோள் துண்டால் கழுத்துப்பிடியைத் துடைத்துவிட்டுக்கொண்டார்.

"ரேகை பார்க்கிறது ஜாதகம் பார்க்கிற மாதிரியில்லை. உத்தியோகத்துக்குன்னு தனியா ரேகை கிடையாது. இருக்கிற ரேகை" என்று ஆரம்பித்தவன், என்ன பேசுகிறேன் என்பதை உணர்ந்தவுடன் நிறுத்திக்கொண்டு, மவுனமாக அவனுடைய வற்றிப்போன கையில், ரேகைகளில் ஏதோ பொக்கிஷம்

ஒளிந்திருக்கிற மாதிரி தேட ஆரம்பித்தேன். என்ன தேடுகிறேன் என்பதைத் தெரிந்துகொள்ளாமலேயே. நாய் வேஷம் போட்ட பிறகு குரைக்க வெட்கப்பட்டு என்ன செய்வது?

சும்மா ஒரு நிமிஷம் இந்த மாதிரி தேடிவிட்டு, பிறகு "இப்போ வயசு சரியா என்ன ஆகிறது?" என்று கேட்டேன், அது என்னமோ மிக முக்கியமான விஷயம்போல்.

"இருபத்து நாலு முடிஞ்சு இருபத்தஞ்சு நடக்கிறது. இன்னும் மூணரை மாசத்திலே இருபத்தஞ்சு முடிஞ்சுடும்" என்றான் நாணு.

இந்த ரேகை பார்க்கும் நாடகம் ஆரம்பித்ததிலிருந்து அவன் இப்போதான் முதல் முறையாக வாயைத் திறந்து பேசினான். அவன் குரலைக் கேட்டதும் எனக்குத் தூக்கி வாரிப்போட்டது. அசாதாரணமான கட்டைக்குரலில் அவன் பேசினான். அவன் வாயைத் திறந்ததும் 'குப்'பென்று வீசிய நாற்றத்தைவிட அவனுடைய கட்டைக் குரலிலிருந்த பெரும் ஆர்வம், பெருந்தாகம், என்னைச் சங்கடத்தில் ஆழ்த்தித் துக்கங்கொள்ளச் செய்தது. மேலும் ஒரு நிமிஷத்தை ஏதோ கணக்குப் போடுவதுபோலக் கழித்துக் கடைசியாக, "இன்னும் ஆறேழு மாசம் ஆகும் வேலையின்னு கிடைக்க. இருபத்தாறாம் வயசின் முன் பகுதியிலோ அல்லது நடுவிலேயோ தான் வேலை யாகும் . . . அதுக்கப்புறம் ஒரு கஷ்டமும் இருக்காது" என்று சொல்லிவிட்டு என்னைக் காத்துக்கொள்ள, "அப்படின்னு தான் நான் நினைக்கிறேன்" என்றேன்.

அதுக்கு மேற்கொண்டும் அவர்களை ஏமாற்ற எனக்கு விருப்பமில்லை. "காப்பி ரெடியாயிட்டுதான்னு பார்த்துட்டு வரேன்" என்று சொன்னபடி அவ்விடம் விட்டுக் கிளம்ப ஆயத்தம் செய்தேன். பிச்சுமணி விடவில்லை.

"நோ, நோ, நாணுவைப் பார்த்துண்டு வரச்சொல்றேன்" என்று என்னிடம் சொல்லிவிட்டு, "டேய் நாணு, காப்பி ஆயிடுத்தான்னு பார்த்துட்டு ஸ்ட்ராங்கா ரெண்டு கப் இங்கே அனுப்பிவை" என்றார் நாணுவிடம். அவனும் "சரி"யென்று தலையாட்டிவிட்டுச் சென்றான்.

ரேகை பார்ப்பது என்பது வெறும் விளையாட்டாக இல்லாமல் 'சீரியஸ்'ஸாகப் போய்விடவே அங்கிருந்த குட்டிகளும் ஒருத்தர் ஒருத்தராக நழுவிவிட்டிருந்தனர். குப்புறப் படுத்துத் தூங்கிக்கொண்டிருந்த குழந்தையை விட்டால் அந்தப் பரந்த கலியாண மண்டபத்தில் நானும் பிச்சுமணியுந்தான். அவர் சுற்றுமுற்றும் ஒருமுறை பார்த்துவிட்டு என் இரு கைகளையும் பிடித்துக்கொண்டார்.

“ஒனக்கு எப்பிடி உபசாரம் சொல்றதுன்னே தெரியலை. நாணுவுக்கு சமத்துப் போறாது. என்மாதிரி இடிச்சுப் பூந்து வேலையை முடிச்சுக்கிற சாமர்த்தியம் கிடையாது. எனக்கோ ஹார்ட் வீக்காயிட்டிருக்கு. நாளைக்கே ‘டப்’புனு நின்னாலும் நின்னுடும். இல்லை பத்து வருஷம் ஓடினாலும் ஓடும், ஒண்ணும் சொல்றதுக்கில்லேன்னுட்டான் டாக்டர். இவனைப் பத்தித்தான் எனக்கு எப்பவும் கவலை. நான் இருக்கிறப்போவே ஒரு நல்ல வேலையாப் பார்த்து அமர்த்தலேன்னா நான் போனப்புறம் இவனுக்கு வேலையே கிடைக்காது. இந்த வருஷத்துக்குள்ளே நிச்சயம் நல்ல ஒசத்தி வேலை கிடைக்கும்னு நீ சொன்னது என் வயத்துலே பாலை வார்த்த மாதிரி இருக்கு. நீ தீர்க்காயுசா சுக சௌக்கியத்தோடே நன்னா வாழணும்“ என்று தொண்டை தழுதழுக்கச் சொன்னார்.

எனக்கு அங்கிருக்கப் பிடிக்கவில்லை.

“ஒரு நிமிஷம், இதோ வந்துட்டேன்” என்று சொன்னபடி அவசரமாக எழுந்து ஏதோ இவ்வளவு நேரம் மறந்திருந்தது திடீரென்று ஞாபகம் வந்தாற்போல் பாவனை செய்து அவ்விடம் விட்டு வேகமாகப் போய்விட்டேன். அதன்பிறகு அங்கேயிருந்த சிலமணி நேரங்களை அவர் கண்ணில் படாமல் ஒதுங்கிப் பதுங்கிக் கழித்துவிட்டேன்.

இப்போது அவர் கண்காணாத இடத்தில் அநாதை போல் ஒரு ஹோட்டல் அறைக்குள் செத்துக் கிடந்தார் என்று கேள்விப் பட்டபோது எனக்கு உண்மையிலேயே பரிதாபமாக இருந்தது.

“அவர் எதுக்குப் பிள்ளை தேடிப் போனார். எனக்குத் தெரிஞ்சவரை அவருக்கு நாணு ஒருத்தன்தானே, அவருக்குப் பெண் இருக்கா என்ன?” என்று நான் அம்மாவைக் கேட்டேன்.

“அவனுக்கேது பெண், நாணு ஒருத்தன்தான். இருக்கிற பிள்ளைக்கு நல்ல இடமாகப் பார்த்துக் கல்யாணம் பண்ணி வெக்க மாட்டானோ. ஆனா, என்னிக்குத்தான் அவன் தன் குடும்பத்துக்குன்னு ஒரு துரும்பை எடுத்து அந்தப் பக்கத்திலே யிருந்து இந்தப் பக்கம் வெச்சிருக்கான்?”

“பின்னே யாருக்காகப் பிள்ளை தேடி அலைஞ்சார் இவர்?”

“ஓ, அந்தக் கதை ஒனக்குத் தெரியாதா, சொல்றேன் கேளு” என்று ஆரம்பித்தாள் அம்மா.

பிச்சுமணி ஒரு பெரிய ஆபீஸரிடம் (அவர் என்ன ஆபீஸர் என்று அம்மாவுக்குத் தெரியவில்லை) நாணுவுக்காக வேலை கேட்டுப் போனாராம். வேலை வாங்கிக் கொடுத்தால்

தன் பெண்ணை நாணுவுக்குக் கல்யாணம் செய்து வைக்க ஒத்துக்கொள்ளவேணும் என்று அந்த ஆபீஸர் சொன்னாராம். பிச்சுமணியும் ஒப்புக்கொண்டுவிட்டார். வேலை கிடைத்த பிறகு நாணுவிடம் விஷயத்தைச் சொல்லியிருக்கிறார். அவன் ஒரேயடியாக மறுத்துவிட்டானாம். என்னென்னமோ சொல்லியிருக்கிறான் – பெண் அழகாயில்லை, கண் ஒண்ணரை, குரல் நன்றாக இல்லை, இப்படியெல்லாம் சொல்லி மாட்டவே மாட்டேன் என்று விட்டான். பிச்சுமணியும் அவனைச் சரிசெய்யப் பார்த்தார். அவன் ஒப்புக்கொள்ளவே இல்லை. "மாறு கண்ணுன்னா அதிர்ஷ்டம், உனக்காக தேவலோகத்திலிருந்து ரதி கிடைப்பாளா, நீ என்ன மன்மதன்னு நினைப்போ, நீ சொல்ற மாதிரி பார்த்தா உலகத்திலே பாதிப் பெண்கள் கன்யாஸ்திரீயாக இருந்துவிட வேண்டியதுதான்" என்றெல்லாம் சொன்னாராம். அவன் கேட்கவில்லை. கடைசியாகத் தன் வாக்கைக் காப்பாற்றுவதற்காகவாவது ஒத்துக்கொள்ளச் சொன்னாராம். அதற்கு நாணு, "இது என்ன சினிமான்னு நெனைச்சுட்டியா அப்பிடியெல்லாம் செய்ய. எப்பிடியாவது சொன்ன வாக்கைக் காப்பாத்தணுமானா நீயே அந்தப் பெண்ணைக் கல்யாணம் செய்துக்கோ" என்று சொல்லிவிட்டானாம். பிச்சுமணி அந்த ஆபீஸரிடம் போய் மன்னிப்புக் கேட்டுக்கொண்டு, "ஒங்க பொண்ணுக்கு நல்ல பிள்ளையாகத் தேடிக் கல்யாணம் செய்து வைக்காமே நான் என் வீட்டு வாசற்படி ஏறமாட்டேன்" என்று சபதம் செய்து கொடுத்தாராம். அதன் விளைவாகத்தான் சென்ற ஐந்து வருஷங்களாக அவர் அந்தப் பொண்ணுக்காக வரன் தேடி ஊரூராக அலைந்துகொண்டிருக்கிறார்.

"அவனை மூணாம் வருஷம் ராமு கல்யாணத்திலே பார்த்தப்போ இதெல்லாம் சொன்னான். அவனுக்கு ஆதி நாளிலிருந்தே ஊரூராகச் சுத்திப் பழக்கம். ரிட்டயர் ஆனப்புறமும் அலையறதுக்கு இந்த மாதிரி ஒரு சாக்கு. அவ்வளவுதான். வேலை குடுத்தாப் போரும்னு இவனே ஏதாவது சொல்லிப்பிட்டு பின்னாலே அவஸ்தைப்பட்டிருப்பான். ஏன்னா, அவன் சொல்றதை நம்பிட முடியாது. ஒண்ணுன்னா நூறும்பான்" என்று முடித்தாள் அம்மா.

பிச்சுமணியை யார் நம்பினாலும் நம்மாவிட்டாலும் நான் நம்பத் தயார். என்னுடைய ரேகை ஜோசியம் பலித்துவிட்டதுபற்றி எனக்குச் சந்தோஷந்தான். 'நாணுவுக்கு எப்போது கல்யாணம் ஆகும்' என்று என்னை அவர் அன்று கேட்காமல் இருந்ததுபற்றி எனக்கு அதைவிடச் சந்தோஷம்.

பிருந்தாவனம்

விண் விண்ணென்று உடம்பிலுள்ள எலும்புக்குள் எல்லாம் தெறிக்கிறது. தலையுள் ரம்பப் பல் அரங்கள் ராவுகின்றன. உடம்பை எடுத்து முறத்தில் போட்டுப் பருப்புப் புடைப்பதுபோலப் புடைத்தால்தான் வலி தீரும்போல இருக்கிறது. தலையைத் தரையில் ஆணியடித்து வைத்திருக் கிறது. கை கால்கள் குலுங்குகின்றன. உடம்பு பஞ்சடிக்கிற சாயபுவின் தம்பூர்போல அதிர்கிறது. இடையில் கொள்ளிவைத்தாற்போல் வேதனை. வியர்வை கண்ணுள் இறங்கி கர கரவென்று நெருடு கிறது. அவளை நாலைந்து பேர்கள் அமுக்கிப் பிடித்திருக்கிறார்கள். மார்பின் மேல் முழங்காலை ஊன்றி இரு கைகளாலும் தோள் பட்டைகளைத் தரையில் பதிக்க முயலும் ஒருத்தி. சினிமாவில் வில்லன் காலைக் கட்டிக்கொண்டு அழும் வில்லி போல அவள் கால்களைக் கெட்டியாகப் பிடிக்க இன்னொருத்தி. வலது கையை முறுக்கிப் பிடித்து நெருக்கிக்கொண்டு இன்னுமொரு கிங்கரி. கையில் சீதையின் நகக் கணுவில் ஏற்றுவதற்காக ஊசியைப் பழுக்கக் காய்ச்சிக்கொண்டு காத்திருக்கும் ஒரு ராட்சஸி. ‘நான் சீதையில்லை, எம் பேர் எசோதா, எசோதா, ஏ . . . சோ . . . தா . . . ஆ . . . ஆ . . !’ என்று அவள் குரல் கீழ் ஸ்தாயியில் ஆரம்பித்து மேலே ஏறி ஏறி ஏறி, அலறி, கூரையைப் பிளந்து அந்தச் சிறு கட்டடத்தின் அருகிலிருந்த தூங்குமூஞ்சி மரத்தின் இலைகளைக் கிடுகிடுக்க வைக்கிறது. இலைகள் நடுங்குகின்றன. கீழே நாலு ஜீவன்கள் தலையில் கை வைத்து உட்கார்ந்து கொண்டிருக்கின்றனர்.

பாசிக்குளம் போலிருந்த கண்களிலிருந்து ஈளையை வழித்துக்கொண்டே கிழவன், “புள்ளையானா கிஷ்டசாமின்னு சொன்னா . . ., பேரு நல்லாத்தான் இருக்குது, கிஷ்டசாமி கவுண்டர், நல்ல பேரு . . . எசோதா இப்ப ஏன் தம் பேரைச் சொல்லிக் கூவுது? ஒரு ஜீவன் பொறந்து வளந்து ஆளாவுறதுக்கு எத்தினி ஜீவன் கஸ்டப்பட வேண்டியிருக்குது, ஆனாலும், ஆளானப்பறம் நம்மை ஏன்னுகூடக் கேக்காது. நன்னி கெட்ட ஒலகம் இது. யாரு யாரை கேக்கறது? எசோதா ஏன் இப்பிடி அலறுது? முனுசாமி பொறந்தப்போகூட பூங்காவனம் இம்மாம் சத்தம் போடலியே, இல்லே, எனக்குத்தான் மறந்து பூடுச்சா . . ?” கிழவனின் வாய் பேசிக்கொண்டே போகிறது. இன்னொரு கை கீழே கிடந்த குச்சியை எடுத்துப் பல் குத்துகிறது. “தே, சும்மா கெட” என்று அதட்டி மற்ற நேரத்தில் கிழவனின் வாயை அடைத்துவிடும் பூங்காவனம் வெறித்துப் பார்த்துக்கொண்டிருக்கிறாள், மௌனமாக. ஒரு கணம் அவள் கண்கள் கிழவனை சும்மா இருக்கும்படிக் கெஞ்சுகின்றன. மறு கணமே அவை பரவி தொலைவில், வெகு தொலைவில், வானத்தில் ராத்திரி துருவ நட்சத்திரம் இருக்குமே அங்கே போய் நிற்கின்றன. இடுங்கின கண்கள் மேலும் இடுங்கிப்போகின்றன. முற்றின கொத்தவரைக்காய் போன்ற அவள் விரல்கள் பெருமாள் கோவில் சாமரம் மாதிரி உதறிச் சிதறி நிற்கும் தலை மயிரில் புதைகின்றன. இரண்டு நாளாய்ச் சரியாய்ச் சாப்பிடாத வயிறு நிரம்பி வழிந்து மார்பை தகித்துக்கொண்டு நெஞ்சுக்குழியை அடைத்துக்கொண்டு அடி நாக்கின் வேரில் கசக்கிறது. நாக்கு தனக்குத் தெரிந்த தெரியாத கடவுளர்களின் பேரை உருப்போடுகிறது. அடி வயிறு கனக்கிறது. தொடை நடுங்குகிறது.

ஊசி ஒடியாமல் மருந்தை ஏற்றியாகிவிட்டது என்ற திருப்தியோடு இந்தப் பெண்ணின் கதி என்னவாகுமோ என்ற கலக்கம் மனதைக் குழப்ப நர்ஸ் உபகரணங்களை எடுத்துச்செல்கிறாள். எசோதாவின் வாய் அலறிக்கொண்டே இருக்கிறது. அவளை இன்னும் பதினஞ்சு நிமிஷமாவது அமுக்கிப் பிடித்தவண்ணமே இருக்கவேண்டும். அமுக்குபவர்களின் தோள்களும் மணிக்கட்டுகளும் முழங்கால்களும் கணுக்கால்களும் முறுக்கி வேதனை கொடுக்கிறது. அவர்களின் பிடியின் கீழே அவள் உடல் இருதயம்போல் அடித்துக்கொள்கிறது. அலறல் சப்தம் மெதுவாக அடங்குகிறது. உடல் ஓய்கிறது. கை கால்கள் துவள்கின்றன. தலை ஒரு பக்கம் சாய்கிறது. அவளை அமுக்கிப் பிடித்திருந்தவர்கள் பெரிய பெருமூச்சுடன் தங்கள் பிடிகளைத் தளர்த்தி நீக்கி, பூட்டுகளை முறுக்கிப் பிழிந்த வலி தீர நெட்டை ஒடித்துவிட்டு, மெல்ல அவளைத் தரையினின்றும் எடுத்துக்

கட்டிலில் கிடத்துகிறார்கள். அவள் கண்கள் திறக்கின்றன. விரலைக்கூட அசைக்க முடியாதபடி அசதி. வேதனை வெட்டிக் கிழிக்கும் உடலைக்கூட அசைக்க முடியாதபடி ஓய்ச்சல். விழிகள் மெல்ல கூரையைத் தடவுகின்றன. வரி வரியாக வெள்ளைத் தளத்தின்மேல் கருப்பாக மர விட்டங்கள். வெள்ளை கருப்பு வெள்ளை கருப்பு மாறி மாறி விட்டங்கள் மெலிந்து சுருங்கி ஜன்னல் கம்பிகள்போல ஆகின்றன. தளம் விரிகிறது.

ஜன்னல் வழியாக வெளியே தாறுமாறாகப் பறந்துகொண்டிருந்த வண்ணாத்திப் பூச்சியை வேடிக்கை பார்த்துக்கொண்டிருந்த எசோதா தலையைத் திரும்பினாள். உள்ளே 'டீச்சர்' வந்து விட்டதுக்கு அடையாளமாக 'கொல்'லென்று ரீங்காரம் செய்து கொண்டிருந்த வகுப்பு நிசப்தமாகிவிட்டது. இன்றைக்கு பள்ளிக் கூடத்தின் கடைசி நாள். 'கிளாஸ் மாத்தற பரீட்சை' முடிவு சொல்கிற நாள். தான் பாஸாகிவிடுவோம் என்கிற நம்பிக்கை இருந்தாலும் அவள் மனமென்னவோ தையல் மெஷின் மாதிரி அடித்துக்கொண்டே போயிற்று. எல்லாப் பெண்களும் சாரதா டீச்சரின் வாயைப் பார்த்துக்கொண்டிருந்தார்கள். டீச்சர் கடு கடுவென்ற முகத்தோடு பரீட்சை முடிவுகளைப் படிக்க ஆரம்பித்தாள். அம்புஜம் பாஸ், அமிர்தம் பாஸ், அலமேலு பாஸ், ஆனந்தி பாஸ், இருசம்மா பாஸ், எசோதா பாஸ் முதல் ராங்க், கமலா . . . அதற்கு மேல் எசோதாவின் காதில் எதுவும் விழவில்லை. அப்போதே எழுந்து எல்லோரையும் கட்டிக்கொண்டு, நான் பாஸ், நான் மொதல்" என்று கூவிக்கொண்டே தட்டாமலை சுற்றவேண்டும் என்கிற பைத்தியக்கார எண்ணம், வெளியே பித்துப் பிடித்து அலையும் அந்த மஞ்சள் நிற வண்ணாத்திப் பூச்சியோடு தானும் பூ பூவாகப் பறந்து தோட்டமெல்லாம் சுற்றவேண்டும் என்கிற ஆசை, கார்த்திகை தீபத்தன்று கிராமப் பையன்கள் மாவலி சுற்றும்போது சிதறுகிற பொறிகள்போல ஆனந்தம், இவையெல்லாம் அவளைச் சுற்றி சிதறி இரைகிற மாதிரி பிரமை. இதையெல்லாம் மீறி எப்படி அவள் வகுப்பு முடியும் வரை ஒன்றுமே நடக்காததுபோல உட்கார்ந்திருந்தாளோ. வகுப்பு கலைந்தவுடன் கூச்சலிட்டுக்கொண்டும் சிரித்துக்கொண்டும் அழுதுகொண்டும் வாய் பேசாமலும் வாய் மூடாமல் பேசின படியும் வெளிக்கிட்ட பெண்களோடு ஒன்றாகத் தானும் எப்படி வெளியேறினாளோ அவளுக்கே தெரியாது. சந்து முனை திரும்பியவுடன் சொடுக்கி விட்ட சாட்டை மாதிரிச் சிட்டாய்ப் பறந்தாள். உலகம் தும்பைக் கிளப்பிக்கொண்டு அவளைச் சுற்றி ஓடியது. ஒட்டத் தெருவைத் தாண்டி, ஏரிக்கரை வழியே போய்,

ஓடி, சாலைக் கிணற்றையும் சுற்றிக்கொண்டு, பிள்ளையார் கோவிலைக் கடந்து, பஜனை மடத்தருகில் திரும்பி அவள் வீட்டெதிரே போய் மேல் மூச்சு வாங்க நின்றது.

விட்டங்கள் மீண்டும் பருக்கின்றன. பருத்து வீங்கி அகன்று வானமெங்கும் அடைத்துக்கொண்டு ஒரு பிரமாண்டமான கருப்பு விட்டமாக மாறி அவளை மிரட்டுகிறது. மேலே இருந்து மெதுவாக, மிக மிக மெதுவாக, கீழே இறங்குகிறது. எசோதாவுக்கு திகில் உடலை நடுக்குகிறது. கட்டில் மேலே எழும்புகிறது. விட்டம் கீழே இறங்குகிறது. இரும்புக் கட்டிலுக்கும் நூறாயிரம் உலக்கைபோலப் பரந்துகிடக்கும் கனமான கருப்பு மரத்துக்கும் இடையில் எசோதா அகப்பட்டுக்கொண்டு விழிக்கிறாள். உதடுகள் ஈயக் குண்டுகள் போலக் கனக்கின்றன. கட்டிலும் விட்டமும் ஒன்றிலொன்று புதைகின்றன. ஊடுருவுகின்றன. எசோதாவுக்கு மூச்சு திணறுகிறது. அவள் பார்வையில் விட்டத்தின் வைரம் பாயும் வரிகள் நடனமாடுகின்றன. அவளைச் சுற்றிலும் சிலந்தி வலை வைர நூலால் இறுக்கப்படுகிறது. விட்டத்தின் கனம், வைரத்தின் வெப்பம் அவள் உடலைக் காற்றுப் போல் லேசாக்கு கிறது. அக்காற்றில் தூங்குமூஞ்சி மரத்தின் இலைகள் கை கோத்து நடனமாடுகின்றன.

மாணிக்கத்துக்கு இருப்புக்கொள்ளவில்லை. பூங்காவனத்தின் கண்களிலிருந்து கூரிய இரும்பாணிகள் தன்னைத் தாக்குவதாக உணர்கிறான். ‘பூங்காவனமாம் பூங்காவனம், காஞ்சுபோன வேலங்குச்சியாட்டம் இருக்கிற கெழவிக்கு பூங்காவனமின்னு பேரு’ என்ற ஓர் அனாதை எண்ணம் சிட்டுக் குருவிபோல் பறந்து வந்து தலையைக் காட்டிவிட்டுப் பறந்து போகிறது. ‘புள்ளை பொறக்கணுமின்னு எல்லாருக்குந்தான் ஆசை இருக்குது. ஆனாலும், பொம்பிளைதானே பிரசவ வேதனைப்பட வேண்டி யிருக்கிறது. இதுக்கு ஆம்பிளை என்ன செய்ய முடியும்? நல்ல ஆசுபத்திரிக்கி இட்டுக்கினு போவலாம். அதுக்கு மேலே என்னதான் செய்ய முடியும்? காசு பணம் பார்க்காமே ஏதாவது மருந்து வேணுமின்னா வாங்கியாந்து குடுக்கலாம். அதுக்கு மேலே என்ன செய்ய முடியும்? சாமியை வேண்டிக்கலாம், பெராத்தனை பண்ணிக்கலாம். அதுக்கு மேலே என்னதான் செய்ய முடியும்?’ சமாதானத்தில் ஆரம்பித்து அழுகையில் முடிகிறது அவன் மனம். மேலே இலைகள் ஆடி ஆடி அழகு காண்பிக்கின்றன. குத்துக் காலிட்டுக் குந்தியிருந்த அவன் உடல் முழங்காலுக்குக் கீழே மரத்துக்கொண்டு இருக்கிறது. முழங்காலுக்கு மேலே வலிக்கிறது. காலை அசைத்தால் வலி குறையும். மரத்துப்போன காலுக்கும்

ஜீவன் வந்துவிடும். ஆனால், அவன் காலை அசைக்கமாட்டேன் என்கிறான். குதிகாலும் பாதமும் எரிச்சல் எடுக்கிறபோதும் அவன் அசையமாட்டேன் என்கிறான். உள்ளே எசோதா உயிருக்கு மன்றாடிக்கொண்டிருக்கும்போது, இந்தச் சிறு அசௌகரியத்தைத் தான் தாங்காவிட்டால் தான் என்ன ஆண்பிள்ளை என்று தன்னையே கடிந்துகொள்கிறான். அவளுடைய வேதனையைத் தானும் ஓரளவு அனுபவித்தால் அவளுக்கு கஷ்டப்படுவது அதர்மம் என்று வெம்பிப் புழுங்குகிறான். ‘நான் சொன்னதைக் கேட்டிருந்தா . . .’ என்று அவன் மனது சமாதானத்தைத் தேடித் துழாவுகிறது.

“இந்த ஒரு விசயம் மாத்திரம் நான் சொல்றபடிதான் நீங்க செய்யோணம். செத்தாலும் நான் எங்க ஊரிலே சாவறேன், இந்தத் தண்ணியில்லாக் காட்டிலே சாவமாட்டேன்,” என்று கண்ணில் நீர் தளும்பச் சொன்னாள் எசோதா. மாணிக்கத்துக்கு எரிச்சலாக வந்தது.

“நீ என்னவானா பண்ணிக்க, யாரு ஒன்னெச் சாவச் சொல்றாங்க, சொகமா ஒங்க ஊர்லேயே அம்பட்டச்சிகிட்ட மருத்துவம் பண்ணிக்க” என்று எரிந்து விழுந்துகொண்டே பீடியைத் தூக்கித் தூர விட்டெறிந்து படீலென்று தெருக்கதவை அடித்துக்கொண்டு வெளியேறினான். ‘முட்டாப் பொம்பிளெங்க, சொன்னாவும் கேக்கறதில்லே, தனக்காவும் புத்தியில்லே’ என்று சொல்லிக் காறி உமிழ்ந்தான். மேலே நடந்தான்.

ஒரு வாரமாக தினமும் சண்டை அவனுக்கும் எசோதா வுக்கும். அவளோ ஒரே பிடிவாதமாக இருந்தாள், எவ்வளவு சாதுவான பெண்ணாக இருந்தவள், எவ்வளவு அடக்க ஒடுக்கமாக இருந்தவள், அவளா இப்படி இவ்வளவு பிடிவாதக்காரியாக இருக்கிறாள் என்று அவனுக்கு ஒரு பக்கம் ஆச்சரியமாக இருந்தாலும் அதை முழுக்கிக்கொண்டு கோபமே மேலிட்டது. மாணிக்கம் சொன்ன காரணங்களை அவள் மறுத்திருந்தாலும் பரவாயில்லை. அதுவும் அவள் செய்யவில்லை.

“பெரிய ஊருதான், பெரிய ஆசுபத்திரிதான், நல்ல வைத்தியம் பண்ணுவாங்கதான், நான் இல்லீன்னு சொல்லலியே, எனக்க வாணாம்னுதான் சொல்றேன். இந்த சமயத்திலே எங்கம்மா பக்கத்திலே நான் இருக்கணும்னுதான் சொல்றேன், இங்கே தான் எல்லாரும் வாழ்ந்துட்டாங்களா? எங்க ஊர்லே பிள்ளை பெத்தவங்கள்ளாம் மண்ணாப் போய்ட்டாங்களா? நான் இங்கே இருந்தா ஒங்களுக்கும் கஷ்டம், எனக்கும் கஷ்டம்” என்று அடுக்கிக்கொண்டே போனாள் அவள்.

“அ, ஆ, மகா கஷ்டத்தெக் கண்டுக்கினே நீ, பட்டிக்காட்டுப் பொம்பிளே மாதிரிதானே பேசறே. டில்லியிலே இருக்கிறவ மாதிரியா பேசறே?” என்று முதல் முறையாக அவளை எடுத்தெறிந்து பேசிவிட்டான்.

ஆனாலும், அவனால் அவளுடைய தாக்குதல்களைத் தொடர்ந்து எதிர்த்து நிற்க முடியவில்லை, எதிர்க்காமலும் இருக்க முடியவில்லை. விளைவு ஒரு வாரமாகப் பூசல். இந்தச் சண்டை அதிகமாக அதிகமாக இருவருக்கும் பிடிவாதமும் அதிகரித்தது. ஓர் ஓட்டை லோக்கல் பண்டு ஆசுபத்திரியையும் கோணல் சந்துகளையும் வைத்துக்கொண்டு தானும் ஒரு ‘டவுன்’ என்று சொல்லிக்கொள்கிற சின்னூருக்குப் போக வேணுமென்று எசோதா, ஏழாவது முடியப் படித்தவள், சொன்னது அவனுக்குப் புரியவேயில்லை. மூளையெல்லாம் உருகி ஓட்டையான தலையை லொடக் லொடக்கென்று ஆட்டிக்கொண்டு வாய் ஓயாமல் சம்பந்தமற்ற விஷயங்களை ஒரு தொடர்புமில்லாமல் பேசிக்கொண்டிருக்கிற கிழட்டுத் தகப்பனையும், தயிர் விற்று அன்றாட வாழ்க்கைக்கு வழி பண்ணிக்கொள்ளத் தவித்துக் கொண்டிருக்கிற தாயையும் இந்தச் சமயத்தில் அருகே வைத்துக் கொள்ள வேண்டும் என்கிற எசோதாவின் ஆசை அவனுக்கு விசித்திரமாகப்பட்டது.

“ஒனக்குத் தெரியாது, நான் போய்த்தான் தீருவேன்” என்று அவள் முடிவாகச் சொன்னபோதுகூட அவனுக்குக் கோபமே வந்தது. இந்த மனஸ்தாபத்தின் விளைவாகத்தானோ என்னவோ, இது வளர வளர எசோதாவின் உடல் நிலையும் கெட்டுக்கொண்டு வருவதைப் பார்க்க அவனுக்குக் கொஞ்சம் பயமாய்ப்போய்விட்டது. அவள் பசியே இல்லையென்று சாதித்தாள். வயிற்றைப் புரட்டுகிறது என்றாள். முதுகை வலிக்கிறது என்றாள். தலை சுற்றுகிறது என்றாள். ஒருநாள் அவள் முகம்கூட கொஞ்சம் வீங்கினாற்போல இருந்தது. மாணிக்கம் பின்வாங்கினான். சரணாகதி அடைந்தான்.

முழங்காலுக்குக் கீழே உணர்ச்சியே இல்லை. உள்ளங்கால் மாத்திரம் நெருப்பிலே வைத்ததுபோல எரிகிறது. ஆனாலும் அவன் அசைந்துகொடுக்க மறுக்கிறான். எசோதாவுக்காக நெருப்பின்மேல் நிற்கவும் தயார் என்று சொல்லிக்கொள்கிறான். பூங்காவனத்தைப் பார்த்து, “எல்லாம் சரியாப் பூடிச்சின்னா வர ஆடிக்கி துரோபதியம்மன் திருநாள்ளே தீ மிதிக்கோணும்” என்று சொல்கிறான். அவள் மௌனமாக மாணிக்கத்தைப் பார்த்துத் தலையை ஆட்டிக்கொண்டே நடுங்கும் வற்றல் கைகளால்

வெற்றிலைப் பையைத் துளாவி ஒரு மஞ்சள் துண்டை எடுத்துச் சேலைத் தலைப்பில் முடிகிறாள். அவளைப் பார்த்துத் தைரிய மூட்டும் நினைப்பில் மாணிக்கம் வெறுமையாகச் சிரிக்கிறான். பூங்காவனம் தலையைத் திருப்பிக்கொள்கிறாள். அவளுடைய பரட்டைத் தலையில் ஒட்டிக்கொண்டிருந்த சருகு ஒன்று சந்தனப் பொட்டு உதிர்வதுபோல உதிர்கிறது. அவளுடைய கசங்கிய சிவப்புச் சேலையிலிருக்கும் சிறு சிறு வெள்ளை வட்டங்கள் ஒவ்வொன்றும் வளைந்து நெளிந்து கோணி பல்லை இளிக்கின்றன.

காந்தத்திலிருந்து விடுபட்ட இரும்பு மாதிரி கட்டில் விட்டத்திலிருந்து விடுபட்டுக் கீழே விழுகிறது. விழுந்துகொண்டே போகிறது. அப்பப்பா, எவ்வளவு ஆழத்தில் விழுகிறது! எசோதா கட்டிலுடன் கீழே போகவில்லை. அவள் மிதக்கிறாள். அவளைச் சுற்றிலும் வெள்ளைத் துப்பட்டிகள், மேகங்கள், அவற்றிடையே அவள் தேவ கன்னிகை மாதிரி மிதக்கிறாள். கீழே கண்ணுக்கெட்டாத தூரத்தில் கட்டில் கரும் புள்ளியாகி விழுந்துகொண்டே இருக்கிறது. மேலே விட்டம் சிறுத்துக் கூரைத் தளத்தின் வெண்மையும் தெரிகிறது. விட்டங்களின் கருத்த உதடுகளும் தளத்தின் வெண்மையான பற்களும் அவளுக்குக் கிலியை உண்டாக்குகின்றன. அவளது எலும்புகளுக்குள் குளிர் எடுக்கிறது. விட்டம் அவளைப் பார்த்துச் சிரிப்பை உதிர்க்கிறது. தயிர்த் துளிகள்போல விட்டமும் சிரிப்பும் கூரைத் தளமும் சிதறி விழுகின்றன.

தயிர் கடைந்துகொண்டிருந்த பூங்காவனம் புடவைத் தலைப்பால் முகத்தில் வழிந்துகொண்டிருந்த வியர்வையைத் துடைத்துக் கொண்டாள். கோபத்தோடு தன் பெண்ணைப் பார்த்தாள்.

"வயசாவுது எருமைக் கடாவுக்கு ஆவுற மாதிரி, அச்சமில் லாமே என்னாடி ஆட்டம் பறச்சியாட்டம்? காலைக் கழுவிக்கினு வா, இந்த வெண்ணைய எடுத்து வெய்யி. எனக்கு வேலை தலைக்கி மேலே கெடக்குது" என்று சீறிக்கொண்டே எழுந்தாள்.

"நான் பாசாயிட்டெம்மா, கிளாசிலே மொதல், தெரியுமா! எல்லாருக்கும் மேலே நானு. ஐயரூட்டுக் காமாட்சிகூட எனக்கு கீழேதான்" என்று சொன்னபடி, தாயின் சொல்லைச் சிறிதும் லட்சியம் செய்யாமல் அவளைச் சுற்றிச் சுற்றிக் கைதட்டிக் கொண்டே கும்மாளம் அடித்தாள் எசோதா.

"ஏய், ஏய், என்னாடி இது அலங்கோலம்? ஒனக்கென்னா புத்தி கித்தி பெரண்டு போச்சா? போயி கையை காலை கழுவிக்கினு

வந்து வெண்ணெயெ எடுத்து வெய்யின்னா சும்மா பிச்சி மாதிரி குதிக்கிறே, சிவுக்குனு வா, நான் இனிமேத்தான் கூழாக்கணும்" என்று சொல்லி எழுந்திருந்து, "ஒன்னைப் பாடையிலே வெக்க" என்று நிலைப்படியில் நின்று உராய்ந்துகொண்டிருந்த பூனையை ஆசீர்வாதம் செய்து விரட்டிவிட்டு உள்ளே நுழைந்தாள் பூங்காவனம்.

தன் மகத்தான வெற்றியைச் சற்றும் மதிக்காமல் உள்ளேபோய் விட்ட தாயின் மீது வந்த கோபம் அவள் உற்சாகத்தைக் குறைக்க, வெண்ணெயை வாழையிலையில் வழித்துக்கொண்டே யோசனையில் ஆழ்ந்திருந்தாள் எசோதா. மனசு கணக்குப் போட்டுக்கொண்டிருந்தது. 'ஏழாவது ஆச்சு, அடுத்தது எட்டாவது, அப்பறம் ஒம்பதாவது பத்தாவது, எஸ்எஸ்எல்சி அதுக்கப்புறம் மேலே நினைக்கப் பயமாயிருந்தது அவளுக்கு. ஒரு காலைக் குத்திட்டு, தாழ்ந்திருந்த திண்ணையில் உட்கார்ந்துகொண்டு அவள் தன் காரியத்தைச் செய்துகொண்டிருந்தாள். மெஷின் கரங்கள்போல் அவள் கை விரல்கள் வெண்ணெயைத் தட்டி வாழையிலையில் கட்டிக்கொண்டிருந்தன. வீட்டுக்குள்ளிருந்து தோன்றிப் பரவிய இருள் மெல்ல மெல்ல அவளையும் சூழ்ந்து கொண்டது.

தன் மனதுள் வியாபித்து அதனை நசுக்கிக்கொண்டிருந்த இருள் பாறையை அகற்ற இயலாது தத்தளித்துக்கொண்டிருக்கிறான் நாகப்பன். தூங்கு மூஞ்சி மரத்தின் இலைகளுக்கிடையில் புகுந்து விளையாடிக்கொண்டிருந்த சூரியன் கட்டாந்தரையில் சில்லு சில்லாகிச் சிதறி விழுந்து கிடக்கிறான். நாகப்பனின் கைகள் தோளிலிருக்கும் துண்டிலிருந்து நூலிழைகளை ஒவ்வொன்றாக உருவி அறுத்துக்கொண்டிருக்கின்றன. அதீதப் பாரம் ஏற்றப்பட்ட வண்டி மாடு போல் அவன் மனம் நொடித்துக்கொண்டு படுத்துக் கிடக்கிறது. உள்ளிருந்து விட்டு விட்டுக் கேட்டுக்கொண்டிருந்த எசோதாவின் அலறல் அடங்கி இப்போது அமைதியாக இருக்கிறது. அந்த அமைதியே நாகப்பனுடைய மனதில் பீதியைத் தோற்றுவிக்கிறது. மூணடி தூரத்தில் காலைக் குத்திட்டுவைத்துக் குந்திக்கொண்டிருக்கிற மாணிக்கத்தைப் பார்க்கிறான். பட்டாளத்தில் இருந்தபோது இருவரும் உயிர் நண்பராய் இருந்தபோதும் இப்போது இருக்கிற நிலைமையில், "மாணிக்கம்தானே இதுக்கெல்லாம் காரணம்" என்ற எண்ணம் எழத்தான் செய்கிறது. நாகப்பனின் பார்வையும் அவன் எண்ணத்தைக் கொஞ்சம் பிரதிபலிக்கவும் செய்கிறது. அதே சமயம், 'அவன் என்ன செய்வான் பாவம், நம்ம தலையெழுத்து'

என்ற பச்சாதாபமும் உடனே பின்னோடி வருகிறது. 'மாணிக்கம் எங்கேயோ பொறந்தவன், அரக்கானிலேயும் பர்மாவிலேயும் என்னோடே இருந்ததுக்குக் கூலியாக இப்போ இங்க இந்த வைகாசி மாச வெய்யிலிலே சின்னூர் ஆசுபத்திரிக்கி வெளியிலே தூங்கு மூஞ்சி மரத்தடியிலே கன்னியம்மா கோவில் கல்லு மாதிரி குந்திக் கெடக்க வேண்டியிருக்குது' என்று அனுதாபக் குழைவும் வருகிறது. 'என் எசோதா உள்ளே கூவிக்கினு கெடக்க நானும் மாணிக்கமும், அப்பன்காரனும் ஆத்தாக்காரியும், கைய்யே முறுக்கிகினு ஆகாசத்தைப் பாத்துக்கினு சும்மா இருக்கவேண்டியிருக்குது' என்ற எண்ணம் தொடர்கிறது. 'அரக்கான் பர்மா காட்டிலே கரியடுப்புச் சாம்பல்போலக் குவியல் குவியலா அட்டைங்க நெறைஞ்சு கெடந்த சகதிக் காட்டுலே பதுங்கியிருந்து சுட்டு, பிறகு கையையும் காலையும் ஈவிரக்கமில்லாமே வெட்டிக் குத்தித் தப்பிக்க முடியாதபோனா தன் வயித்தையும் கிழிச்சுக்கொண்டு சாகத் தயாராயிருந்த ஜப்பான்காரனுக்கும் ஈடு குடுத்துட்டோம். ஆனா தெனமும் சாதாரணமா நடக்கிற விஷயத்துக்கு நம்மாலே ஒண்ணும் செய்யமுடியலியே' என்னும் ஏக்கமும் அதன் பின் வருகிறது.

கொஞ்சம் தள்ளித் தனக்கு முதுகுப்புறத்தைக் காட்டிக் கொண்டு உட்கார்ந்திருக்கிற தன் தாய் பூங்காவனத்தைப் பார்க்கிறான். அவளுடைய பரிதாபகரமான பரட்டைத் தலையும் முண்டும் முடிச்சுமான தோளும் கையும் கறுத்து உலர்ந்து வரி வரியாக சாட்டைத் தழும்புகள்போல விலாவெலும்புகள் தெரிய நடுவே வாய்க்கால் வெட்டிவிடப்பட்டிருக்கிற முதுகும் அதன் குறுக்கே விழுந்துகிடக்கிற அழுக்கேறிய சிவப்புச் சேலையும் அவனுக்குப் பட்டுப்போய்க்கொண்டிருக்கும் வேலமரத்தை நினைவு மூட்டுகிறது. தான் ஏறாத மரமில்லை, இறங்காத கிணறில்லை, பழம் திருடாத தோட்டமில்லை. அப்போதெல்லாம் அந்த ஆனந்தங்களை உடன் அனுபவிக்க எசோதாவும் கூட்டாளியாக இருந்தாள். ஆனால், இப்போது அவள் தனியாகத் தவித்துக் கொண்டிருக்கிறாள். தான் தேடிக் கண்டுபிடித்துக் கல்யாணம் செய்துவைத்த மாப்பிள்ளை குத்துக் காலிட்டுக் குத்துக் கல்போலக் குந்திக்கிடக்க, கடிதமெழுதிப் பெண்ணைப் பேறு காலத்துக்கு ஆசையோடு வரவழைத்த தாயார் பட்டுப்போன மரம்போல வற்றிச் செயலற்று வறண்டு கிடக்க, தங்களைத் தோள்மேல் தூக்கி வைத்துக்கொண்டு திருவிழாக்களுக்கு இட்டுச் சென்று கை முறுக்கும் சேமியா பாயாசமும் வாங்கிக் கொடுத்து ராக்காலத்தில் தான் ஆப்பிரிக்கா வில் நெட்டாலத்தில் டர்பனில் துரை வீட்டில் தோட்ட வேலை செய்த காலத்தில் செய்த வீர தீரச் செயல்களை கதை

கதையாகச் சொன்ன தகப்பன், கிழம் மேலிட்டு இன்னது நடக்கிறது என்ற முழு உணர்வும் இல்லாமல் கோமாளி போல் தலையை ஆட்டிக்கொண்டு உட்கார்ந்திருக்க, சின்ன வயசில் சண்டைபோட்டுப் பள்ளிக்கூடத்துக்கு அனுப்பி ஏரியிலும் குளத்திலும் ஒண்ணாகத் துளைந்து விளையாடி சிப்பாயாகப் போன பின்னும் பணமனுப்பிப் படிக்க வைத்து பிறகு ஆண் துணையும் பார்த்துச் சேர்த்துவிட்ட அண்ணனும் ரெக்கைகள் அறுபட்ட ஜடாயுபோல வெளியே செயலிழந்துகிடக்க, நாலு நாளாய் எசோதா உள்ளே தனியாகத் தான் மாத்திரம் போராடிக் கொண்டிருக்கிறாள் என்ற நினைப்பு வந்ததும் அவன் மன அமைதி கல்லெறிந்த குளத்துச் சூரியன்போலச் சுக்கு நூறாகச் சிதறுகிறது.

முழங்காலுக்குக் கொஞ்சம் கீழே வரை வந்திருந்த பாவாடையை அதற்குக் கொஞ்சம் மேலே வரை தூக்கிப் பிடித்துக்கொண்டு வெறும் உடம்போடு குளக்கரையில் நின்றிருந்த எசோதாவின் முகத்தின்மேலும் மார்பு கைகளின் மேலும் தண்ணீர் சிதறித் தெறித்தது. உடம்பை சந்தோஷத்தினாலும் குளிரினாலும் சிலிர்த்துக்கொண்டே அவள் தன் அகன்ற கருப்புக் கண்களை நாகப்பன் குதித்து முழுகின இடத்திலேயே பதித்து வைத்துக்கொண்டிருந்தாள். நீர்க் குமிழிகளும் அலைகளும் வந்தவண்ணம் இருந்தனவே ஒழிய அண்ணன் வெகு நேரமாய் தலையெடுக்காமல்போகவே அவளுக்குத் தன் அண்ணன் முழுகிப்போய்விட்டான் என்று பயமாய்விட்டது. ‘அண்ணே . . .ஏ . . .ஏ !’ என்று புறங்கையைக் கண்ணில் தேய்த்துக்கொண்டு அழ ஆரம்பித்தாள். அழுகைப் பல்லவி எடுபடுவதற்குள் குளத்தின் அக்கரைக்கருகில் தலையெடுத்த நாகப்பன், யே . . . எ. . . சோ . . . ஓ . . . தா . . . ஆ’ என்று குரல் கொடுத்தான். அவளுக்கு ஆச்சரியத்தினால் ‘திக்’கென்றது. கண்களிலிருந்து நீர் நிற்காமல் வழிந்துகொண்டிருந்தாலும் வாய்க் கோணங்கள் உயர வளைந்து முகம் மழையில் நனைந்த மல்லிகைக் கொத்து மாதிரி மலர்ந்தது. நாகப்பன் இடிஇடியென்று சிரித்துக்கொண்டு காலையும் கையையும் பலத்த சப்தத்தோடு தண்ணீரில் அடித்துக்கொண்டு நீந்தினவாறே இவள் இருந்த இடத்துக்கு வந்து சேர்ந்தான். வந்தவன் எசோதா அழுதுகொண்டிருப்பதைக் கண்டு தன் சிரிப்பை அவித்துவிட்டு அவள் தோள்மேல் தன் ஈரக் கைகளைப் போட்டு, “இன்னாத்துக்கு அழுவறே? நாந்தான் வந்துட்டனே” என்று சமாதானம் செய்தான். பிறகு காயும் வெயிலில் இருவரும் நாகப்பழம் பொறுக்கித் தின்றார்கள். பொழுது சாய ஆரம்பித்தபோது இருவரும் வீட்டுக்கு ஓட்டிச் செல்ல மாடுகளை

வளைக்க ஆரம்பித்தார்கள். செவலைப் பசுவைக் காணோம் என்று எங்கெங்கோ தேடினார்கள். கடைசியில் அந்தப் பாழாய்ப் போன பசு இல்லாமலே வீட்டுக்கும் போனார்கள். அன்று நாகப்பனுக்குச் சரியான உதை விழுந்தது. சிறிதும் இரக்கம் இல்லாமல் பூங்காவனம் அவனைத் தயிர் கடையும் தூணில் கட்டி மணிக்கயிற்றால் விளாசிவிட்டாள். மறுநாள் பசுவைப் பவுண்டிலிருந்து வெளியேற்றி மீட்டு வருவதற்கு ஒரு ரூபாய் செலவு வைத்துவிட்டானே என்று. மாடு மேய்ப்பதற்குக்கூட லாயக்குப்படாத பையன் என்று அவனைப் பள்ளிக்கூடத்தில் சேர்த்துவிட்டார்கள். அதன் பிறகு எசோதாதான் மாடுகளுக்கு முழுப் பொறுப்பாளி ஆக்கப்பட்டாள்.

பத்துப் பதினொரு வயதில் ஒண்ணாங்கிளாசில் சேர்ந்த நாகப்பனுக்கு வெட்கமும் அவமானமும் ஆத்திரமும் பிடுங்கித் தின்றது. வயதுக்கு மீறி வளர்ந்திருந்த அவனுக்குத் தன்னில் பாதி உயரம்கூட இல்லாத பொடிப் பையன்களுடன் சேர்ந்து படிக்கவே பிடிக்கவில்லை. வெளியில் எசோதா மாத்திரம் சுதந்திரமாகத் திரிந்துகொண்டிருக்கும்போது தான் சின்னூர் பஞ்சாயத்து எலிமென்டரி பள்ளியில் (தங்காபுதூர் கிளை) ஓட்டு வில்லைகளுக்கும் ஜன்னல் கம்பிகளுக்கும் இடையில் சிறைப்பட்டுக் கிடப்பது தாங்கவில்லை. இது ஆரம்ப காலத்தில். கொஞ்ச காலம் கழிந்த பின்னால், 'பள்ளிக்கூடம் ஒரு சிறிய சிறை. இருந்தாலும், படிப்பு என்பது தங்காபுதூர் என்னும் பெரிய சிறையைத் திறந்து அவனை வெளியே விடத் தக்க சக்தி வாய்ந்த திறவுகோல்' என்பது அவனுக்குப் புலப்பட்டது. அதன் விளைவாகத்தான் மூணு நாலு வருஷங்களுக்குப் பிறகு அவ்வூரில் சில பிரமுகர்களின் முயற்சியினால் ஆரம்பப் பள்ளியில் பெண்கள் பகுதி திறக்கப்பட்டபோது நாகப்பன் பிடிவாதம் செய்து தகப்பனிடமும் தாயிடமும் சண்டை போட்டு குடிகார அண்ணன் முனுசாமியிடம் அடி வாங்கியும் கூழ குடிக்கமாட்டேன் என்று சத்தியாக்கிரகம் செய்து எசோதாவை பள்ளியில் சேர்க்க முடிந்தது.

"தோட்டக்காரன் வூட்டுக் கவுண்டச்சிக்குப் பாத்தியா, பொட்டப் பொண்ணைப் பள்ளிக்கூடத்துல சேத்தூட்டா!" என்று ஊரார் பேசிக்கொண்டது காதில் விழுந்தபோது அவளுக்கு முதலில் ஒரு மாதிரியாக தலைக்கிறக்கமாக இருந்தபோதிலும், பின்னால் தன் பெண் எழுத்து கூட்டி இங்கிலீஷ் படிக்க ஆரம்பித்தபோது பெருமையாகத்தான் இருந்தது. மறுபடியும் நாகப்பனும் எசோதாவும் ஒன்றாகப் போக ஆரம்பித்தார்கள்.

விழுந்து எழுந்து அஞ்சாம் கிளாஸ் தாண்டுவதற்குள் நாகப்பனுக்குப் பள்ளி வாழ்க்கை போதும் போதும் என்றாகி

விட்டது. மூன்று நிகழ்ச்சிகள் அவன் வாழ்க்கையைப் புது வழியில் திருப்பிவிட்டன. முசுடு ராமசாமி ஐயர் அவன் வகுப்பு வாத்தியாரானது ஒண்ணு; வெள்ளைக்காரன் தேசத்தில் சண்டை மூண்டது ரெண்டு; பட்டாளத்துக்கு ஆள் பிடிக்கிறவன் சின்னூருக்கு வந்திருந்தது மூணு என்று விரலை விட்டு எண்ணி நாகப்பனே அவற்றைக் கூறுவான். அன்றைக்கு ராமசாமி ஐயருக்கு வயிற்றுவலி வழக்கத்தைவிடக் கொஞ்சம் முன்னதாகவே வந்து விட்டிருந்தது. போதாதற்கு அன்று காலை அவருக்குத் தலை சவரம் செய்த பரியாரி ரெண்டு மூன்று இடங்களில் மொக்கைக் கத்தியால் வெட்டிவிட்டிருந்தான். சகதர்மிணி 'வீட்டில் இல்லாததால்' அவரே பொங்கிக் கொட்டிவிட்டு அவசரம் அவசரமாகப் பள்ளிக்கூடத்துக்கு ரெண்டு மைல்களையும் ஓட்டமும் நடையுமாக ஓடிக் கடந்து வந்திருந்தாலும் நேரமாகி விட்டது. காருண்யம் மிக்க கவர்மெண்ட்டு வேறே யுத்தம் என்று சொல்லி கடியாரத்தை ஒரு மணி வேகமாக்கி விட்டிருந்தான். ஹெட் மாஸ்டர் ராஜலிங்கம் எரிந்து விழுந்தார். "என்னா அய்யரே, நீ அமாவாசை கருமாதி பண்ற காரியத்துக்கு போறதுதானே! பிராமணாள் காத்துண்டிருப்பா. பள்ளிக்கூடத்தயும் அப்பிடீன்னு நெனச்சுக்கினியா? எத்தினி நாள்யா சொல்றது ஒனக்கு?" என்று சீறலும் கிண்டலுமாகப் பாய்ந்தார். அவர் ஒரு சுனா மனா. இத்தனைக்கும் மேலாகத் தான் கேட்ட மிகச் சுலபமான கேள்விக்கும் வாயைக்கூடத் திறக்காமல் நெடு மரம்போல நின்று சூனியப் பார்வையோடு தன்னை வெறித்து நோக்கிக் கொண்டிருந்த நாகப்பனைப் பார்த்ததும் ஐயருக்கு ஆத்திரம் பொங்கி வெடித்தது.

"ஏண்டா பழி, அப்போலேந்து பாக்கறேன், பாடம் சொல்றப்போ எங்கேயோ பராக்கு பாத்துண்டிருந்தூட்டு கேள்வி கேட்டா மன்னார்சாமி மாதிரி மொறச்சிகிண்டு நிக்கறயே! ஒன்னைத்தான் சொல்றேன், வாடா இங்கே" என்று கர்ஜித்தார். நாகப்பன் தயங்கித் தயங்கி முன்னே வந்தான்.

"கையே நீட்றா"

கையை நீட்டினான், பிரம்பு சுழன்று வந்தது. கடைசி வினாடியில் நாகப்பன் கையைப் பின்னுக்க இழுத்துக்கொண்டான். 'ஸ்விஷ்' என்று காற்றில் வட்டமிட்டு வெறுமே விழுந்து துடித்தது பிரம்பு. ஐயருக்குக் கோபம் தலைகால் புரியவில்லை.

"கையை நீட்றான்னா என்ன ஜோக் பண்றியோ? பொங்கல் குடுக்கப்போறேன்னு நெனச்சுண்டுட்டியோ, பள்ளிக்கழுதேள்ளாம் வந்து நம்ப தாலியறக்கறதுகள். சரியா நீட்றா கையை, இல்லேன்னா முதுகுத் தோலை சட்டையா

உரிச்சுப்பிடுவேன்” என்று கர்ஜனை செய்தார். மீண்டும் கை நீண்டது. நாகப்பனின் கண்கள் குறுகி இறுகி நின்றன. சுழன்று வந்த பிரம்பு அவன் கையை தீண்டியதும் அவன் அதே வேகத்தில் பிரம்பைப் பிடித்து இழுத்துக்கொண்டான். பிரம்பு கை மாறிவிட்டது.

“போ அய்யரே! நீயும் ஒம் பாடமும் நீயே வெச்சிக்க” என்று அழுத்தந்திருத்தமாக, அதே சமயம் அலுப்புடன் சொல்லிக் கொண்டே பிரம்பை அநாயாசமாக உடைத்து அவர் முகத்தில் வீசி எறிந்துவிட்டு மேலே ஒன்றும் பேசாமல் வெளியே நடந்தான். நேரே சின்னூரில் முகாம்போட்டிருந்த பட்டாளத்துக்கு ஆள் பிடிக்கும் கங்காணியிடம் நின்றான். அந்த வாரமே ரயிலேறி விட்டான். தன் வயதுக்கு அதிகமாக வளர்ந்திருந்த நாகப்பனை சிப்பாயாக உடனே சேர்த்துக்கொண்டுவிட்டார்கள்.

பிறகு வெளியூர்ப் பயணங்கள்; முதுகை முறிக்கும் கசரத் வேலை; தினசரி அனேகம் ஆயிரம் ஸலூட்டுகள்; அரக்கான் முனைக்கு அனுப்பப்பட்டது; அங்கே கண்ட காட்டுமிராண்டித் தனமான சண்டை; ஆளை உருக்கிவிடுகிற வியாதிகள்; மாணிக்கத் தின் சினேகம்; முழங்காலில் காயம்; பட்டாளத்துப் பென்ஷன்; பழையபடிக்கே தங்காபுதூர் என்கிற சிறையில் மறு வாசம்; ஏற்றம் உழவு நாற்று நடவு; உயிரோடு இருப்பதற்காக வருஷம் முன்னூற்று அறுபத்தஞ்சு நாளிலும் தவம்; இப்போது சின்னூர் லோக்கல் பண்டு ஆசுபத்திரி வாசலில் தூங்கு மூஞ்சி மரத்தடியில் மனசை முறுக்கிப் பிழிந்துகொண்டு சொல்லும் செயலுமற்ற ஊமைக் காவல்; ‘உள்ளே எசோதா என்னமா இருக்கிறாளோ’ என்று மனசுக்குள்ளேயே புகைந்து புகைந்து குமையும் புலம்பல்.

வெண்மையான மேகக் குவியல்களுக்கிடையிலே தேவ கன்னிகையைப் போலே பறந்துகொண்டிருக்கிற எசோதாவைச் சுற்றி உலகமே சுழல்கிறது. எதிரே நடுவே தகதகவென்று சூரியன் கொதித்துக்கொண்டிருக்கிறான். காலணா அளவு இருந்த அந்த வெண்சுடரின் விளிம்புகளில் நீல நிறச் சுவாலைகள் தாவிக் குதிக்கின்றன. ‘சூரியனே பெரிய அடுப்பு மாதிரி’ என்று சாரதா டீச்சர் சொன்னது அவள் ஞாபகத்துக்கு வருகிறது. அந்த வெண்சுடர் இவள் பார்த்துக்கொண்டிருக்கும்போதே கொஞ்சம் கொஞ்சமாய் விரிந்து அவள் கண்பூராவையும் ஆக்ரமித்துக் கொள்கிறது. சுடரின் வெண்மையும் பளபளப்பும் அவளால் தாங்கமுடிகிறதில்லை. பழுக்கக் காய்ச்சிய ஆயிரம் ஊசிகளை ஒரே சமயத்தில் கண்களுக்குள் சொருகுகிறாப்போல இருக்கிறது. கண்ணுக்குள் உலைகொதித்து ஆவி படர்கிறது. உதடுகளும் நாக்கும்

ஒட்டிக்கொண்டிருக்கிறபடியால் பேச்சு எழவில்லை. இருதயம் மாவு மெஷின்போல அடித்துக்கொண்டு அரைத்துக்கொண்டு மார்பை விட்டு வெளியில் குதித்துவிடும்போல இருக்கிறது. அவள் கண்களை இறுக மூடிக்கொள்கிறாள். கண் இமைகள் சுருங்கி ஒன்றை ஒன்று கௌவிப் பிடிக்கின்றன. புருவங்கள் சுளிக்கின்றன. வியர்வைத் திவலைகள் உருண்டு அவள் தேகத்தை நனைக்கின்றன. கை விரல்கள் கட்டிலில் இரும்புச் சட்டத்தை வளைத்துப் பற்றுகின்றன.

சுடர் அணைகிறது. எங்கும் இருள் சூழ்கிறது. விரல்கள் நெகிழ்ந்து கட்டிலினின்றும் விடுபடுகின்றன. கைகள் மெல்ல எழுந்து படமெடுத்தாடும் பாம்பைப் போல அவள் முகத்தின் முன் ஆடுகின்றன. ஆனால், அவை அவள் கண்களுக்குப் புலப்படுவ தில்லை. அவளைத் திகில் சுற்றி வளைத்துப் பற்றிக்கொள்கிறது. தலையை இங்குமங்கும் திருப்பிப் பித்துப் பிடித்தவள்போலக் கண்களை உருட்டி வெறித்துப் பார்க்கிறாள். அவள் கண்களுக்கு ஒன்றும் தெரிவதில்லை. தெரிந்த பொருள், பழகின முகம், ஆசுபத்திரி வார்டு, ஆயா, தாய் தகப்பன், எருமை மாடுகள், சினைப் பசு, சின்னஞ்சிறு கன்றுக்குட்டி, தயிர்ப்பானை, தூண் சட்டி பானை, அரிக்கன் லாந்தர். தன் கைகள் ஒன்றும் இல்லை, ஒன்றும் புலப்படுவதில்லை. எங்கும் இருளே சூழ்ந்திருக்கிறது. அவளுக்கு மூச்சுத் திணறுகிறது. தான் படுத்துக் கிடக்கும் இருட்டறைக் கட்டில் கூட்டிலிருந்து விடுபட்டுத் தப்பித்து வெளியே வெளிச்சத்துக்கு காற்றோட்டமான இடத்துக்கு ஓடப் பார்க்கிறாள். அவளை வெளியேறவிடாமல் கட்டில் என்கிற கோரமான பயங்கரமான பிராணி தன் முதலை வாயினால் அவள் கைகளையும் கால்களையும் கௌவிப் பிடித்துக் கடித்துக் கொண்டிருக்கிறது. அடி வயிற்றில் நெருப்புச் சுவாலையாக ஆரம்பித்து, 'தான் குருடாகிவிட்டோம்' என்கிற உண்மையின் பீதி அவளைத் தழுவிக்கொள்கிறது. அதன் பிடியில் அவள் திக்குமுக்காடுகிறாள். மயானத்தின் புகை நெடி அவள் மூக்கில் ஏறுகிறது. உதடுகள் நாக்கிலிருந்து கிழிந்து பிரிந்து தெறித்து விழுகின்றன. அத்தெறிப்போடு, 'அ . . . ம் . . . மா . . . ஆ . . . ஆ' என்ற ஓலம் அவள் தொண்டையை உடைத்துக்கொண்டு செவிப் பறையைத் தூளாக்கிக்கொண்டு அறைச் சுவர்களைப் பிளந்துகொண்டு வானவெளியில் சீறிப் பாய்ந்து சிதறுகிறது. உலகம் உடைந்து பொடியாகி அவள் மீது மண் மாரியாகச் சொரிகிறது. அவள் விக்கி விக்கி அழுகிறாள்.

"**ப**ள்ளிப் பொண்ணுக்கு இன்னும் என்னம்மா படிப்பு வேண்டிக் கெடக்குது? இப்பவே ஊர்லே நாலு பேர் நாலு

மாதிரி சொல்றாங்க, இதுக்கு வயசாய்க்கினே வருது இல்லியா? எங்கயாவது நல்ல குறியான பையனாப் பாத்து கட்டிக்குடுக்க வாணாமா! நீயே சொல்லு. நான் சொன்னா இது என்னடான்னா ஊரே முழுவிப் போனாப்பல ராப்பகலா அழுதுக்கினே இருக்குது” என்று பூங்காவனம் அவளிடம் வாடிக்கையாக வெண்ணெய் வாங்கும் ‘ஐயருட்டம்மா’ எனப்படும் பாலாம்பாளிடம் சொல்லிக் கொண்டிருந்தாள். பூங்காவனத்துக்குச் சற்றுப் பின்னால் வீங்கின முகத்துடனும் அழுததால் சிவந்து உப்பிய கண்களுடனும் இருந்த எசோதா தலை குனிந்து நின்றுகொண்டிருந்தாள்.

“ஏண்டி பூங்காவனம், எசோதாவைப் பள்ளிக்கூடத்திலேந்து நிறுத்திட்டியாமே?” என்று பாலாம்பாள் கேட்ட கேள்விக்கு வந்த பதில்தான் மேலே சொன்னது.

“ஏண்டி எசோதா, ஒங்கம்மா சொல்றதும் நெஜந்தானே! நீ என்ன இன்னம் படிச்சு கலைட்டர் வேலை பண்ணிக் குப்பை கொட்டப் போறே? என்னிக்கிருந்தாலும் நீ ஒத்தனுக்கு வாக்கைப்பட்டுத்தானே ஆணம், காலா காலத்துலே கல்யாணம் கார்த்தியெப் பண்ணிண்டு குடும்பம் நடத்தறதுக்கு நீ இவ்வளவோ படிச்சது போறாதோ? எங்க காமுவைக்கூட நான் சொல்லிண்டே இருக்கேன், அவ அப்பாதான் இப்ப என்ன அவசரம், கல்யாணமாற வரைக்கும் படிக்கட்டுமே’ங்கறார். ஒங்க ஜாதியிலெல்லாம் எல்லாம் சீக்கிரமே பண்ணிடுவாளே, எல்லாம் படிச்சது போரும், ஒழுங்கா வீட்டு வேலையெல்லாம் கத்துக்கோ” என்று பாலாம்பாவும் பூங்காவனம் பக்கம் சேர்ந்துகொண்டு பேசவும், பூங்காவனம் மீண்டும் ஆரம்பித்தாள்.

“எங்க வூட்டு ஆம்பிளைக்கோ வயசாயிடுச்சு. வாரத்துக்கு எடுத்திருந்த காக் காணி நெலமும் இந்த வருசம் மானம் காஞ்ச காச்சல்லிலே வெளச்சலே இல்லாமே சாவியாப் பூட்டுது. மறுபடியும் வாரத்துக்கு எடுக்க பணமில்லேன்னு அவுரு வூட்டிலேயே குந்திக்கினு கெடக்காரு. முன்சாமி சங்கதிதான் ஒனக்கே தெரியும். நாகப்பன்தான் ஏதோ அஞ்சு பத்துன்னு அப்பப்போ அனுப்பறான். அதை விட்டா என்னோட தயிர்ப் பணந்தான். அதை வெச்சசுகினு நான் என்னன்னு செய்ய முடியும், நீயே சொல்லும்மா. வெலைவாசி இருக்கிற நிலைமையிலே நான் தவுடு புண்ணாக்கு வாங்குவனா, தாவணி சட்டை வாங்கித் தெச்சு இவளைத் தலைவாரிப் பூச்சூட்டி பள்ளிக்கூடத்துக்குப் போடீம்பனா? கூழை குடிக்கிறதுக்குக்கூட கேவுரும் உப்பும் கடிச்சுக்க வெங்காயமும் மொளகாயும் வேண்டிருக்குதே” என்று பூங்காவனம் அடுக்கிக்கொண்டே போனாள்.

“ஏண்டி பூங்காவனம், நீ என்னமோ சோத்துக்கில்லாதவ மாதிரி பேசறே, நானே இங்கே வெண்ணெய்யும் பாலும் தயிரும்

வாங்கறதுக்குக் கொறைச்சலில்லே, வேளா வேளைக்கு காப்பி டிபன் ராகி மால்ட் எல்லாந்தான் இருக்கு. எங்க காமுவைப் பாத்தா யாராவது அவளுக்கு தெனம் சாப்பாடு போடறான்னு சொல்வாளோ? ஒடனொடத்தவதான் எசோதா, அவளைப் பாத்தவா அவ பஞ்சத்திலே அடி படறவன்னுதான் சொல்வாளோ? தளதளன்னு கீரைத் தண்டு மாதிரீன்னா இருக்கா! நீ என்னடீ சமெச்சுப் போடறே?" என்று பூங்காவனத்தின் பேச்சை மேலே வளரவிடாமல் மறித்துச் சொன்னாள் பாலாம்பாள். 'ஐயோ, பாப்பாத்தியம்மா கண்ணைப் போடறாளே, பாடையிலே வெக்க' என்று மனசுக்குள் முணுமுணுத்துக்கொண்டே சும்மாட்டுத் துணியைச் சுற்ற ஆரம்பித்தாள் பூங்காவனம். இதுவரை அவர்கள் பேச்சு தனக்குச் சம்பந்தமில்லாத விஷயம் என்பதுபோல அவர்கள் பேச்சைக் கவனியாத மாதிரி மௌனமாகத் தெருப்பக்கம் தலையைத் திருப்பிக்கொண்டிருந்த எசோதா தயிர்க் கூடையைத் தூக்கத் தாய்க்கு ஒரு கை கொடுக்கக் குனிந்தாள். அவள் மனசில் அப்போது அவள் தாய் மீதும் அவளுக்கு ஒத்துப் பேசின ஐயரூட்டம்மா மீதும் தன் ஜாதி மீதும் எல்லா ஜாதிகள் மீதும் கசப்பே நிறைந்திருந்தது.

வாயில் இருந்த கசப்பை ஒழிக்க எச்சிலைக் கூட்டி விழுங்குகிறான் கிழவன். நா வறண்டு இருக்கிறது. 'தொண்டையை நனைச்சுக்க மோரோ காப்பித் தண்ணியோ இல்லே வெறுந்தண்ணியோ இருந்தா எவ்வள நல்லாயிருக்கும்' என்று நினைக்கிறான். ஏதாவது கிடைக்குமா என்று தலையைத் திருப்பிப் பார்க்கிறான். அவன் தலை விளையாட்டுப் பொம்மையின் தலை மாதிரி ஆடுகிறது. 'ஏன் இங்கே எல்லாரும் வந்திருக்கிறோம்? இது என்ன இடம்? என்று அவனுக்குத் திடீரென ஒரு சந்தேகம் வந்துவிடுகிறது. 'பூங்காவனமும் நாகப்பனும் மூணாவது ஆள் ஒர்த்தனும் சாவுகிராக்கி புடிச்சவங்க மாதிரி உக்காந்திருக்காங்களே, ஏன்? இந்த மூணாவது ஆள் யாரு? எங்கயோ பாத்த மாதிரி இருக்குதே' என்ற கேள்வியும் பிறக்கிறது. 'முனுசாமியை எங்கே காணோம்' என்று நினைக்கிறான். 'சாராயம் காச்சி ஜெயிலுக்குப் போற பொழப்புதான்னாலும் மூத்த புள்ளையின்னா அது ஒரு தனிதான். அவன் இங்கே இல்லாமே எங்கே போயிட்டான்? இங்கே ஏன் நாம வயித்தைக் காயப் போட்டுக்கினு வாயையும் நாக்கையும் வறட்டிகினு உச்சி வெய்யிலிலே ஒக்காந்து கெடக்கோம்' என்று கிழவனுக்குத் தோன்றுகிறது. வெறும் வெளியை ஊன்றிக் கவனித்துக்கொண்டிருக்கும் பூங்காவனத்தின் முகத்தைப் பார்க்கிறான். அவள் இவனை இன்னாரென்று அடையாளம் தெரிந்துகொண்ட மாதிரியில்லை. அவளிடம்

தன் சந்தேகத்தைக் கேட்கக் கிழவனுக்குப் பயமாயிருக்கிறது. நாகப்பனைப் பார்க்கிறான். நாகப்பனின் முகத்தில் படிந்து கிடக்கும் சோகச் சாயல் கிழவன் கண்ணில் நீரை வரவழைத்து விடுகிறது. ஆனால், சோகத்துக்கு என்ன காரணம் என்று தெரிகிறதில்லை. நாகப்பனை நேரில் கேட்கக் கூச்சப்படுகிறான். மூணாவது ஆளும் சோர்ந்து கல்லாலடித்த சிலைபோல ஒரே இடத்தில் அசையாமல் குந்தியிருக்கிறான். அவனை எங்கோ பார்த்த மாதிரி இருக்கிறது. எங்கே என்று தெரியவில்லை. 'யார் இந்த ஆள்?' என்று மனதுக்குள் குடைந்துகொள்கிறான். பதில் கிடைப்பதாயில்லை. "எசோதாதான் அதிர்ஷ்டசாலி, நம்முடைய கஷ்டத்தையெல்லாம் பாக்காமல் எங்கேயோ கண் காணாத சீமைக்கிக் குடியேறிப் போயிட்டா" என்று நினைத்துக்கொள்கிறான். உதடு முணுமுணுக்கிறது. சிறிது எச்சில் சிந்துகிறது. "எசோதா கல்யாணத்தைத்தான் என்னமா நடத்திட்டான் நாகப்பன்! சொல்லாத கொள்ளாத சிப்பாய்க்கிப் போன மாதிரியே சொல்லாத கொள்ளாத மாப்பிள்ளையையும் இட்டாந்துட்டான்! கல்யாணத்தையும் செஞ்சு வெச்சான்! முனுசாமி மாத்திரம் அன்னிக்கிக் குடிச்சுட்டுக் கலாட்டா பண்ணாம இருந்திருந்தா இன்னும் நல்லாயிருந்திருக்கும். தோட்டக்கார கவுண்டன் பொண்ணு கல்யாணத்தப் போலன்னுல்ல ஊர்லே பேசிக்கிறாங்களாம். அது வரைக்கும் பட்டாளத்துக்கு ஓடிப்போன தப்புக்கு சரி பண்ணிட்டான் நாகப்பன். முனுசாமிதான் அன்னிக்கி ஏச்சுப் பேசு பேசிட்டான். எல்லார் முன்னாலேயும் என்னை கையாலாகாத கெழவன், பூங்காவனத்தே ஒரவஞ்சனைக்காரி, நாகப்பனை மண்டைத் திமிர் புடிச்ச பொடிப் பயலுன்னு திட்டிட்டான். இப்போ அவன் மாத்திரம் என்ன செஞ்சு கிழிச்சுட்டான்? ஜெயில்லே ஒக்காந்துக்கினு சாக்குப் பை தெச்சுக்கினு இருப்பா! இங்கே நாங்க மாத்திரம் பெரமாதமா என்னா பண்ணிக்கினு இருக்கோம்?" என்று தொடர்ந்து முணுமுணுத்துக் கொள்கிறான் கிழவன். கணுக்கால் வலியெடுக்கிறது. 'வயசாச்சு, கை கால் மூட்டெல்லாம் பழசாப் போச்சு. எவ்வள நாள்தான் தாக்குப் புடிக்கும்? இருந்தாலும் வலியில்லாம இருந்தா நல்லாயிருக்கும்" என்று சற்று உரக்கக் கூறிக்கொண்டே கால்களை நீட்டிப் பிடித்துவிட்டுக் கொள்கிறான். அண்ணாந்து பார்க்கிறான். ஆகாயத்தில் ஒரு மேகம்கூட இல்லாமல் பளிச்சென்று கண்ணைப் பறிக்கும் வெண்ணீலமாக இருக்கிறது.

"எசோதா இருந்தாலாவது ஏன் இங்கே குந்திக்கினு காத்துக் கெடக்கோமின்னு சொல்லும்" என்று மீண்டும் சற்று உரக்கச் சொல்கிறான். அதைக் கேட்டாவது மற்றவர்கள் குறிப்பறிந்து தன் ஐயத்தைத் தீர்ப்பார்கள் என்ற நப்பாசையோடு அவர்கள்

முகத்தைப் பார்க்கிறான். அவர்களும் இவன் முணுமுணுப்பதைக் கேட்டுத் தலை நிமிர்ந்து கிழவனைப் பார்க்கிறார்கள். ஓர் அதிசயப் பொருளை, அசங்கியத்தைப் பார்ப்பதுபோல அவர்கள் கிழவனைப் பார்க்கிறார்கள். கிழவனுக்குப் பயமாகிறது. கீழே கிடந்த குச்சி ஒன்றை எடுத்துத் தலையை வேறு பக்கம் திருப்பிப் பல் குத்துவது போலப் பாசாங்கு செய்கிறான். அவன் மனது மீண்டும் எசோதாவைப் பற்றியும், எசோதாவின் கலியாணத்தைப் பற்றியும் வட்டமிடுகிறது. எதிரே இருக்கிற, தெரிந்ததுபோல இருக்கிற, ஆனால் இன்னார் என்று தெரியாத ஆள் எசோதாவின் புருஷன் மாணிக்கமாக இருக்குமோ என்று கிழவனுக்கு இன்னொரு சந்தேகம் எழுகிறது. 'கல்யாணத்தும்போது பாத்தது, வயசாய்ப் போச்சில்லியா, கியாபக சக்தி கொறஞ்சுபோச்சு' என்று தன்னையே தேற்றிக்கொள்கிறான். மேலே வெயில் குரூரமாகக் காய்ந்துக்கொண்டிருக்கிறது. தூங்குமூஞ்சி மரம் மாத்திரம் சிரித்துக்கொண்டிருக்கிறது. இந்த ஆள் மாணிக்கம் தானா இல்லையா என்று பார்க்கவேண்டும் என்று நிச்சயித்த கிழவன் திருட்டுத்தனமாகத் தலையைத் திருப்பிப் பார்க்கிறான். தலை தூக்கத்தில் ஆடி நொடிக்கிறது. தூக்கத்தில் வாய் சற்றே திறந்து மெல்லிய கம்பியாக எச்சில் வழிகிறது. பத்து கோடி மைல்களுக்கு அப்பாலுள்ள சூரியன் அந்த அறிவு மழுங்கிய கிழவன் வாயிலிருந்து தொங்கும் எச்சிலில் இழுபட்டு நெளிந்து ஒளிவிடுகிறான். குறட்டையொலி எழுகிறது. கிழவன் உட்கார்ந்தபடியே, உயிருக்கு மன்றாடிக்கொண்டிருக்கும் எசோதா இருக்கும் அறைக்கு எதிரில், தூங்குமூஞ்சி மரத்தினடியில், அவளுடைய கல்யாண வைபவங்களைப்பற்றிக் கனாக் கண்டுகொண்டு, குறட்டை விட்டுக்கொண்டு, வாய் எச்சில் வழிந்து மார்பில் உள்ள நரை மயிரை நனைக்கத் தலையைத் தொங்கவிட்டுக்கொண்டு, வெய்யில் ஒளியில் வழுக்கை மண்டை பளபளக்கத் தூங்கித் தூங்கி விழுகிறான். அவனிடமிருந்து கிளம்புகிற குறட்டையொலியே அவ்விடத்தைப் போர்த்து மூடியுள்ள மயான அமைதிக்குக் கரையாய் எல்லோருக்கும் ஓரளவு ஆறுதலைத் தருகிறது.

அன்று காலை காக்காய் கரைந்தபோது, 'யாரோ விருந்தாளி வரப்போறாங்க' என்று சொல்லிக்கொண்ட பூங்காவனம் உடனுக்குடனேயே அலுப்புடன், 'நம்ம வூட்டுக்கு யாரு வரப் போறாங்க? இங்கே என்ன கொட்டிக் கெடக்குது?' என்றும் சொல்லிக்கொண்டாள். நாகப்பனிடம் சொல்லி பிள்ளைப் பேற்றுக்கு ஊருக்கு வரும்படி எசோதாவுக்குக் கடிதம் எழுதிப் போட்டுப் பத்து இருபது நாள் ஆனாலும், பதில் ஒன்றும்

காணோமே என்று யோசனை செய்தவாறே கலயத்தில் புளி கரைத்துக்கொண்டிருந்தாள். காரணமில்லாமல் அவள் மனம் அமைதியின்றி அலை பாய்ந்து கொண்டிருந்தது. வீட்டு வாயிற் படியில் நிழல் தட்டியது. தலையை நிமிர்த்தினாள். நிலைக் கால் கட்டம் கட்ட, நடுவில், படியாமல் பறந்துகொண்டிருக்கும் கருத்த சுருட்டைத் தலை மயிர் ஒளி வட்டம் இடுகின்ற முகத்துடனும், முத்து முத்தான வியர்வையுடனும், இறுக்கமான ரவிக்கையுடனும், பெருத்த வயிறுடனும், புத்ர தேவதை போல நின்றிருந்தது எசோதாதான் என்பதைப் பூங்காவனம் உணர்ந்து கொள்ளச் சில வினாடிகள் ஆயின. அதே சமயம், தன்னந்தனியாக, டில்லியிலிருந்து வந்து, வீட்டு நிலைப்படியில் கை வைத்துக்கொண்டு நிற்கிற எசோதாவைப் பார்த்ததும் பூங்காவனத்தின் மனம் திடுக்கிட்டது. ‘வயிறும் புள்ளையுமாய் மூணு நாள் ரயிலிலேயும் பஸ்ஸிலேயும் தனியே வர இவளுக்கு என்ன துணிச்சல்! இவ புருசனுக்கு என்ன புத்திக் கட்டை!’ என்ற நினைத்தபடியே கையிலிருந்த கலயத்தைக் கீழே வைத்துவிட்டு சேலைத் தலைப்பில் கையைத் துடைத்துக்கொண்டே, “வாம்மா எசோதா, வா” என்று மேலுக்கு அமைதியாக வரவேற்றாள். தன் கையில் பிடித்திருந்த சிறு தகரப்பெட்டியைத் திண்ணையில் வைத்துவிட்டு எசோதா முகத்தில் சிரிப்பும் கண்ணீரும் பொங்கப் பூங்காவனத்தைக் கட்டித் தழுவிக்கொண்டாள். இருவரும் கண்ணீரையும் யோக க்ஷேமங்களையும் பரஸ்பர அன்பையும் வாய் திறந்து பேசாமல் மௌனமாகவே பரிமாறிக்கொண்டனர். பிறகு ஒருவர் முகத்தை ஒருவர் நன்றாகப் பார்க்க வெளித் திண்ணைக்கு வந்தனர். அப்போதுதான் பூங்காவனம் எசோதாவின் பாதங்களைப் பார்த்தாள்.

“என்னாடி எசோதா, ஒன் காலெல்லாம் இப்பிடி வீங்கிக் கெடக்குது? ஒடம்புக்கு ஒண்ணுமில்லியே?” என்று கேட்டாள்.

எசோதா பூங்காவனத்தின் கேள்வியை ஒரு பொருட்டாக மதியாமல் அலட்சியமாகவே, “எனக்கென்னம்மா ஒடம்புக்குக் கொறச்சல்? ரயில்லே ரெண்டு நாளு காலே தொங்கப்போட்டு கினே வந்தனா, அது கொஞ்சம் நீர் கட்டிகினு இருக்குது” என்று சொல்லிவிட்டு, மறுபடியும் தகப்பனைப் பற்றியும் அண்ணன்மார்களைப்பற்றியும் மாடு கன்றுகளைப் பற்றியும் மழை மாரியைப் பற்றியும் அக்கம் பக்கத்து வீட்டார்களைப் பற்றியும் அவர்களுடைய உடைமைகளைப் பற்றியும் கேள்வி மேல் கேள்வி கேட்டு அடுக்கிக்கொண்டே போனாள். தான் இல்லாது போயிருந்த இரண்டு வருஷத்தில் தங்காபுதூரில் ஒவ்வொரு நாளும் நடந்த நிகழ்ச்சிகளை ஒரே நிமிஷத்தில் தெரிந்துகொள்ள வேணுமென்று துடிப்பவள் போல் இருந்தது அவள் பேச்சு.

பத்து நாள் பட்டினி கிடந்தவன் பதினோராம் நாள் தர்ம சத்திரத்தில் இலை நிறைய சோற்றை அள்ளி விழுங்கும் ஆத்திரம் அவளிடம் காணப்பட்டது. கிழவனின் முதுமைக் கோளாறுகள் ('ஒங்கப்பாவுக்கு வயசு இன்னும் ஜாஸ்தியாப் போச்சு எசோதா, அதும் மனசிலே எதுவுமே தங்கறதில்லை, அடி நாள்லே நடந்ததெல்லாம் நெனப்பு வெச்சுகினு இருக்காரு, நேத்து முந்தா நாள் நடந்தது நெனப்பிலே ஒட்டறதே இல்லே, வாய் பெனாத்தல் மாத்தரம் அதிகமாப் போச்சு, கொறயவேயில்லே'), முனுசாமியின் நாய்வால்தனம் ('அவனைப் பாடையிலே வெக்க, இன்னும் திருட்டுச் சாராயம் காச்சறுதுதான் பொழப்பா இருக்கான், தம்பிடிக்கி லாபம் இல்லே அவனாலே, வருசத்திலே பாதி நாளு ஜெயில்லே, மீதி நாளு சாராயம் காச்சற கிடங்குல') நாகப்பன் ('அவனெச் சொல்லு, என்னமாப் பாடுபடறான், தெனக் கூலிக்கித்தான் போறான், விடி காலமே போனா ராவிக்கித்தான் வரான், ஓங் கலியாணத்துக்க எழுநூறு ரூவா கடனாப் போச்சாம், அது கழிச்சு அப்பறம் தங் கல்யாணத்துக்கு வேண்டிய பணம் சேக்கறவரைக்கும் கல்யாணம் செஞ்சுக்க மாட்டானாம், ஒரே பிடிவாதமாயிருக்கான், நாம சொன்ன கேக்க மாட்டேன்றான், நம்ம ரெங்கத்தை அவனுக்குக் கட்டிக் கொடுத்திடலாமின்னு பாக்கறேன், சம்முகமும், "சரீக்கா, நீ சொல்றபடிக்கே செய்துடலாம்"ன்னு ஒத்துக்கினான், ஆனா நாவப்பன், "அதுக்கெல்லாம் இப்ப நேரமில்லே"ங்கறான், நீதான் செத்தே சொல்லேன், நீ சொன்னா கேப்பானோ என்னமோ') இத்தியாதி விஷயங்களும், எசோதா தனியே வந்ததன் காரணம் ("அவுரு கூட வரலாந்தான்னு பாத்தாரு, ஆனா இப்ப வந்தா அப்பறம் பிரசவமானப்பறம் இன்னோருவாட்டி வரணுமின்னா ரெட்டை செலவு ஆவுமேன்னு மயங்கினோம், நாந்தான், "எனக்கொன்ன கேடு, ராஜ பாட்டை மாதிரி ரயிலு வுடறான், நேரே வூட்டுக்குப் போயிடுவேன்'னு அடிச்சு சொல்லீட்டேன்." "எம்மாந்தெகிரியண்டீ ஒனக்கு"). டில்லி வாசத்தின் சுக துக்கங்கள் ("என்னதான் சொல்லு, நம்ம ஊர்லே ஒரு வாய் கூழு குடிக்கிற மாதிரி ஆவுதா, அங்கே தெனம் சோறாக்கிதான் சாப்புடறோம், இருந்தாலும் எனக்கு எப்படா நம்ம ஊரை நம்ம மனுஷாளே பாக்கப் போறோமுன்னு ஆய்ப்போச்சு, இங்கேயெல்லாம் காத்தாட இருந்துட்டு அங்கே போயி புறாக் கூண்டு மாதிரி ஒரு வூடு, அதுலே நாளெல்லாம் அடைஞ்சு கெடக்கணும், அக்கம் பக்கத்துலே மீசையும் தாடியுமா பொம்பளைங்களும் ஆம்பிளைங்களும். சீக்குங்களாம், ஆம்பிளையும் சரி பொம்பிளையும் சரி, பாக்க வாமுனி செம்முனி கணக்கா இருக்காங்க! வெய்யக் காலம் வறுத்தெடுக்குது. குளிர்காலம் நடுக்கியெடுக்குது அது இன்னா ஊரு, எனக்குப் புடிக்கவேயில்லே'), அக்கம் பக்கக் குடும்பங்கள்

('பவுனக்கா எப்பிடி இருக்கு, அதும் மாப்பிளே எங்கியோ ஓடிப்பூட்டானே, சங்கதி என்னவாச்சு, "அ, ஆ, அவன் ஒரு மாப்புளே, பவுனு ஒரு மாமியா, அவளையும் என்னையும் சொல்லு, ரெண்டு மாசத்துக்கப்புறம் அவன் தானே வாலை சுருட்டிக்கினு நாய் மாதிரி வூட்டுக்கு வந்து சேந்தான்", "கோடி வூட்டுச் சின்னம்மாவா, அவ மகோதரம் கண்டு செத்தே போனா, ஆறு மாசமாவுது. மொதல்லே எல்லாரும் அவ புள்ளே உண்டா யிருக்கான்னு நெனைச்சுக்கினாங்க, அவ புருசன் கிஷ்டப்பன் வாந்திபேதி வந்து பூட்டான், ஒரு வருசம் ஆவப்போவுது, அவ வயறு ஊதிக்கினே போச்சு, சின்னூரிலே ஆசுபத்திரியிலே காமிச்சாங்க, அவுங்க வயித்திலே ஊசி போட்டு நீரை எடுத்திட்டு வூட்டுக்கு அனுப்பிச்சுட்டாங்க, ஆனா மகோதரம் வந்தா சும்மா வுடுமா என்ன? திரும்ப நீர் சேந்துகிச்சு, ரொம்ப கஸ்டப்பட்டுப் போனா, பாவம், ஜடை சாமியெல்லாம்கூட வந்து பாத்து என்னவெல்லாமோ வேரு, பச்சலையெல்லாம் குடுத்தாரு, ஒண்ணும் பிரயோஜனமில்லாமே போச்சு. அவளைத் தூக்கறதுக்கு ஆறு ஆளில்லே வேண்டியிருந்துது! அப்போ ஒரு கண்றாவி பாரு, அவ படுத்துக் கெடந்த தலாணிக்குள்ளே ஐநூத்தம்பது ரூவா சேர்த்து முடிப்புக் கட்டி வெச்சிருந்தா, காவல் பூதம் மாதிரி. அவ சாவு காரியமெல்லாம் வெமரிசையா செய்யணுமின்னு அவளுக்க ஆசை! அவ புள்ளைங்களா வுடவாங்க? பெரியவன் ராமசாமி, அவளைத் தூக்குறதுக் குள்ளியே தலாணியே பிச்சுப் பிடுங்க, சின்னவன் வடிவேலு அவனோட சண்டைக்கிப் போக, கடைசீலே தெருப் பஞ்சாயத்துக் கூடி மத்தியஸ்தம் பண்ணி வெக்க வேண்டியதாப் போச்சு! அப்பறந்தான் அவளை எடுத்தாங்க, அதுவரைக்கும் அவளை வெயில்லே ஈயும் எறும்பும் புடுங்க வச்சுட்டு சண்டை போட்டுக்கினாங்க அந்த போக்கத்த பசங்க!') இத்தியாதி விஷயங்களும் ஒருவருக்கொருவர் சொல்லிக்கொண்டனர், இதற்குள் இவர்கள் வீட்டுக்கு ஒவ்வொருத்தராக பவுனம்மாவும், லெச்சுமியும், தட்டோட்டு வீட்டு ரங்கநாயகியும் அவர்களது குஞ்சு குளுவான்களும், ஏன், கூலிப்பறைச்சி பொயிலாணை கூட, குசலம் விசாரிக்க வந்துவிட்டார்கள். அவர்கள் எசோதாவைக் கொண்டாடினதைப் பார்த்துப் பூங்காவனத்துக்கே அவர்கள் கண் பட்டுவிடுமோவென்று பய்மாய்விட்டது.

ஆனால், எசோதா சோர்ந்து காணப்பட்டாலும் மிகுந்த உற்சாகத்துடன் அவர்கள் அத்தனை பேருக்கும் ஈடு கொடுத்துப் பேசிக்கொண்டிருந்தாள். அன்று இரவுதான் ரெண்டு நாளாக விடாமல் இருந்த தலைவலி இன்னும் அதிகமாகிவிட்டது என்று பேச்சுவாக்கில் எசோதா சொன்னபோது பூங்காவனம்

மிரண்டு போய் திருஷ்டி கழித்துவிட்டு, இங்கிதம் தெரியாத அண்டைவீட்டுக்காரர்களை ஒரு படை வைதுவிட்டுத் தூக்கம் வராமல் புரண்டு கொண்டிருந்தாள். எசோதா பிரயாண அலுப்பினால் தூங்கினாள் என்றாலும், இரவு பூராவும் நிம்மதி யில்லாமல் முக்கிக்கொண்டும் முனகிக்கொண்டும் பெருமூச்சு விட்டுக்கொண்டும் இருந்தாள். கிழவன் முணுமுணுத்துக் கொண்டே தூங்கினான். நாகப்பன் அடித்துப் போட்ட மாதிரித் தூங்கினான்.

கிழவன் முணுமுணுக்கிறதைக் கேட்ட பூங்காவனம் தலை நிமிர்ந்து அவனை எரித்துவிடுபவள் போலப் பார்க்கிறாள். தன் ஒரே பெண் மரணப்படுக்கையில் துடித்துக்கொண்டிருக்கும்போது கிழவனுடைய உளறு வாயைப் பார்த்ததும் அவளுக்கு வெறுப்பு வெடிக்கிறது. தலையை இடது புறம் திருப்பிக் காறி உமிழ்கிறாள். ‘எசோதாவின் இந்தத் துக்க நிலைமைக்கு நீ தான் பொறுப்பு. விஷயம் அப்படியிருக்க ஒண்ணும் தெரியாத கிழவனைக் கோவிக்கிறாயே?’ என்று அவளுடைய உள் மனசு கேட்கிறது. தலையைத் தொங்கப்போட்டுக்கொள்கிறாள். ‘நீ தானே கடுதாசி எழுதி அவளை இங்கே வரவழைத்தாய்’ என்று அவளுடைய உள் மனசு மேலும் கேட்கிறது. ‘யாருக்குத் தெரியும் இப்படி நேருமென்று’ என்று பொருமுகிறாள். கைகளை இதயமாக முறுக்கிப் பிழிகிறாள். ‘கல்யாணமாகிப் புருஷனுடன் போனபோது எசோதா எப்படி இருந்தாள், உன் கடுதாசியைப் பார்த்துவிட்டு ஓடோடிவந்த எசோதா இப்போது எப்படி இருக்கிறாள் பார்த்தாயா?’ என்று உள் மனசு இரக்கமில்லாமல் தொடர்ந்து விசாரணை செய்கிறது.

கிழவனின் குறட்டை ஒலியைத் தவிர இப்போது வேறு சப்தமில்லை. எசோதாவின் கூக்குரல் அடங்கிவிட்டிருக்கிறது. இந்த நிசப்தம் முந்தைய கூக்குரலைவிட அதிகமாகப் பூங்காவனத்தின் அடிவயிற்றைக் கலக்குகிறது. ‘ஒரு வேளை எசோதா இந்தக் கண்டத்திலிருந்து தப்பிப் பிழைக்கமாட்டாளோ’ என்ற பீதி அவளைப் புல்லுருவிபோலச் சுற்றிக்கொள்கிறது. எழுந்து உடனே ஓடிப்போய், ‘எசோதா, எசோதா, நீ எப்பிடிடீ இருக்கே?’ என்று எசோதாவைத் தட்டி எழுப்பிக் கேட்கவேண்டுமென்று நினைக்கிறாள். ‘நான்தான் பட்டிக்காட்டுக் கெழவி, மாணிக்கம் நாலும் தெரிஞ்சவன்தானே, அவன் ஏன் இந்தக் கிராமப்புறத்துக்குத் தன் பெண்டாட்டியை அனுப்பிவெக்கறான்? ஆம்பிளையா லெச்சணமா ரெண்டு அதட்டல் போட்டு, ‘மொதல் பிரசவம், நல்லா நடக்கணும், நீ இங்கே தான் இருக்கவேண்டியது, அடுத்தவாட்டி வேணுமின்னா நீ ஒங்க ஊருக்குப் போவலாம்’னு சொல்லி ஏன் அவளைத் தடுத்து நிறுத்தலை?’ என்று தன்னைச்

சமாதானம் செய்துகொள்ளும் வகையில் கேட்டுக்கொள்கிறாள். அவள் மனது கலக்கிவிட்ட குட்டைத் தண்ணீர் போல அலை பாய்ந்து குலைகிறது. எல்லோரும் தன்னைத்தானே குற்றம் சாட்டுகிறார்கள் என்று நினைக்கிறாள். 'அது சரிதானே' என்று குத்திக்காட்டுகிறது உள் மனசு. அதை நசுக்கி அடக்கும் முயற்சி போல வெற்றிலைப் பையிலிருந்து ஒரு வற்றிப்போன புகையிலைத் துண்டை முறித்து வாய்க்குள் திணித்து மெல்கிறாள். அவள் கையிலிருக்கிற கண்ணாடி வளையல்கள் ரெண்டும் விளையாட் டாக ஒன்றோடொன்று மோதி 'ணிங்'னென்று ஒலிக்கின்றன.

'**கி**ணுக் கிணுக்'கென்ற மெட்டியோசை கேட்டதும் கூடத்தில் உட்கார்ந்து தலை குனிந்து எதையோ எழுதிக்கொண்டிருந்த காமு, முன்னால் வந்து விழுந்துகிடந்த ரெட்டைப் பின்னல்களுள் ஒன்றை ஒரு கையால் லாவகமாகப் பின்னுக்குத் தள்ளித் தலையை நிமிர்த்திப் பார்த்தாள். ஆச்சரியத்தால் அவள் கண்கள் விரிந்தன.

"அடேடே, எசோதாவா! வா வா, எப்ப வந்தே?" என்று கேட்டுக்கொண்டே காமு எழுந்திருந்து வரவேற்றாள்.

"இப்போதாம்மா, ஏழெட்டு நாளைக்கு முன்னாலே வந்தேன்" என்று மேல் மூச்சு வாங்கச் சொல்லி நின்றாள் எசோதா.

"ஏன் நிக்கறே, ஒக்காரு" என்று காமு முற்றக் குறட்டைக் காட்டவும் எசோதாவும் உட்கார்ந்தாள்.

காமு அருகில் வந்து உட்கார்ந்து எசோதாவை ஏற இறங்கப் பார்த்துவிட்டு குறும்புச் சிரிப்புடன், "ஏது குட்டி மாணிக்கத்தை யும் அழைச்சிண்டு வந்திருக்கே போல இருக்கே! ரொம்ப நாளாச்சில்லே ஒன்னைப் பாத்து, ரெண்டு வருஷம் இருக்காது? டில்லி ஒன் ஒடம்புக்கு ஒத்துண்டிருக்குபோல இருக்கே! மாமியார் நாத்தனார் சள்ளை ஒண்ணுமில்லாமே புருஷனோடே ஜாலியா தனிக் குடித்தனம் பண்ற ஜோர் வேறே! அடி சக்கை!" என்று பொரிந்து கொட்டினாள்.

எசோதாவின் வெளிறிய கன்னம் சிவந்து குழிந்தது. கலகல வென்று இருவரும் சிரித்துப் பேச ஆரம்பித்தனர். சாரதா டீச்சர் கல்யாணம் செய்துகொண்டு வேறே ஊருக்குப் போனது, டேவிட்டம்மாவின் உடல் நிலை, பழங்காலத்தில் உடன் படித்த மாணவிகளின் தற்போதைய நிலவரம் எல்லாம் இவர்கள் பேச்சில் அடிபட்டது. பேசியதில் முக்கால் பாகம் காமுவின் பங்கு, கால்பாகம்தான் எசோதாவின் பங்கு.

"என்னம்மா நீ பண்ணறே இப்போ?" என்று எசோதா, காமு மூச்சு முட்டப் பேசி ஒரு கணம் மூச்சு வாங்க நிறுத்தியபோது, கேட்டாள்.

"என்னதிது, புதுசா அம்மா கிம்மான்னு? எப்பவும்போலே காமுன்னு கூப்பிடேன்" என்று போலிக் கோபத்துடன் சிணுங்கின காமு, முகத்தை நீட்டிக்கொண்டு,

'அதை ஏன் கேக்கறை போ, எஸ்.எஸ்.எல்.ஸி பெயிலாயிடுத்துடீ எசோதா, அதான் இப்போ நோட்ஸைக் கட்டிண்டு மாரடிச்சுண்டு இருக்கேன், நீ வந்தியோ பொழைச்சேன், நீ குடுத்துவெச்சவ, டில்லி கில்லியெல்லாம் சுத்திண்டிருக்கே. என்னைப் பத்தியே பேசிண்டிருக்கேனே, ஒன்னைப் பத்திச் சொல்லவே இல்லியே! எப்பிடி இருந்துது டில்லியெல்லாம்? மாணிக்கம் ஒன்னை நன்னாப் பாத்துக்கறானா? எப்போ குட்டிப் பாப்பா பொறக்கப்போறது? எல்லாம் சொல்லு. நான்தான் ஓட்டை வாய், பேசிண்டே இருக்கேன்" என்று அடுக்கிக்கொண்டே போனாள்.

"ஏண்டி காமு, யாரோடே பேசிண்டு இருக்கே?" என்று கேட்டுக்கொண்டே சமையலறையிலிருந்து வெளியே வந்த பாலாம்பாள் எசோதாவைப் பார்த்ததும், "ஏண்டி எசோதாவா, எப்பொடீ வந்தே? ஏண்டி காமு, உள்ளே வந்து சொல்லமாட்டியோ? இங்கியே கெக் கெக்கென்னு பேசிண்டு இருக்கயே, எசோதா நீ ஒரு நிமிஷம் ஒக்காரு, நான் அடுப்பிலே இருக்கறதை எறக்கிட்டு வந்துடறேன்" என்று எசோதாவைப் பார்த்துச் சொல்லிவிட்டு சமையலறைக்குள் மறைந்தாள். பாலாம்பாளைப் பார்த்ததும் எழுந்து நின்ற எசோதா சிரமப் பட்டு மூச்சுவிட்டுக்கொண்டே மறுபடியும் முற்றக் குறட்டில் உட்கார்ந்தாள்.

"டில்லியெல்லாம் நல்லாத்தான் இருந்திச்சு, நாங்க இருக்கிற இடம் டவுன்லேயிருந்து கொஞ்சம் வெளியே தள்ளி இருக்குது. அவுரு வேலை பாக்கற பாக்டரி கிட்டதான் வூடும். வூடு அவங்களேதான் குடுக்கறாங்க. போலிஸ் லைன் மாதிரிக் கட்டிப்போட்டிருக்காங்க. பாஷைதானுங்க பெரிய தொந்தரவு. நானு இருக்கிற இடத்திலே தெற்கத்தி ஆளுங்க யாரும் இல்லே. எல்லாரும் அந்த ஊரு ஆளுங்கதான். இல்லாதபோனா சீக்குங்க. எல்லாரும் நல்லவங்கதான், இருந்தாலும் பாஷை தெரியலேன்னா வேறே மாதிரித்தானே?" காமுவுக்குப் பதில் சொல்லிச் சிரித்தாள் எசோதா.

"தனி குடித்தனம் பண்றியே, கஷ்டமாயில்லே?" என்று காமு கேட்டதுக்கு, எசோதா,

“மொதல்லே கஸ்டமாத்தான் இருந்திச்சு, அப்பறம் பழக்கமாப் போச்சு. அவுரு காலமே வேலைக்கிப் போயிடுவாரு. மத்தியானத்துக்கப்பறந்தான் திரும்பி வருவாரு. பொறவு, அவருதான் உப்பு, பருப்பு, அரிசி, கறிகாய் எல்லாம் வாங்கியார ணும். அப்பப்போ இந்து முஸ்லீம் கலாட்டா வந்துடுதா, என்னை தனியே வெளியே போகக்கூடாதுன்னீட்டாரு. நாள் முச்சூடும் குருவிக் கூட்டுள்ளோ இருக்காப்பில அந்த லயன் வூட்டுள்ளவே அடைஞ்சி கெடக்கோணம். எனக்கு எப்போடா நம்ம ஊரு, ஜனங்களெப் பாக்கப் போறோமுன்னு ஆயிடுச்சு. புள்ளே உண்டாச்சா, பிரசவம் பாக்கிற சாக்கிலே ஊரைப் பாக்க, ஒங்களையெல்லாம் பாக்க ஓடியாந்துட்டேன்” என்று சொல்லி எசோதா சிரித்தபோது மீண்டும் அவள் முகம் சிவந்தது. புடவைத் தலைப்பால் முகத்தையும் கழுத்துப் பிடியையும் துடைத்துக் கொண்டே, “கொஞ்சம் குடிக்கத் தண்ணி தரயா?” என்று கேட்டாள் எசோதா.

“ஓ”வென்று தலையை ஆட்டிக்கொண்டே உள்ளே ஓடினாள் காமு. தலையைத் தாங்கினபடியே எசோதா உட்கார்ந்திருந்தாள். அவள் தலைக்குள் சம்மட்டி அடித்துக்கொண்டிருந்தது.

அடுக்களையிலிருந்து வெளிவந்த பாலாம்பாள் எசோதாவைப் பார்த்துக் குசலம் விசாரிக்க ஒரு பிரம்பு நாற்காலியை இழுத்துப் போட்டுக்கொண்டு உட்கார்ந்தாள். பாலாம்பாள் வந்ததைப் பார்த்ததும் மீண்டும் எழுந்து நிற்கப் பார்த்த எசோதாவை, “நன்னாருக்குடி நீ தோப்புக்கரணம் போடறது! ஒருதரம்தான் மரியாதைக்கு எழுந்தாச்சோல்லியோ, அது போரும். பிள்ளைத்தாச்சி நீ, சும்மா ஒக்காரு” என்று கண்டித்துச் சொன்ன பாலாம்பாள், எசோதாவின் பாதங்களைப் பார்த்துவிட்டு, “என்னடீது! காலெல்லாம் அப்பம் மாதிரி வீங்கிண்டிருக்கே, ஒன் ஒடம்பைப் பாத்துக்கறயோ இல்லியோ, யாரையாவது டாக்டரண்டை காமிச்சயோ” என்ற மிரண்டு போய்க் கேட்டாள்.

“இல்லேம்மா, நான் நல்லாத்தான் இருக்கேன், அப்பப்போ கொஞ்சம் தலைவலி, அவ்வளவுதான், ஊரிலேந்து நடந்து வந்தனா, அதான் காலு கொஞ்சம் வீங்கிட்டாப்பல இருக்குது”

“அடி பாவி, ரெண்டு மைலுக்கும் மேலே ஆச்சே, நடந்தா வந்தே? எட்டு மாசத்துக்கு மேலே இருக்குமே ஒனக்கு, பூங்காவனத் துக்கு புத்தி கித்தி மாறிப் போச்சா என்ன, இந்த மாதிரி இருக்கற பொம்மனாட்டியை இவ்வளவு தூரம் நடத்தி அனுப்பறதுக்கு? ஆமா, அவளை எங்கே நாலஞ்சு நாளா கண்லியே காணம்?” என்று பாலாம்பாள் சொல்லி முடிக்கவும், காமு தண்ணீர் கொண்டு வரவும் சரியாக இருந்தது.

“ஏண்டீ காமு, இவ சொல்றதைக் கேட்டியோ, எட்டு மாசப் பிள்ளைத்தாச்சி இவ ஊர்லேந்து நடந்தே வந்திருக்காளாம். என்ன இருந்தாலும் இவாளுக்கு தகிரியந்தாம்மா. தண்ணியே வெச்சூட்டு உள்ளே அலமாரியிலே கார்த்தாலை காப்பி டிகாஷனும் கொஞ்சம் பாலும் வெச்சிருக்கேன், எசோதாக்குக் கொஞ்சம் காப்பி கலக்கிண்டு வா” என்று காமுவுக்கு உத்தரவு பிறந்தது.

எசோதா நாணிக்கொண்டு, “அதெல்லாம் எதுக்கம்மா” என்று சொல்ல ஆரம்பிக்க, பாலாம்பாள் இடைமறித்து,

“நன்னாருக்கு, வயறும் பிள்ளையுமா வெய்யில்லே அங்கேந்து நடந்து வந்திருக்கே, எதுக்கா? நீ போய்க் கொண்டாடி, அப்பறம் வந்து எங்க வாயைப் பாத்துண்டிருக்கலாம்” என்று பாதி எசோதாவுக்கும் மீதி காமுவுக்குமாகச் சொல்லிவிட்டு, மீண்டும் எசோதாவை நோக்கி, “பூங்காவனம் ஏன் வரலை?” என்று வினவினாள்.

“அதுக்கு ஒடம்பு சொகமில்லேம்மா, நாலு நாளா குளிர் காச்சல், தலையே தூக்கலே, பல்லிலே பச்சத் தண்ணிகூடப் படலே. நாந்தான் கஞ்சி ஆக்கிக் குடுக்கறேன்” என்று பதிலிறுத்தாள் எசோதா.

“அழகாயிருக்கு போ, பூங்காவனத்துக்கு இப்பல்லாம் அடிக்கடி ஒடம்புக்கு வந்துடறது. ஒன் அப்பனுக்கோ இருவது முப்பது வருஷம் வெய்யில்லே வேலை செஞ்சு மூளையே உருகிப் போயிட்டிருக்கு. இப்போ நடக்கறது அடுத்த நிமிஷமே மறந்து போயிடறது, ஒன் அண்ணன் முனுசாமியோ விக்ரமாதித்திய ராஜா மாதிரி நாடாறு மாசம் காடாறு மாசம்னு வருஷா வருஷம் சாராயத்தைக் காச்சிப்பிட்டு ஜெயில்லே போய் ஒக்காந்துடறான். நன்னா வந்து சேந்தே பிரசவத்துக்குன்னு. அங்கேயே இருந்திருக்க மாட்டியோ, அஞ்ஞானம் அடிச்சுக்கறதாக்கும். இங்கே என்ன ஐசுவரியம் கொட்டிக் கிடக்கறது ஒனக்கு? மூஞ்சியோ புஸு புஸுன்னு வீங்கிக் கெடக்கு, காலைப் பாக்கவோ சகிக்கலே” என்று மூச்சு விடாமல் பொழிந்து தள்ளினாள் பாலாம்பாள்.

“அவருகூட அங்கியே இருந்துடுன்னுதாம்மா சொன்னாரு, நாந்தான் இங்கே வருவேனின்னு ஒரே பிடிவாதமா வந்துட்டேன். அங்கியே இருந்தா ஏன்னு கேக்கறதுக்குக்கூட யார் இருக்கா சொல்லுங்க! எனக்கும் நம்ம மனுஷாளைப் பாப்பமான்னு ஆயிடுச்சு” என்று சொல்லிக்கொண்டே வந்த எசோதாவின் தலை துவண்டது. உதடுகள் வெளுத்து நீலம் பாரித்தன. அப்படியே நினைவிழந்து ஒரு பக்கம் சாய்ந்தாள். பாலாம்பாள் தாவி எழுந்து அவளைத் தாங்கிப் பிடித்திராவிடில் முற்றத்தில்

விழுந்திருப்பாள். டம்ளரில் இருந்த தண்ணீரை எடுத்து அவள் முகத்தில் தெளித்து, காமுவைக் கூப்பிட்டு அவள் உதவியுடன் எசோதாவைப் பாலாம்பாள் கீழே கிடத்திய பின் ஓரிரு நிமிஷங்களில் எசோதாவுக்கு உணர்வு திரும்பியது.

"என்ன ஜென்மங்களோ, பகவான்தான் இதுகளையெல்லாம் காப்பாத்தணும்" என்று பாலாம்பாள் முணுமுணுத்துக்கொண்டது எசோதாவின் காதிலும் மெல்லிதாக விழுந்தது.

உடம்பில் சற்றுத் தெம்பு திரும்பியதும் எசோதா எழுந்திருக்க முயன்றாள். பாலாம்பாள் எசோதாவைத் தடுத்து, "கொஞ்ச நேரம் இப்பிடியே படுத்திண்டிரு. ஒண்ணும் அவசரமில்லை" எனவும் மீண்டும் படுத்தாள். மலைபோன்ற வயிறுடன் தான் நாடு வீட்டிலே மல்லாந்து படுத்திருப்பது அவளுக்கு வெட்கமாகவும் அவமானமாகவும் இருந்தாலும் அசதிக்குச் சுகமாக இருந்தது.

"ஏண்டீ எசோதா, கார்த்தாலேந்து என்னமானா சாப்பிட்டயோ?" என்று பாலாம்பாள் கேட்டதற்குப் பதிலாக, 'இல்லை' என்று தலையசைத்தாள் எசோதா. பிறகு அவர்கள் சொல்லியும் கேளாமல் எழுந்து உட்கார்ந்துகொண்டாள்.

"எங்கம்மாவுக்கு ஒடம்பு காச்சல், அப்பாவோ மூலையிலே குந்திக்கினு பெனாத்திக்கினு இருக்காரு. நாவப்பண்ணன் ஒதயத்துக்கே எறப்புக்குப் போயிடுச்சு. நான் அடுப்பேத்தலே. ஒங்க கிட்டேயிருந்து அஞ்சோ பத்தோ வாங்கிட்டுப் போகலாமின்னு வந்தேன். எங்கூட்டுக்காரரு வந்தவொடனே குடுத்துடறேன்" என்று மெல்லிய குரலில் தரையைப் பார்த்துக்கொண்டே சொன்னாள் எசோதா.

"அதெல்லாம் இருக்கட்டும், உள்ளே கொஞ்சம் பழயது இருக்கு, மோர் தரேன், கலக்கிச் சாப்பிடு. அப்பறம் பணத்தை வாங்கிண்டு போவையாம். போக்கு வண்டி ஏதாவது பிடிச்சுண்டு நல்ல படியா வீட்டுக்குப் போய்ச்சேரு. மறுபடியும் நடந்துபோய் வழியிலேயே உசிரை விட்டுத் தொலைக்கப்போறே!" என்று பாலாம்பாள் அதட்டின பின் எசோதாவுக்குச் சிறிது அமைதி பிறந்தது. தலைவலிகூடக் குறைந்தாற்போல இருந்தது.

எசோதா போன பின்னர் வாயிற் கதவைத் தாளிட்டு, "பகவான் இதுகளுக்கெல்லாம் எதுக்குத்தான் பிள்ளையைக் குடுக்கறாரோ தெரியல்லே!" என்று சொல்லிக்கொண்டே பாயை விரித்தாள்.

எசோதாவுக்குக் கொஞ்சம் கொஞ்சமாக உணர்வு திரும்புகிறது. அவளை அறியாமலேயே அவளுடைய தொண்டையைப் பிளந்து

கொண்டு கிளம்பிய அலறவே அவளுடைய மயக்கத்தைத் தெளிவிக்கும் பனி நீரைப்போலிருக்கிறது. அவள் தன் மனசைப் பொத்தி, காதுகளைத் தீட்டிக்கொண்டு நீட்டி வளைத்துக் கவனிக்கிறாள். ஆளரவம் ஏதும் கேட்கவில்லை. தான் இங்கே வந்து சேர்ந்து எவ்வளவு மணிநேரம் ஆயிருக்கும், இல்லை எவ்வளவு நாளாயிருக்கும் என்று கேட்டுக்கொள்கிறாள். விடை கிடைக்கவில்லை. தலையைத் திருப்பிக் கண்களை விரித்துப் பார்க்கிறாள். கண்ணுக்கு ஒண்ணுமே புலனாகவில்லை! இருட்டாகக்கூட இல்லை, வெறும் சூனியமாக இருக்கிறது. தன் கண் பார்வையை இழந்துவிட்டோம் என்பதை உணர்கிறாள். ஆனால், அது அவளை உறைக்கவில்லை! அது அவளுக்கு ஆச்சரியமாக இருக்கிறது. குழந்தை பிறந்துவிட்டதா இல்லையா என்று வந்த சந்தேகம் தெளிய வயிற்றை மெதுவாகத் தொட்டுப் பார்த்துக்கொள்கிறாள். வயிற்றில் குழந்தை இல்லை! பெருமூச்சு விடுகிறாள். தான் ஏதோ செய்ய வேண்டிய காரியத்தைச் செய்து விட்டோமென்கிற திருப்தியையே உணர்கிறாள். குழந்தை ஆணா பெண்ணா என்று தெரிந்துகொள்ள வேணுமென்கிற ஆவல்கூடத் தலையெடுக்கவில்லை! அதுவும் அவளுக்கு ஆச்சரியமாக இருக்கிறது. யாரையாவது கூப்பிட்டு, 'எனக்குக் கண் பார்வை போய்விட்டது' என்று தெரிவிக்கவேணுமென்று நினைக்கிறாள். அவள் வாய் திறக்கிறது. "நான் குருடியாகிப்போய்விட்டேன், எங்க வூட்டுக்காரருக்கும் மத்தவங்களுக்கும் இந்த விசயத்தைச் சொல்லிடாதீங்க" என்று நா அசையாமல் உதடுகள் முணுமுணுக் கின்றன. அவள் மூச்சுக் காற்றில் அந்தச் சப்தமற்ற சொற்கள் புகைபோல அடித்துக்கொண்டுபோகப்படுகின்றன. அவளுக்குப் பரம திருப்தியாகவும் அமைதியாகவும் இருக்கிறது. எங்கும் நிசப்தம்.

ஆசுபத்திரிக்கு வெளியேயிருந்து, டீக்கடையாக இருக்க வேணும், எங்கோ ஒரு பழைய கால கிராமபோன் கீச்சுக் குரலில் பாடுவது கேட்கிறது. என்ன பாட்டென்று தெரியவில்லை. அவளும் அதைப்பற்றி யோசிக்கவில்லை. அலை அலையான அசதிச் சுழல்கள் அவளை வந்து தாங்கிப் பூப்பந்தை எற்றுவது போல் எற்றுகின்றன. அவள் ஆனந்தமாக மகாலட்சுமி போல், ஒரு லேசான பூச்செண்டு போல், அமைதிக் கடலில் மிதக்கிறாள். தான் பெற்றெடுத்த குழந்தையைக் கண்ணால் காணக் கொடுத்துவைக்கவில்லையே என்கிற துக்கம் மாத்திரம் கடல் நீரில் உப்பாகக் கரைந்து பரவியிருக்கிறது. ஆனாலும், அது அவளைக் கலக்கவில்லை! அதுவும் அவளுக்கு ஆச்சரியத்தைத் தருகிறது. கை கால்கள் லேசாக இருக்கின்றன. அசைக்கப் பார்க்கிறாள். அவை அசைகின்றனவா இல்லையா என்றுகூட அவளுக்குத் தெரிகிறதில்லை. கைகளையும் கால்களையும்

அசைக்க முயற்சி செய்யும்போது அவை கல் குண்டு போலக் கனக்கின்றன. கை காலையும் ஆட்ட முடியவில்லை, கண்ணும் போய்விட்டது. இனி தான் எங்கே பிழைக்கப்போகிறோம் என்று நினைத்துக்கொள்கிறாள். தன் பிரிய புருஷனையும், இன்றோ நேற்றோ, நேற்று முன்தினமோ, போன வாரமோ, மாசமோ பெற்றுப் போட்டுவிட்டுத் தான் கண்ணால் கூடப் பார்க்காத குழந்தையையும் விட்டு விட்டுப் போகிறோமே என்று நினைத்துக்கொள்கிறாள். ஆனால், அந்த நினைப்புக்கூட அவளுக்குத் துக்கத்தைக் கொடுக்கவில்லை! அதுவும் அவளுக்கு ஆச்சரியமாக இருக்கிறது. தான் 'ஐயரூட்டம்மா' வீட்டிலிருந்து பணம் வாங்கிவந்த சில நாட்களுக்குள் தன் உடல் நிலை மிக மோசமானதும் நாகப்பன் தன் புருஷனுக்குத் தந்தி கொடுத்ததும் இருட்டில் அரைகுறையாகக் கண்ணில்படும் சிலந்தி வலை போல லேசாக அவள் நினைவில் நிழல்தட்டுகிறது. தன் புருஷன் இந்நேரம் சின்னூருக்கு வந்துவிட்டிருப்பாரோ என்று நினைத்துக் கொள்கிறாள்.

தந்தி போய்ச் சேர்ந்த அன்றே கிளம்பி வருகிறதானாலும் இங்கே வந்து சேர மூன்று நாளாகுமே, தான் இவ்விடம் வந்து எவ்வளவு நாளாயிருக்கும் என்று யோசித்துப் பார்க்கிறாள். அலுப்பும் சோர்வும் தான் ஏற்படுகிறதே ஒழிய விடை தெரிவ தில்லை. இந்த நினைவுகளினால் அவளுக்கு மகிழ்ச்சியோ துயரமோ உண்டாகிறதில்லை! அதுவும் அவளுக்கு ஆச்சரியமாக இருக்கிறது. இதிலெல்லாவற்றுக்கும் மேலாக அவளுக்கு ஆச்சரியம் தருவது, அவள் இத்தனை ஆச்சரியங்களுக்கிடையிலும் அமைதியாக இருப்பதுதான். தன் தலைவலியும் வாந்தியும் தாங்கமுடியாமற்போனதும், கண்கள் இருட்டிக்கொண்டு வந்ததும், காக்காய் வலிப்பு வந்ததுபோல கைகளும் கால்களும் வேறுவேறு பக்கம் இழுத்துக்கொண்டதும் நினைவுக்கு வருகிறது. தன் தாயார் திகிலடைந்து பேயறைந்த மாதிரியான வெளுத்த முகத்துடனிருந்ததும், தன் அண்ணன் நாகப்பன் அண்டை அசலில் யாரிடமோ கட்டை வண்டி இரவல் வாங்க ஓடினதும் நினைவுக்கு வருகிறது. தன் தகப்பன் ஒரு மூலையில் இன்னது நடக்கிறது என்ற நினைப்பில்லாமல் யாரும் தன்னை மதிக்கிறது கிடையாது, தன்னை ஒரு சொல் கேட்கிறதில்லை என்று முணுமுணுத்து நிஷ்டூரப்பட்டுக் கொண்டிருந்ததும் ஞாபகத்துக்கு வருகிறது. "பாவம், அதுக்கோ வயசாயிடிச்சு" என்று எசோதா சொல்லிக்கொள்கிறாள். இம்முறை அவள் உதடுகள்கூட அசைவ தில்லை. நாகப்பன் கட்டி வந்த கட்டை வண்டியும், கோணல் மாணலாக வளைந்திருந்த கொம்புகள் கொண்டு, மணல் வாரித் தெளித்ததுபோல நிறமுள்ள மாடுகளும் ஞாபகத்துக்கு வருகிறது.

வைக்கோல் மணம் மூக்கில் நெடிக்கிறது. கட்டை வண்டி ஆடி ஆடிப் போனது நினைவுக்கு வருகிறது. உடல் குலுங்கி அசைகிறது. அவள் அசதிப் போர்வையை இழுத்துப் போர்த்திக்கொள்கிறாள். அதற்குள் சுருண்டு படுத்துக்கொள்கிறாள். ஆனாலும், கட்டை வண்டியின் ஆட்டம் ஓய்வதில்லை. கடக், கட், கடக், கட் என்று கட்டை வண்டியோ அவள் இருதயமோ குலுங்கிக்கொண்டு போகிறது. போய்ச் சேரவேண்டிய இடம் வந்த உடனே வண்டி மேற்கொண்டு போகாது. குலுங்காது. தான் சுகமாகப் போர்வைக் குள் தலையைச் சுருட்டி வைத்துக்கொண்டு தூங்கலாம். எழுந்திருக்கவேண்டிய அவசியமேயில்லை.

சித்திரை மாத வெயில் சுட்டுப் பொசுக்கிக்கொண்டிருந்தது. அடிவானத்தைப் பார்க்கக்கூடக் கண் கூசியது. சாலையோரத்தி லிருந்த ஒரு புளியமரத்தடிதான் தங்காபுதூர் பஸ் ஸ்டாண்டு. அங்கே நனையாத புது வேஷ்டியுடன், பளபளவென்று கஞ்சி போகாத புதுச் சட்டையுடன், வெற்றிலை போட்டுச் சிவந்த வாயுடன், வெயிலில் உருகிச் சொட்டும் கழுத்துடன் மாணிக்கம் நின்றுகொண்டிருந்தான். அவனுக்கு ஒரு புறம் நாகப்பனும் இன்னொரு புறம் 'தோட்டக்காரக் கவுண்டன்' என்று அழைக்கப் படுகிற அவன் தந்தையான கிழவனும் நின்றுகொண்டு மாணிக்கத்துடன் பேசிக்கொண்டிருந்தார்கள். சற்றுப் பின் தள்ளி, மிட்டாய் நிற ரோஜா கலர் புதுப் புடவையுடன், மஞ்சள் நிற ரவிக்கையுடன், தலை நிறையப் பூவுடன், கை நிறைய வளைகளுடன், காலடியில் ஒரு சிறு மூட்டையுடன் எசோதா நின்றுகொண்டிருந்தாள். அவளைச் சுற்றிப் பூங்காவனமும் இன்னும் ராமாயி, பவுனு, லச்சுமி போல மூன்று நான்கு பெண்களும் கூடி உரக்கப் பேசிக்கொண்டிருந்தார்கள். எசோதாவின் கண் கலங்கியிருந்தது. பூங்காவனம் விக்கி விக்கி அழுதுகொண்டு மூக்கைச் சிந்திக்கொண்டிருந்தாள்.

"இன்னாடீது, நீதான் புதுசாப் பொண்ணப் பெத்தவ மாதிரி இப்பிடி அழுவறே? பொட்டப் பொண்ணுன்னா வூடு வுட்டு வூடு தான் போவும், ஓம் வூட்டோடயேதான் கெடக்குமா? யாம் அழுவறே? தானே அடுத்த வருசம் வர்றா பாரு, 'அம்மா, பேரன் பொறக்கப்போறான்னு' சொல்லிக்கினே" என்று பவுனு, புகையிலைச் சாற்றைத் துப்புவதற்கிடையில் பூங்காவனத்தைத் தேற்றிக்கொண்டிருந்தாள்.

நாகப்பனுக்கு இந்த கலாட்டா சகிக்கவில்லை. "தே, சும்மாருக்க மாட்டே" என்று தன் தாயை அதட்டினான்.

கொளுத்தும் வெயிலும், வெகுநேரமாகத் தவங்கிடந்தும் பஸ் கிடைக்காததும், வந்த ரெண்டு பஸ்களும் இவர்கள் முகத்திலும் கண்ணிலும் வாயிலும் புழுதியையும் மண்ணையும் வாரியடித்து விட்டு 'இடமில்லை' என்று கையை விரித்துவிட்டுப் போய் விட்டதும் அவனுக்கு மகா எரிச்சலைக் கிளப்பிவிட்டிருந்தது. புருவத்தின் மேல் கையை வைத்துக்கொண்டு ரோட்டை ஆராய்ந் தான். கிழவன் நூறாவது தடவையாக 'போனதும் கடுதாசு போடு' என்று நடுங்கும் தலையை மேலும் நடுக்கிக்கொண்டு சொல்லிக்கொண்டிருந்தான். தொலைவில் ஒரு கட்டை வண்டி வந்துகொண்டிருந்தது.

"அது காலியாயிருந்தா அதுலியே ஏறிக்கினு போயிடு மாணிக்கம், பஸ்ஸு கெடைக்காது போலிருக்குது" என்று சொன்னான். 'சரி' என்ற பாவனையில் தலையை ஆட்டிவிட்டு மாணிக்கம் தோளில் இருந்த புதுத் துண்டால் முகத்தில் வழிந்து கொண்டிருந்த வேர்வையைத் துடைப்பதில் ஈடுபட்டான். வண்டி அருகில் வந்தது. சிறுத்தாங்கல் ரங்கசாமி நாயக்கர்தான் வண்டியை ஓட்டிக்கொண்டு வந்தார். சின்னூருக்குத்தான் போய்க்கொண்டிருந்தார். வண்டி காலியாகத்தான் இருந்தது. நாகப்பன் வண்டியை நிறுத்தி விஷயத்தைச் சொன்னான். அவரும் சம்மதித்தார். சின்ன டிரங்குப் பெட்டியை முதலில் ஏற்றிவிட்டுப் பிறகு மாணிக்கம் ஏறிக்கொண்டான். அவன் பின்னால் சோற்று மூட்டையுடன் எசோதா ஏறிக்கொண்டாள். 'ஹை ஹை' என்று நாயக்கர் மாடுகளை விரட்ட வண்டி அசைந்து கொடுத்துக் கிளம்பியது. ஐந்து நிமிஷங்களுக்கப்புறம் எசோதா கண்களை சேலைத் தலைப்பால் துடைத்துக்கொண்டு பார்த்தபோது தங்காபுதூர் மறைந்துவிட்டிருந்தது. கூச்சத்தோடு தலையைத் திருப்பினாள். 'கடக், கட்'டென்று வண்டி அசைந்து குலுங்கி ரோட்டிலிருந்த ஒரு 'குழிப் பள்ள'த்தில் இறங்கி ஏறியது. அந்தக் குலுக்கலின் அதிர்ச்சியில் ஏற்பட்ட ஆட்டத்தினால் விழப்போவது போலச் சாய்ந்த எசோதாவை மாணிக்கம் கை மறித்துத் தாங்கிப் பிடித்தான். 'இதுதான் என் ஆம்பிளை' என்று நினைத்துக்கொண்ட எசோதாவின் கன்னங்களும் காதுகளும் 'குப்'பெனச் சிவந்து கட்டன. அவள் தலை நாணத்தினால் கவிழ்ந்தது. ரத்தம் தலைக்கேறியது.

ரங்கசாமி நாயக்கர் தலையைத் திருப்பாமலே, ஒரு கையால் சாட்டையைச் சுழற்றிக்கொண்டே, "கல்யாண ஜோடிங்களை வண்டியிலே இட்டுக்கினு போவறத்துக்கும் தனி சாமார்த்தியம் வேணும் தம்பீ, பாத்தியா?" என்று சொல்லி அதிர்வேட்டுத் தொடர் போலச் சிரித்துவிட்டு மாடுகளை விரட்டிக்கொண்டே,

"எம் மயிலைக் காளை ஜோடிகளா, எம் வண்டிக்கேத்த மாடுகளா" என்று தன் கர்ண கொடூரமான உரத்த குரலில் பாட ஆரம்பித்தார். வண்டி, ஆடி அசைந்துகொண்டு பாதையின் மேடு பள்ளங்களை லட்சியம் செய்யாமல் போனது. அந்தப் பாட்டுக்கும் வண்டியின் ஆட்டத்துக்கும் தாளம் போடும் இதயங்களோடு எசோதாவும் மாணிக்கமும் தங்கள் வாழ்க்கைப் பயணத்தைத் துவக்கினார்கள்.

குழந்தைக்கு உடல் குளிப்பாட்டித் திருப்பி எடுத்துக்கொண்டு ஓர் 'ஆயா' எசோதா இருக்கிற அறைக்குள் நுழைவதைப் பூங்காவனம் பார்க்கிறாள். ஒரு சிறு கண நேரம், கண்ணிமைப் பொழுது, பூங்காவனத்தின் வறண்ட மனம் ஈரமாகித் துளிர்விட்டுப் பூரிக்கிறது. அவள் மனத்துள் 'இது எம் பேரக் குழந்தை' என்ற எண்ணம் பளிச்சிடுகிறது. 'கிஷ்ணசாமீனு பேர் வெக்காமே 'கண்ணன்'னு வெச்சா நல்லாயிருக்குமோ' என்று அந்த அரைக் கணத்துக்குள் தொடர்ந்து நினைக்கிறாள். அந்தக் குறை நிமிஷம் அவள் மனம் சந்தோஷமாகிறது.

அறைக்குள்ளிருந்து ஆயா வெளியே வந்து பூங்காவனத்தைக் கையாட்டி அழைக்கிறாள். பூங்காவனம் எழுந்து செல்கிறாள். ஆசுபத்திரிக்கு எதிர் வரிசையில் சற்றுத் தொலைவிலிருக்கிற டீக் கடையொன்றிலிருந்து சாவி கொடுத்து முடுக்கிவிடும் பழைய காலத்திய கிராமபோன் ஒன்று கீச்சுக் குரலில், 'பிருந்தாவனத்தில் கண்ணன் பிறந்த . . .' என்று ஸ்பிரிங் தளர்ந்த அபஸ்வரத்தில் ஒலிக்கும் பாட்டை முழுக்கி முறியடித்துக்கொண்டு, 'கண்ணாக வளத்தேனே அடி பாவி ஒன்னையும் நான் மண்ணாகப் பாப்பேனோ' என்று பூங்காவனத்தின் அடிவயிற்றிலிருந்து அணை மீறிக்கொண்டு எழுகிற ஒப்பாரி, கண் கூசக் காய்கிற வெயிலையும் இருளாக்கிக்கொண்டு வானில் ஏறிப் பாய்ந்து விசுவமெங்கிலும் ஒலிக்கிறது.

தூங்கி வழிந்துகொண்டிருந்த கிழவன் திடுக்கிட்டு விழிக்கிறான். நாகப்பனும் மாணிக்கமும் திக்பிரமையடைந்து ஒருவரையொருவர் பார்த்துக்கொள்கிறார்கள்.

தூங்குமூஞ்சி மரம் சிரித்து நடுங்குகிறது.

தாமரை

பிற்சேர்க்கை

சார்வாகனின் சிறந்த சிறுகதைகளைத் தொகுத்து வெளியிடும்போது இலக்கிய முகத்தைத் தாண்டி அவரது பிரதானமான பரிமாணத்தையும் வாசகர்களுக்குக் காட்டவேண்டியது அவசியமாகிறது.

பெரும் செல்வம் ஈட்டக்கூடிய வாய்ப்புகளை உதறித்தள்ளிவிட்டு தொழுநோய் சிகிச்சைக்குத் தன்னை அர்ப்பணித்துக் கொண்டதைப்பற்றி அவரிடம் வாழ்நாள் முழுக்க கேள்விகள் எழுப்பப் பட்டு வந்திருக்கின்றன. அவை எல்லாவற்றிற்கும் பதிலளிக்கும் விதமாக மருத்துவ ஏடு ஒன்றில் தன் வாழ்நாள் இறுதியில் ஒரு கட்டுரையை எழுதி வெளியிட்டுள்ளார். அதிலிருந்து சில பகுதிகள்:

மருத்துவ மேற்படிப்பு மாணவன் ஒருவன் என்னிடம் 'மற்ற எல்லாத் துறைகளையும் விடுத்து உங்களுக்கு இந்தத் தொழுநோய் மீது ஏன் இவ்வளவு பிரியம்?' என்று கேட்டான். 'பிரியமா? உலகத்திலேயே நான் அதிகம் வெறுப்பது தொழுநோயைத்தான். அதனால்தான் அதை ஒழிக்கவேண்டுமென்று இத்துறையைத் தேர்ந்தெடுத்தேன்' என்றேன்.

௦

மங்களூரில் பணியாற்றும்போதுதான் யதேச்சை யாக தொழுநோய் சிகிச்சையின்பால் என் கவனம் திரும்பியது. தொழுநோயிலிருந்து குணமான ஒருவரை சகமருத்துவர் அழைத்து வந்து மடங்கிப்போன அவர் விரல்களை

சரியாக்க இயலுமா என்று கேட்டார். இந்த வகையான அறுவை சிகிச்சைகளைச் செய்து வந்த ஆங்கிலேய மருத்துவர் ஒருவர் இங்கிலாந்தில் என் கல்லூரியில் பணியாற்றிவந்தார். அவரைத் தொடர்புகொண்டு அந்த சிகிச்சை முறை பற்றிய நூல்களை வாங்கிப்படித்தேன். அந்த அறுவை சிகிச்சை முறையினால் விரல்களுக்கு ஓரளவுக்கு மட்டுமே செயலாற்றல் திரும்பக்கூடியதாக இருந்தது. நரம்புமண்டலம், எலும்புகளை ஒருங்கிணைத்து ஒரு புதிய அறுவை சிகிச்சைமுறையை முயன்று பார்த்தேன். சிக்கலான செயல்முறைகளைக் கொண்ட சிகிச்சை அது. அதிர்ஷ்டவசமாக அது வெற்றிகரமாக அமைந்துவிட்டது. மருத்துவராக என் வாழ்க்கையை மட்டுமல்ல, உலகெங்கும் இலட்சக்கணக்கான தொழுநோயாளிகளின் வாழ்க்கையையும் இந்தக் கண்டுபிடிப்பு மாற்றப்போகிறது என்பதை அப்போது நான் அறிந்திருக்கவில்லை; இந்த அறுவைச் சிகிச்சை முறைக்கு என்னுடைய பெயரையே WHO சூட்டு மென்றும் நான் எதிர்பார்க்கவில்லை.

○

இந்த வாழ்க்கையை நான் தேர்ந்தெடுத்ததில் வருத்தப் படுகிறேனா? ஆயுளின் இறுதிக் கட்டத்தில் இருக்கும் நான் இப்போது யோசித்துப் பார்க்கும்போது நிச்சயமாக இல்லை என்றுதான் மனப்பூர்வமாகச் சொல்வேன். மிகவும் திருப்தியான வாழ்க்கையைத்தான் வாழ்ந்திருக்கிறேன். செல்வத்தைக் குவித்திருக்கவில்லை. ஆனாலும் என் தேவைக்கு அதிகமாகவே அரசாங்க ஊதியம் கிடைத்திருக்கிறது. வருகைதரு பேராசிரியராக, மதிப்புமிக்க மருத்துவராக ஆறு கண்டங்களுக்கும் பயணித்திருக்கிறேன். தரம் வாய்ந்த மருத்துவ ஏடுகளில் தரம் வாய்ந்த ஆய்வுக்கட்டுரைகளை வெளியிட்டிருக்கிறேன். WHOவின் தொழுநோய் நிபுணர் குழுத்தலைவராக சர்வதேச அளவில் கொள்கை முடிவுகளை எடுப்பதில் பங்காற்றியிருக்கின்றேன். உலகெங்கிலுமுள்ள தலைசிறந்த அறுவைசிகிச்சை நிபுணர்களுக்கு, தொழுநோய் மருத்துவர்களுக்கு, கர அறுவைசிகிச்சை நிபுணர்களுக்கு என்னை நன்றாகத் தெரிந்திருக்கிறது. ஆனால் இவற்றை யெல்லாம் எண்ணிப் பெருமிதப்படுவதைவிட, இம்மானிட குலம் மகிழ்ச்சியடைய ஏதோ சில காரியங்கள் ஆற்றியிருக் கிறேன் என்ற உணர்வு அளிக்கும் திருப்தி மிகவும் மேலானது என்பேன்.

○

என் வாழ்க்கையின் உன்னதமான தருணம் ஐக்கியநாடுகள் சபையின் அங்கீகாரமோ, சர்வதேச மகாத்மா காந்தி விருதோ, பத்மஸ்ரீ விருதோ அல்ல.

1980களில் பிரேஸில் நாட்டில் அமேசான் ஆற்றங்கரையில் இருந்த மனாவ்ஸ் என்ற சிற்றூருக்கு WHO குழுவோடு சென்றிருந்தேன். அங்கே தொழுநோய் மருத்துவமனை ஒன்று இருந்தது. அங்கிருந்த நோயாளிகளை பரிசோதித்துக் கொண்டிருந்தபோது, மருத்துவர் ஒருவர் தொலைவில் நின்றிருந்த ஒரு பெண்மணியை சுட்டிக்காட்டி 'அவர் உங்களைப் பார்க்க வேண்டுமென்று துடித்துக்கொண்டிருக்கிறார்' என்றார். 'இங்கிருப்பவர்களுக்கு உங்களுடைய அறுவை சிகிச்சை மூலம்தான் சிகிச்சையளிக்கிறோம். பத்து வருடங்களாக செயலிழந்திருந்த இந்தப் பெண்ணின் கைகால்கள் சிகிச்சைக்குப் பிறகு சரியாகியிருக்கின்றன. அதற்கு காரணமான உங்களுக்கு அவர் நன்றி கூற வேண்டுமாம்' என்றார். அந்தப் பெண்ணிடம் சென்றேன். என்னை அருகில் பார்த்ததும் அவருக்கு சன்னதம் பிடித்ததைப் போல ஆகிவிட்டது. எனக்கு சற்றும் புரியாத போர்ச்சுகீசிய மொழியில் என்னென்னவோ பேசினார். கைகால்களை ஆட்டிக் காட்டினார். என்னைக் கட்டிப்பிடித்தார். என் உடம்பு முழுக்க தடவிக் கொடுத்தபடி பாதி அழுகையும் பாதி சிரிப்புமாக ஏதேதோ பிதற்றினார். தென்னிந்தியாவில் ஏதோ ஒரு மூலையில், ஆரணி என்ற சிற்றூரில் வளர்ந்த ஒருவனிடம், ஆயிரக்கணக்கான மைல்கள் தாண்டியுள்ள ஒரு கண்டத்தில் வசிக்கும் ஒரு பெண்மணி அவருடைய வாழ்க்கையை மீட்டெடுத்து தந்துவிட்டதாகச் சொல்லி ஆனந்தக் கூத்தாடி நெகிழ்ந்துகொண்டிருக்கிறார். இதை விட பெரிய விருது எனக்கென்ன வேண்டும்? நான் சரியான வாழ்க்கையைத்தான் வாழ்ந்திருக்கிறேன் என்று அப்போதுதான் உணர்ந்தேன்.

○○○